AF900555

அந்த நேரத்து நதியில் . . .

க.வை. பழனிசாமி

அந்த நேரத்து நதியில் . . .

நாவல், சிறுகதை மீதொரு உரையாடல்

காலச்சுவடு பதிப்பகம்

அன்பார்ந்த வாசகருக்கு,

வணக்கம்.

காலச்சுவடு நூலை வாங்கியமைக்கு நன்றி.

நூலின் உள்ளடக்கம், உருவாக்கம், அட்டைப்படம் இன்ன பிற அம்சங்கள் பற்றிய உங்கள் கருத்துகளையும் ஆலோசனைகளையும் காலச்சுவடு வரவேற்கிறது. தகவல், எழுத்து, வாக்கியப் பிழைகள் தென்பட்டால் கட்டாயம் தெரிவித்து உதவுங்கள். நூல் தயாரிப்பில் கடும் குறைபாடு இருப்பின் மாற்றுப் பிரதி உங்களுக்குக் கிடைக்கக் காலச்சுவடு ஏற்பாடு செய்யும்.

மின்னஞ்சல்: publisher@kalachuvadu.com

காலச்சுவடு நாகர்கோவில் அலுவலகத்திற்குக் கடிதம் அனுப்பலாம்.

தங்கள்
எஸ்.ஆர். சுந்தரம் (கண்ணன்)
பதிப்பாளர் — நிர்வாக இயக்குநர்

அந்த நேரத்து நதியில்... நாவல், சிறுகதை மீதொரு உரையாடல் ❖ கட்டுரைகள் ❖ ஆசிரியர்: க.வை. பழனிசாமி ❖ © க.வை. பழனிசாமி ❖ முதல் பதிப்பு: டிசம்பர் 2017 ❖ வெளியீடு: காலச்சுவடு பப்ளிகேஷன்ஸ் (பி) லிட்., 669, கே. பி. சாலை, நாகர்கோவில் 629001

காலச்சுவடு பதிப்பக வெளியீடு: 816

anta neerattu natiyil... Novel, Sirukathai Meethoru Uraiyadal ❖ Articles ❖ Author: Ka. Vai. Palanisamy ❖ © Ka. Vai. Palanisamy ❖ Language: Tamil ❖ First Edition: December 2017 ❖ Size: Demy 1 x 8 ❖ Paper: 18.6 kg maplitho ❖ Pages: 176

Published by Kalachuvadu Publications Pvt. Ltd., 669, K.P. Road, Nagercoil 629001, India ❖ Phone: 91-4652-278525 ❖ e-mail: publications @kalachuvadu.com ❖ Wrapper printed at Print Specialities, Chennai 600014 ❖ Printed at Mani Offset, Chennai 600077

ISBN: 978-93-86820-36-5

12/2017/S.No. 816, kcp 1963, 18.6 (1) KLL

எழுத்தையும்
எழுத்தாளர்களையும் நேசிக்கிற
திரு. மு. வேலாயுதம் அவர்களுக்கு

பொருளடக்கம்

அந்த நேரத்து வாசகன்

வாசிப்பு என்பது இன்னொரு வாழ்வைச் சற்றே வாழ்வது. எழுத்தின் மகா சக்தியே அது தான். அப்படி எழுதுவதற்குப் படைப்பாளியிடம் ஏதோ நிகழ வேண்டும். மனம்தான் படைப்பின் பாத்திரம். தன்னிடத்தே அப்படியான உணவு இருப்பதாகப் படைப்பாளி உணர்கிறபோது வழங்கத் தொடங்கலாம். கொடுப்பதற்கு வலம்புரிச் சங்கு மாதிரி அபூர்வமான ஒன்று படைப்பாளியிடம் இருக்க வேண்டும். அதை அறிந்து பெற்றுக்கொள்ள ஒரு வாசக மனம் வேண்டும். சுந்தர ராமசாமி சொல்கிற மாதிரி படைப்பாளி இறந்தபின்பும் வாழ்வதற்கு மேலான அனுபவத்தை மட்டுமே பகிர்ந்துகொள்ள வேண்டும்.

வார்த்தைகள் அல்ல படைப்பு. வார்த்தைகள் பிறப்பதற்கு முந்தைய இடத்தின் மன விரிவே படைப்பைத் தீர்மானிக்கிறது. வார்த்தைகளின் ஊடாகப் பயணிக்கும் வாசக மனத்தின் வினை, எழுத்தை நெருக்கமாக்குகிறது. விதை உறக்கம் போன்றதே புத்தக வார்த்தைகள். விதைக்கப்படும் விதைகள் மண்ணோடும் சூழலோடும் இணைந்து செயல்படுவது போன்றே இங்கேயும் நிகழ்கிறது.

வாசிப்பு அனுபவம் என்பது தனிமனித அனுபவம். தனித்துவமான அனுபவம் என்பது மேலும் சரியாக இருக்கலாம். வாசகனின் உணர்வுத் தளத்தில் நிகழ்கிற ரசனை சார்ந்த அற்புதமாகப் படுகிறது. படைப்பாளியின் அனுபவமும் வாசக அனுபவமும் இணைந்து சங்கமித்து ஒரு

புத்துலகைச் சிருஷ்டித்துக் காட்டுகின்ற அபூர்வ தருணம் வாசிப்பு. புத்தகத்தை வாசகன் வெறுமனே அணுகுவதில்லை. தனது வாழ்க்கையின் மெய்யான அனுபவங்களிலிருந்துதான் வாசிக்கிறான். அதனால்தான் வாசகனுக்கான சுயபிரதி கிடைக்கிறது. இப்படியான வாசகப் பிரதிகளால்தான் படைப்பு சமூக முக்கியத்துவம் பெறுகிறது.

புத்தகம் வாசகனால் மீண்டும் புதுப்பிக்கப்படுகிறது. மீண்டும் எழுதப்படுகிறது. வாசகன்தான் புத்தகத்திற்கு உயிர் கொடுக்கிறான். படைப்பாளியின் உலகில் வாசகன் பிரவேசிக்கும்போது ஒரு தற்கண வாழ்வை வாசிப்பு வழங்குகிறது. ஒரு உயிர் எண்ணற்ற உடல்களின் அனுபவங்களைச் சந்திக்கிற விந்தை வேறு எதில் நிகழ முடியும்? கலையின் மேன்மையே அதுதான். நுண்மையான வாசிப்பில் மட்டுமே இப்படியான நிகழ்வுகள் சாத்தியமாகும். ஒவ்வொரு புத்தகமும் நமது உயிருக்குப் புதிய உடலைத் தருகிறது. புதிய உடல் புதிய உலகைக் காண்கிறது. மாக்ஸிம் கார்க்கி புத்தகம் குறித்துச் சொல்வதைப் பகிர்ந்துகொள்ள விரும்புகிறேன்.

> என்னிடம் காணப்படுகிற நல்லவற்றிற்கெல்லாம் நான் புத்தகங்களுக்குத்தான் கடமைப்பட்டுள்ளேன். வாலிபப் பருவத்திலேயே நான் உணர்ந்துகொண்டேன் – மக்களை விடக் கலை தாராள மனசுடையது என்று. நான் ஒரு புத்தகக் காதலன். ஒவ்வொரு நூலும் எனக்கு ஒரு அற்புதமாகத் தோன்றுகிறது. ஆசிரியன் ஒரு மந்திரவாதியாகத் தோன்றுகிறான். ஆழ்ந்த உணர்ச்சியும் மகிழ்ச்சிமிக்க ஆர்வமும் காட்டாமல் என்னால் புத்தகங்களைப் பற்றிப் பேச முடியவில்லை.

வாசித்த எல்லாவற்றையும் பகிர்ந்துகொள்ள இயலாது. சில புத்தகங்களை மட்டும் சாக்காக வைத்து நாவல்கள் குறித்தும் சிறுகதைகள் குறித்தும் உரையாடியிருக்கிறேன். இது நான் மூழ்கியபோது அந்த நேரத்தில் ஓடிய நதியில் எனது அனுபவம். நானோ நீங்களோ மீண்டும் மூழ்கினால் நதி புதிது. அனுபவமும் புதிதாகவே இருக்கும். எல்லாமும் சொல்லிப் பார்த்து மகிழ்வதுதான். இலக்கியமும் கடவுள் போல், பிடிபடாத மறை இருள் போல், விளங்கா மெய்போல் அர்த்தம் பொதிந்து சுடர்கிறது. எனவேதான் ஒவ்வொருவரும் புதிதாக ஒன்றைச் சொல்லி மகிழ்கிறோம். இந்த மகிழ்ச்சிதான் இலக்கியத்தின்மீது இத்தனை ஈர்ப்பை ஏற்படுத்துகிறது.

எனது வாசிப்பு அனுபவம் குறித்து அக்கறையோடு எழுதிய இளவல் கீரனூர் ஜாகிர்ராஜாவுக்கு தனித்த நன்றி.

கோவையில் செயல்படும் இலக்கிய அமைப்புகளை நெகிழ்வோடு நினைக்கிறது மனம். எழுத்தின்மீதான எனது உரையாடலைத் தூண்டியவர்கள் தமிழவன், தேவதச்சன். அவர்களுக்கு எனது அன்பும் நன்றியும்.

மோகனரங்கன், கட்டுரைகளை முழுதாக வாசித்துக் கூறிய திருத்தங்கள் வாசக நோக்கில் பயன் தரக்கூடியவை. புத்தகம் செம்மையாக வர உதவிய நண்பர் மோகனரங்கனுக்கு நன்றி. காலச்சுவடு நூல்களின் தனித்துவத்திற்குக் காரணமான கண்ணனின் தொடர் உழைப்பு மகத்தானது. அவரோடு இணைந்து பணியாற்றுகிற பதிப்பகப் பணியாளர்கள் அனைவருக்கும் வணக்கம்.

கோவை **க.வை. பழனிசாமி**

02.11.2017

ததும்பல்

யாரிடம் என்ன பேசவேண்டியிருக்கு
நீர்த்துளிக்கு
மழை ஓய்ந்த மாலை நேரத்தில்
தேநீர்க் கடைக்கு
மேலே ஓடும்
எலெக்ட்ரிக் கம்பியின் நீளங்களில்
ஆரோகணித்து இருக்கிறது அது
ஊருக்கு வெளியே தொலைவான
தொலைவில்
தெரியும் கண்மாயில்
இங்கிருந்தே ததும்பிக்
கொண்டிருக்கிறது
இங் இங் இங்
கி கி கி
ரு ரு ரு
ந்தே ந்தே ந்தே

தேவதச்சன்

நம்மிடையே கதைகள் உண்டு.
கதைகளின் கதை உண்டு.
இவற்றின் அடி ஆழத்தில் கதைகளற்ற மனிதன் இருக்கிறான்.
கதைகளற்ற மனிதன் கதை தகளோடு சேர்ந்தே பயணிக்கிறான்.

ஒரு கதையின் வழியாக
கதைகளற்ற மனிதனை
கதைகளினுடைய வெளியில் கண்டடையும் நிகழ்வுதான் நாவல்.

கதை சொல்வதல்ல நாவல்

பிரதிகளைத் தரும் குவிமையமாகக் காத்திருக் கிறது நாவல். அதன் அழகே வாசகப் பிரதிகளில் தான் அடங்கியுள்ளது. மூலப் பிரதி கலா உருவில் காத்திருக்கவல்லது. ஒவ்வொரு வாசகரும் தனக்கான பிரதியை வாசிப்பின் வழியாக எடுத்துக்கொள்கிற வினை முடிவில்லாதது. வாசிப்பில் பெறுகிற வாசக அனுபவம் வேறுவேறு. இருவருக்குமான இந்த உறவு மறுக்கப்படுவது அல்லது பிரதிகளுக்கு வெளியே ஒரு நாவல் தள்ளப்படுவது அதன் படைப்பாளிக்கு நிகழும் பெரும் துயரம்.

எழுத்தாளன் எழுதி ஆண்டுகள் கழித்து தனது நாவலைப் பின்தொடர்ந்து ஓடிக்கொண்டிருக்கிறான். பிரதிகளைத் தந்துகொண்டிருந்த அந்த இடத்திலிருந்து யாரோ சிலர் அதைத் தூக்கிக்கொண்டு ஓடுகிறார்கள். பிரதிகளே நாவலின் சுவாசம். மூச்சுத் திணறும் தனது குழந்தையைக் காப்பாற்ற முடியாமல் அவன் தவிக்கிறான். மனதில் படைப்பின் வேர்கள் கருகு கின்றன. புத்தகங்கள் தாள்களாகக் கிழிந்து காற்றில் அலைகின்றன. கலா ஒழுங்கு சிதிலம் அடைந்து உருவம் சிதைகிறது. சூழலுக்கு அஞ்சி வேறு வழி தெரியாது எழுத்தாளன் தனது கலா உடலை அழித்து வெளியேறுகிறான்.

எழுதுகிற யாருக்கும் இது நிகழலாம். பிரதிக்கு வெளியே நாவல் போவதால் நிகழ்கிற துயரம் இது. பிரதிக்கு வெளியே தள்ளப்பட்ட நாவலை எப்படி மீட்பது? நாவல் பிரதிக்கு வெளியே ஏன் போகிறது? சற்றே இதன்மீது உரையாடலாம். புனைவுக்கு வெளியே நாவலைப் பார்க்கத் தொடங்கும் நிகழ்வே

இதற்கு அடிப்படை. இது ஏன் நிகழ்கிறது? இந்த வெளி நிகழ்வை யார் தடுப்பது அல்லது நிகழாதிருக்க எதில் கவனம்கொள்வது? இதற்கு நாவல் குறித்த புரிதலே உதவும். பிரதி வினைபடுகிற எல்லை மிக முக்கியமானது.

நாவல் எல்லா நேரமும் புனைவிலேயே இருப்பதில்லை. புனைவுக்கு வெளியே பார்ப்பது எந்த நாவலுக்குள்ளும் நிகழலாம். புனைவிலிருந்து எட்டிப்பார்க்கிற நாவலின் அந்தநேரம் முக்கியமானது. அந்த நேரத்தை படைப்பாளி வெற்றிகரமாகக் கடக்க வேண்டும். எழுத்தின் சூட்சும இடமும் அதுதான். எந்த நாவலையும் இந்த இடத்திலிருந்து பார்க்கலாம். கதை சொல்வது. கதை சொல்வதைத் தாண்டுவது. இரண்டும் நாவலின் முக்கியமான வினைகள்.

ஒரு அனுபவம், சமூக நிகழ்வு, அல்லது வரலாறு புத்தகத்துக்கு இடமாறுகிறபோது வேறு ஏதோ நிகழ்கிறது. அந்த வேறு ஏதோதான் புத்தகத்துக்குள் நுழைகிற எதையும் படைப்பின் அங்கமாக மாற்றுகிறது. அது எது? எனக்கான அனுபவம் எல்லாருக்குமான அனுபவமாக மாற வேண்டும். அங்குதான் எந்த அனுபவத்தை பகிர்ந்துகொள்வது என்பதும் தீர்மானமாகிறது. எழுத்து நாவலாவதற்கான முதல் வினை இதுவே. பிரதிக்கு வெளியே நாவல் போவதற்கு வேறு காரணங்களும் இருக்கலாம். சில நேரங்களில் நாவல் முன்வைக்கிற படைப்புலகிலிருந்து தம்மைத் துண்டித்துக்கொள்வதாலும் நிகழலாம். இது வாசகனின் மனவினை சார்ந்தது.

நாவல் என்னும் சொல்லே நேற்றிலிருந்து வேறானது எனப் பொருள் படுகிறது. புதிதாகப் படைக்கப்படுவதே நாவல். அது பெரும்பாலும் இரண்டு உலகங்களோடு தொடர்புகொண்டது. ஒன்று கதையாடல் வழியாக நாவல் விரிக்கும் உலகம். மற்றொன்று வாசகன் காலூன்றி நிற்கிற நிகழ் உலகம். படைப்பாளி நாவலில் முன்வைக்கிற உலகம் எது? தான் வாழ்கிற உலகோடு முரண்பட்டு அழகியல் சார்ந்து மாற்றான இன்னொரு உலகை அவன் கட்டமைக்கிறான். அதுவே படைப்புலகம். எழுத்தாளன் பெருமை கொள்ளும் உலகம்.

நாவல் அதன் முதல் வரியிலேயே ஒரு காலத்தை உருவாக்கிவிடுகிறது. அது நாம் இப்போது வாழ்கிற உலகின் காலமல்ல. படைப்புக்குள் அப்போது ஜனிக்கிற காலம். வாழும் உலகின் காலப் பிரக்ஞையிலிருந்து நாவல் தன்னை முதலில் விடுவித்துக்கொள்கிறது. புதிய காலமும் புதிய வெளியும் நாவலுக்குள் விரிகின்றன. முற்றிலும் புதிதான உலகை வாசகனுக்குத் திறந்துவிடுகிறது. வாசிப்புத் தீண்டலில்

அந்த உலகின் நுட்பங்கள் இயக்கம் கொள்கின்றன. அதில் காணும் நிகழ்வுகள் படைப்புலகின் நிகழ்வுகள். வாசக மனம் அப்படி நினைக்கும்படியாக எழுத்து இயங்க வேண்டும். அது படைப்பாளியின் எழுத்து வலிமை சார்ந்தது. படைப்பாளி சந்திக்க வேண்டிய கலா திறன் சார்ந்த இடம் இது. இதுவே கதையாடலை நாவலாக்குகிறது.

இப்படி எழுதப்படும் நாவலை அதன் படைப்புலகம் சார்ந்து அணுகுவதே முறையான வாசிப்பு. நாவலை அது முன்வைக்கும் உலகத்திலிருந்து முழுதாகப் படித்து முடித்த பின்புதான், அதை நிகழ் உலகத்திலிருந்து பார்க்கவோ விமர்சிக்கவோ நமக்கு உரிமை கிடைக்கிறது. நாவலை கருத்து ரீதியாக அப்போது பேச முடியாது. நாவலுக்குள்ளிருக்கும் சாரம் சுயம்புவானது. அதுவே நாவலின் உயிர். பிறந்த உடலுக்கான உயிர். 'அன்னா கரீனாவோடு சண்டைபோட யாருக்கும் உரிமை இல்லை. தேர்ந்த வாசகன் இதை நன்கு அறிந்துள்ளான். இந்த எல்லை வரைக்கும் சிக்கல் இல்லை.

நாவல் ஏன் பிரதிக்கு வெளியே போகிறது? தேர்ந்த வாசகன் நாவலைப் புனைவாக மட்டுமே பார்க்கிறான். புனைவிலிருந்து தனக்கான பிரதியை வாசிக்கிறான். பிரதிக்கு சாத்தியம் இல்லை என்றால் நாவலை வாசிக்காது சத்தமில்லாமல் வெளியேறிவிடுகிறான். தாங்கள் விரும்பும் பிரதிகள் கிடைக்கும் வாசகர்கள் நாவலைக் கொண்டாடுகிறார்கள். நாவலுக்குள் இலக்கியம் சாராதவர்கள் நுழைகிறபோது அல்லது இந்த நாவல் தங்களுக்கு எதிரானது என முன்முடிவோடு வாசிக்கப்படும்போது நாவல் கருத்து ரீதியாகப் பார்க்கப்பட்டுப் பிரதிக்கு வெளியே தள்ளப்படுகிறது. இலக்கியத்தை நேசிக்கும் வாசகன் இதைச் செய்வதில்லை. அப்படியான வாசகன் நாவலைவிட்டு வெளி யேறுவான் அல்லது கொண்டாடுவான்.

எழுத்தாளன் தனது அனுபவங்களைத் தான் வாழ்கிற உலகத்திலிருந்துதான் பெறுகிறான். நிகழ் உலகின் சாயல் இல்லாமல் எந்த நாவலையும் உருவாக்க முடியாது. வட்டார நாவல்களில், வரலாற்று நாவல்களில், சாதீய மற்றும் இனப் பதிவுகளிலிருந்து எழுதப்படும் நாவல்களில், சமூக நாவல்களில் இந்தச் சாயல் அதிகமிருக்கும். நம்பகத் தன்மைக்காக நிகழ் உலகின் புற, அகப் பரப்புகளைக் கொண்டுவர முயலும்போது எதிர்வினைகள் எழுவது இயல்பு. நாவலை தேர்ந்த வாசகன்போல எதிர்கொண்டால் பிரச்சினை இல்லை. இலக்கியம் சாராத வெளிக்குள் நின்று தனது நாவலைக் காப்பாற்றும் அவலம் படைப்பாளிக்கு நேரக்கூடாது. இலக்கியம் சாராத இடத்திற்கு

நாவல் போகாதிருக்க படைப்புக்குள் வேறு ஏதோ செய்ய வேண்டிய கட்டாயம் எழுத்தாளனுக்கு ஏற்படுகிறது. இந்த மன இருப்பு படைப்பின்மீது ஏற்படுத்தும் தாக்கம் குறித்து அக்கறையோடு விவாதிக்க முடியுமா என்று தெரியவில்லை.

நாவலுக்குள் விரிகிற படைப்புலகம் சுயம்புவாக இருக்க வேண்டும். புதிய மண்ணை புதிய உயிர்களை, புதிய காற்றை நிரப்ப வேண்டும். நிகழ் உலகோடு போராடவல்ல ஒரு புதிய உலகைப் படைப்பதே நாவல். கதை சொல்வதையும் தாண்டியது நாவல். புனைவும், அனுபவமும், அனுபவம் கூட்டிச் செல்கிற உள்மனப் பயணமும் கலந்தவெளி நாவல். முழுமையான புனைவிலிருக்கும் வெளிமீது சண்டைபோட யாருக்கும் உரிமை இல்லை. புனைவும் புனைவிலிருந்து வெளியே வருவதும் . . . புனைவா நிஜமா என்று மயங்குவதும் நாவலுக்கான எழுத்தே.

புனைவும் எதார்த்த வாழ்வும் சந்திக்கிற வெளி நாவலில் உருவாக வேண்டும். இந்த வெளிதான் நாவலுக்கு பிரதிகளைத் தருகிற இடம். படைப்புலகம் நிகழ் உலகைச் சந்திக்கிற புள்ளி. இந்த வெளியைக் கண்டடைவது வாசிப்பில் நிகழ வேண்டும். படைப்பாளி யாரைவிடவும் சமூக அக்கறையாளன். படைப்பாளி தனக்கு வெளியே உள்ள எல்லாவற்றையும் நேசிக்கிறவன். சிறந்த படைப்பாளி எப்போதுமே நேர்மையான மனிதன். அவனது பேனா எல்லாருக்குமானது. பேனாவைப் பிடிக்கும் விரல்களை முடக்கி விடாதீர்கள். அது அவனுடைய விரல்கள் மட்டுமல்ல. நம் எல்லோருடைய விரல்களும்தாம்.

(*தமிழ் இந்து*வில் வெளியான கட்டுரை சிறிய மாற்றத்துடன்)

வியக்கவைக்கும் பெண் போராளி

நிகழ் உலகைச் சற்றே தள்ளி நின்று பார்ப்பதே வாசிப்பு. படைப்பாளியின் எழுத்து வலிமை சார்ந்தே அது நிகழ்கிறது. வாழ்கிற உலகிலிருந்து ஒருவன் எப்படி வெளியே வருவது? படைப்புலகம் என்ற வாயில் திறக்கிற கணம் அது நிகழும். அப்போது ஒவ்வொரு நாவலும் புதிய அனுபவமாக மாறும். எதைக் கொடுப்பது என்பது படைப்பாளியின் உரிமை. அந்த சுதந்திரம்தான் புதிய வெளியைத் தோற்றுவிக்கிறது. புதிதா? என்ற கேள்விக்கு விளக்கம் ஏதும் கிடையாது. அது வாசக மனம் உணர்வது. அப்படியான ஒரு வாசிப்புக்கு வாசகன் எப்போதும் காத்திருக்கிறான்.

பெருமாள்முருகன் தனது அனுபவத்தில் பார்த்த கொங்கு மண்ணை ஒரு துளியும் விடாது அள்ளி, வேறு ஒரு இடத்தில் கொட்டித் தனக்கு விருப்பமான இன்னொரு உலகைப் படைக்கிறார். அந்த உலகம் படைப்பாளியின் சுயம். படைப்பாளி தனது பார்வையால் கட்டமைத்த உலகை நிகழ் உலகோடு மோதவிடுகிற அழகுதான் 'ஆளண்டாப் பட்சி'.

கதையின் நாயகி 'பெருமா' பெண்மையும் வீரமும் சேர்ந்த அழகியல் அதிர்வாக நாவல் முழுக்கவும் சுடர்கிறாள். சிறுமை கண்டு பொங்குவாய் என்ற பாரதியின் வரிக்குப் பொருள் சேர்க்கிற பாத்திரம் பெருமா. 'மாதொருபாக'னில் வரும் பொன்னா, ஆளண்டாப் பட்சி நாவலில் வரும்

பெருமா இருவரும் கொங்கு மண்ணின் அற்புதப் பெண்கள். ஆளண்டாப் பட்சியில் வரும் பெருமாவின் கோபம் 'ரௌத்திரம் பழகு' என்று பாரதி சொல்கிற கோபம். வாசிப்பில் விரியும் படைப்புலகில் தோயாமல் இந்தப் பாத்திரத்தைப் புரிந்துகொள்ள முடியாது.

பெருமா நிகழ் உலகின் தோற்றமல்ல. படைப்புலகின் கதையாடலிலிருந்து வெளிப்படுகிற பாத்திரம். கதையாடலிலிருந்து அறிய வரும் பெருமாவை, நிகழ் உலகில் நடமாடவிடும்போதுதான் படைப்பின் மேன்மை புரியும். கதைக்குள் சுயம்புவாகப் பாத்திரங்கள் தோற்றம்கொள்வதே வலிமையான எழுத்து. இதில் வருகிற பாத்திரங்கள் பெரும்பாலும் அப்படியானவை.

ஒரு கவுண்டர் குடும்பம். அப்பா, அம்மா, நான்கு பிள்ளைகள். ஒரு கட்டத்தில் சொத்தைப் பிரித்துக்கொடுத்துவிட தந்தை முன் வருகிறார். சொத்து, கவுண்டர் சமூக வழக்குப்படி பிரிக்கப் படுவதாகச் சொல்லப்படுகிறது. ஆனால் அண்ணனின் விருப்பப் படி பிரித்துவிட்டதாகத் தம்பிகள் நினைக்கிறார்கள். கடைசித் தம்பி முத்து, எந்த எதிர்வினையும் செய்யாது தனக்குக் கிடைத்த ஒரு ஏக்கரைப் பெற்றுக்கொண்டு விவசாயம் செய்ய முயல்கிறான். இரண்டு குழந்தைகள் உள்ள குடும்பத்திற்கு அந்தச் சிறிய பூமி சோறு போடாது என்பதைப் பெருமா தெளிவாக அவனிடம் சொல்லி வேறு வேலைகள் செய்து பிழைப்புக்கு வழி தேட விரட்டுகிறாள்.

கடின உழைப்பாளி முத்து சோர்வில்லாது வேலை செய்கிறான். விவசாயத்தைத் தாண்டியும் உழைக்கிறான். பார வண்டி ஓட்டுவதிலிருந்து பனைமரம் ஏறுவது வரை. அண்ணன் ஒருநாள், தம்பி மனைவியைத் தேடி வருகிறான். ஆசைக்கு இணங்கும்படிக் கட்டாயப்படுத்துகிறான். முத்துவின் பெற்றோரும் அண்ணன் மனைவியும் அதை நியாயப்படுத்துகிறார்கள். அவளை அவமானப்படுத்திப் பேசுகிறார்கள். சுவர்களுக்கு நடுவில் நடக்கிற மீறலை பெருமா எதிர்கொள்கிறாள். உறவுகளின் அநீதி பெருமாவை கோபத்தின் உச்சியில் நிறுத்துகிறது. பாதுகாப்பு இல்லாத வாழ்க்கையை உணர்கிறாள். போட்டது போட்டபடி வெளியேறி பிறந்த வீடு செல்கிறாள்.

இனி இந்த மனிதர்கள் தேவையில்லை. இவர்களின் முகத்தில் எப்போதும் விழிக்கப்போவதில்லை என்று ஆளண்டாப்பட்சியாக மாறுகிறாள். உறவுகள் அண்டமுடியாத இன்னொரு இடத்தில் புதிதாக வாழ்க்கையைத் தொடங்க கணவனை விரட்டுகிறாள். நேர்மையில்லாத உறவை வெறுத்து தன் பிள்ளைகளுக்கான புதிய பூமியைத் தேடுகிறாள். பெருமாவின் வார்த்தையை ஏற்று தனக்குக்

उठा चला, पुढे चला, सारे चला...

नाना : ऐकलास आवाज आई? खांदा देणारे खांदेकरी मिरवणुकीनी तेराव्याला येत आहेत. त्यांना काही कमी पडू देऊ नकोस. प्रत्येकाचे चेहरे नीट बघून ठेव. खांदा दिलेला प्रत्येक जण डोळ्यांत साठव. त्यांच्यापैकी एक जण सूट आणि काळा चष्मावाला असणार आहे.

आई : अरे, त्यांना मी कशी विसरेन? ज्या दिवशी 'भाऊ' वारले, तेव्हा खांदा देताना 'ते' डावीकडून तिसरे होते.

नाना : म्हणजे, ते खांदा द्यायला आले होते? मला वाटलंच होतं. पहिला धागा तर मिळाला. आता मला असं सांग, पूर्वी तू त्यांच्याशी कधी बोलली आहेस?

आई : नाही. फक्त त्याच वेळी बघितलं. ते डावीकडून तिसरे होते. असा ऐटीत खांदा दिला होता म्हणून सांगू... तशी तोंडओळख आहे आमची.

नाना : बोडक्याची तोंडओळख! फसवू नकोस.

आई : खरंच नाही रे ओळख. फक्त पूर्वी मला रिकामी चौकट दिसायची. चौकटीतला चेहरा गेल्या दहा दिवसांतच स्पष्ट दिसला आणि तो चेहरा डावीकडून तिसरा होता.

नाना : ऑल राईट मदर, मी विचारतो त्यांना.

आई : इश्श! खरंच विचारणार?

[माणसांचा आवाज वाढतो.]

नाना : आले, आलेऽ चाळकरी आणि खांदेकरी आले. जा माँसाहेब, अंत:पुरात जा आणि पंगतीचा प्रबंध करा. परकीय मंडळींचं आगमन होत असताना आपण सदरेवर असणं इष्ट नाही.

भाऊंच्या मागे जबाबदारीचे पॅरेशूट धाड्कन अंगावर पडल्याने भाषा कशी जड झाली आहे.

माँसाहेब, आपणास हवी असलेली असामी आम्ही जातीने हुडकून तिला अंतःपुरात पाचारण करू. आपण निश्चिंत असा. आम्ही तशी ग्वाही देतो. कारण आम्ही तसे वचनबद्ध आहोत. [सर्व चाळकरी जमलेले असतात.]

கிடைத்தப் பங்கை ரூ 2500க்கு விற்று புதிதாகப் பூமி வாங்க இடம் தேடி நகர்கிறான் முத்து. பிறக்கும் படைப்புலகின் சூரிய மையம் பெருமா. 1950வாக்கில் கதை நடப்பதாகக் கருதலாம்.

எழுத்து நாவலாக விரிய ஏதோ நடக்க வேண்டும். இங்கே என்ன நடக்கிறது. பெருமாவின் ரௌத்திரம்தான் நாவலின் மொழி. பெருமா போல கோபம் கொண்ட பெண்ணை வாசகன் சந்தித்திருக்க முடியாது. வாழ்வதற்கான உரிமையை இவள் போல யாரும் பேசவில்லை. மனதிற்கு பொய்யில்லாத தூய வாழ்க்கையை வாழ விரும்புகிறாள். உலகம் என்பது உயர்ந்தோர் மாட்டு என்பதாக அவளின் வாழ்தல் வேட்கை நமக்குச் சுட்டுகிறது. தகுதியற்றவர்களை வார்த்தைகளால் பொசுக்கி கடந்து போகிறாள். பெருமாவின் சக்தியே நாவல்.

கொங்கு மண்ணின் ஈரம் தோய்ந்த சொலவடைகள் பிரமிக்க வைக்கின்றன. பொருத்தாமாகக் கையாளப்பட்டிருப்பதால் வசீகரமாக இருக்கிறது. பெருமா பேசும் எதுவும் சொலவடையாகும் அதிசயம் வியக்கவைக்கிறது. நாவல் தன் அளவில் முழுமையாக இருப்பது இதன் பலம். முக்கியமான பாத்திரங்கள் மூவர்தான். பெருமா, கணவன் முத்து, பெருமா வீட்டு குடிச் சக்கிலி குப்பண்ணன். முதல் அத்தியாயத்தில் இரண்டு மாடுகள் கட்டிய பார வண்டி கிராமங்களைக் கடந்து போகிறது. கிராமங்களின் ஊடாக இவ்வளவு அழகியப் பயணத்தை யாரும் சொல்லி இருப்பார்களா என்று தெரியவில்லை. மாட்டு வண்டியின் பயண வெளி வண்ணங்கள் கலந்து விரியும் ஓவியங்களாக ஈர்க்கின்றன. பயணப் பாதையை ஆசிரியர் தனக்கே உரிய மண்ணின் அனுபவத்தோடு விவரிக்கிற அழகு கதையோடு பொருந்துகிறது.

குடிச் சக்கிலியின் ஈரம் தோய்ந்த வார்த்தைகள், வழியில் அவர் சமைக்கும் உணவு வாசிப்பில் ருசியாக இறங்குகிறது. சிறுதானியக் களியும் கீரைக்கூட்டும் தேடி அலைகிற மனதைக் கட்டுப்படுத்த முடியாது. மாடுகள் மீதான அக்கறை, அன்பு எல்லாமும் உழைப்பை மதிக்கிற வெளிப்பாடாக உணரமுடிகிறது. மாட்டை இவர்களும் இவர்களை மாடும் கூட்டிப்போகின்றன. சாலை ஓர மரங்களின் நிழலில் நாமும் பயணிக்கிறோம். வாழ்வதற்கு இடம் தேடி நகர்வதால் ஒவ்வொரு அசைவும் வாசகனை ஈர்க்கிறது.

மனைவியாகப் பெருமா வாய்க்காது போயிருந்தால் முத்து ஒரு சராசரி மனிதனாக ருசியில்லாத வாழ்க்கையை வாழ்ந்து முடிந்திருப்பான். சக்தியின் இன்னொரு முகமாக பெருமா தோற்றம் தருகிறாள். பெருமாவின் கோபம் கண்ணகியின் கோபத்தைவிட நியாயமானது. வாழ்வதற்கான தார்மீக உரிமையை

யாரிடமும் கெஞ்சாது அதை அடைய முத்துவை விரட்டுகிறாள். எந்த ஒரு இடத்திலும் அணு அளவும் விட்டுக்கொடுக்காமல் வாழ்வதற்கான மனித உரிமையை ஒரு போராளியாக உருமாறி மீட்டெடுக்கிறாள். பாஞ்சாலியின் கோபம் லட்சம் உயிர்களை அழித்தது. கண்ணகியின் கோபம் மதுரையை எரித்தது. இங்கே பெருமாவின் கோபம் குடும்பத்தைப் பாதுகாப்பாகக் கூட்டிப் போகிறது. பெருமாவின் கோபம் வாழ்தலுக்கான கோபம்.

இந்தப் பெருமாதான் உண்மையான போராளி. இது வாழ்தலில் பெறுகின்ற வெற்றி. சரித்திரத்தில் பேசப்படுகிற எந்தப் பெண் சாதனையாளர்களுக்கும் இணையானவள். பெருமாவின் நோக்க மெல்லாம் இந்த ஓசும்பு மண்ணை வைத்துக்கொண்டு பிள்ளை களை எப்படிக் கரையேற்றுவது என்பதுதான். ஆழப்பதிந்த இந்த எண்ணம்தான் அவளுக்குள் அணையாத கனலாகிறது. இந்தச் சூட்டிலிருந்து பிறக்கிற ஒவ்வொரு வார்த்தையும் சொலவடை யாகிறது. அவளின் மனவெப்பம் முத்துவுக்குப் பெரும் சக்தியாக உருமாறுகிறது.

'உங்கப்பன் கட்டிக்கொடுத்திருக்கிற சானாங்கொட்டாயில நீங்க வெளையாடறதுக்குப் பளிங்கு மண்டபம் இருக்குது. பயமில்லாம ஓடி ஓடிக் குதிச்சு விளையாடலாம்' இருட்டில் வெட்டவெளியில் விளையாடும் பிள்ளைகளைத்தான் இப்படித் திட்டுகிறாள்.

'நாலு பக்கம் நந்தாவனம். நடுவுல நாம்ப இருக்கிற மாளி. ஓடிப்புடுச்சி வெளையாடுனா நந்தாவனத்துக்குள்ள தொலஞ்சு போயிருவீங்க. அப்பறம் நானெங்க வந்து தேடுவேன்? கொஞ்சம் உள்ள வந்து படுங்காயா' என்று வரிசை வைத்துப் பிள்ளைகளை அழைக்கிற வார்த்தைகளை நேர்மையான சமூக மனத்தால் வாங்க முடியுமா? பெருமா பேசும் சொற்கள் கலை வீச்சாக இருக்கின்றன. கோபம்தான் அதன் ஊற்று. அறமே கோபமாக உருமாறுகிறது.

'ராசா மக ரதிகளே, வாங்காயா. உங்கப்பன் எழச்சு வெச்சிருக்கிற ரத்தினக் கம்பளத்துல படுத்து ஒறங்குங்க' என்ற இந்த ஏளனம் பெருமாள்முருகனையும் பாதிக்கவே 'எங்கிருந்துதான் இவளுக்கு வார்த்தை கிடைக்குதோ' என்று வியந்து அவரே அறியாது முத்துவின் உடலில் புகுந்து பேசிவிடுகிறார். வியப்பின் விளிம்பில் நின்று பார்க்கத் தூண்டும் பெண் பெருமா ... ஒரு அற்புத வார்ப்பு. பெருமாவின் உடல் நெருப்பு. ஆடை நெருப்பு. வார்த்தை நெருப்பு. மனம் நெருப்பின் ஊற்று. அனலாகக் கடந்து போகிற பெருமாவை யாராலும் அணுக முடியாது.

‘என்னையும் எம் புள்ளைங்களயும் கங்காணாத சீமைக்குக் கூட்டிக்கிட்டு போயிரு. இல்லைன்னா எங்கழுத்துல கவுறு தொங்காது, கவுத்துல எங்கழுத்துத் தொங்கீரும் பாத்துக்க’ பெருமாவின் இந்தச் சொல்தான் அவனை விரட்டுகிறது. ஏதாவது ஒரு அநாதி மேடாக, ஈக்குஞ்சுகூட எட்டிப்பார்க்காத காடாக இருந்தாலும் சரி, பார்த்துப் பேசி ஏற்பாடு செய்து விட்டுத்தான் ஊர்ப்பக்கம் போயாக வேண்டும். முத்து இந்த முடிவில்தான் வண்டியைக் கட்டுகிறான். நாவலின் முதல் அத்தியாயம் இந்த மன நிலையிலிருந்துதான் தொடங்குகிறது. பத்து நாட்கள் பயணத்தின் ஊடாகக் கிராமங்களைப் பற்றியும் மனித வாழ்க்கையைப் பற்றியும் குப்பனும் முத்துவும் பேசிக்கொள்வது எந்தப்பாடத்திலும் படித்தறிய முடியாதவை.

கொங்கு ஈரம் தோய்ந்த முருகனின் படைப்புலக மொழி நிகழ் உலகத்தை உரசிப்பார்க்கிறது. குடிச் சக்கலி குப்பண்ணன் முத்துவையும் பெருமாவையும் தாண்டி மனதில் நிற்பது பாத்திரச் சிறப்பு. தாயாக, தந்தையாக, நண்பனாக, கதைசொல்லியாக முத்துவோடு மட்டும் குப்பன் பயணிக்கவில்லை. வாசிப்பில் நம்மோடும் கலந்து பயணிக்கிறார். ஊர் தாண்டி வெளியே போகாத அந்த மனிதனிடம் கதை குவிந்து கிடக்கிறது.

‘சாமீ.. கெழமயெல்லாம் எனக்குத் தெரியாதுங்க. தெனமும் பொழுது கெழக்க கௌம்புது, மேக்க போயிச் சாயுது. ராத்திரி வந்திருது. மறுபடியும் பொழுது கௌம்பும். அவ்வளவுதான் சாமீ எனக்குத் தெரியும். கெழமயத் தெரிஞ்சு நானென்ன செய்யறன் பாத்துக்குங்க. கவுண்டரு இன்னைக்குத்தான் சந்தோசமா இருக்கறாப்பல தெரியுது. அதனால இன்னைக்கிச் சந்தோசமான நாள்னு நெனச்சுக்குவன் பாத்துக்கங்க’ குப்பனிடம் வாழ்தலின் எளிமையை ஹென்றி தோரோ கற்றுக்கொள்ள வேண்டும். பாரம்பரிய மொழியின் பேரழகைக் குப்பனின் பேச்சில் உணர முடிகிறது.

நாவலில் இந்த மூவர் தாண்டி மனதில் நிறைகிறது பொன்னாயாவின் இடம். ‘இந்த ஊட்டுக்கு மவராசி வந்து வாச்சிருக்கறா. கையில பூட்டய அள்ளறப்ப மொவத்துல அப்படி ஒரு சிரிப்பு. பூட்ட கையில இருந்து வர்ல, மனசிலருந்து வருது பாத்துக்க’ பொன்னாயாவின் தாராள மனதைப்பற்றி ஆரிய பூட்டையை அறுக்க வந்தவர்கள் சொல்கிறார்கள். பெருமா தனது பாட்டியால் வளர்க்கப்பட்டவள். பாட்டியின் கருணை மனம் இவளிடம் இயல்பிலேயே இருக்கிறது. வஞ்சிக்கப்படும்போது காளியாக மாறிவிடுகிறாள். தலைமுறை மாற்றம் பதிவாகிறது. கருணை மனதின் கோபம் எதிர்க்க இயலாதது.

புதிதாக வாங்கிய பூமியை நம்பிக்கையோடு முத்துவும் குப்பண்ணனும் பொன்னாயாவோடு இணைந்து வளப்படுத்துவது மனதைச் செப்பம் செய்வதுபோல இருக்கிறது. மண்மீதிருக்கும் பிரியம் நாவல் முழுக்கவும் காணக்கிடக்கிறது. முத்து தன் இரண்டாவது மகள் ராசம்மாவிடம் புதிதாக வாங்கிய பூமியைக் காட்டுகிறான். கிணறும் எப்போதும் ஏதாவது பசுமையோடு இருக்கும் வெள்ளாமையும் கொண்ட நிலத்தைப் பார்த்தவள் கண்ணுக்கு இது வெறும் கரடாகத் தெரிகிறது.

மகளிடம் சொல்கிறான் 'காட்டுல வெள்ளாமையே இல்லீன்னு பாக்கறியா? இன்னமேதான் காட்ட வெள்ளாமைக்கு ஏத்தாப்பல மாத்தோனும். நெறைய வேல இருக்குது கண்ணு. ஒரு வருசத்துல பாரு காடு உனக்குப் புடுச்சாப்பல மாறிரும்.' இந்த வார்த்தைகள் மண்ணை குழந்தையாக நேசிக்கிற மனிதனிட மிருந்துதான் வர முடியும். பிள்ளைமீதான பாசமும் கலந்த வார்த்தைகள். விதைகள் மறந்து செங்கற்களை விதைக்கும் தற்கால நிலை மீது கவனம் குவிகிறது. நாவல் முடிகிறபோது நிகழ் உலகம் பேசும் விழுமியங்களின் மீது கேள்விகள் எழும்புகின்றன. நல்ல நாவல் இப்படித்தான் கேள்விகளை எழுப்பும்.

(*மணல்வீடு* இதழில் வெளியானது)

'ஆளண்டாபட்சி' – பெருமாள்முருகன்

எழுத்தின் முகம்...
முகமது பஷீர்

காலச்சுவடு பதிப்பகம் பஷீரின் சிறு நாவல்களை 'பஷீர்' என்றே தலைப்பிட்டு வெளியிட்டிருக்கிறது. குளச்சல் யூசுப், சுகுமாரன் இருவரும் இணைந்து தமிழாக்கம் செய்திருக்கிறார்கள். தமிழாக்கம் என்ற சொல் புத்தகத்தில் முழுதாகப் பொருள் தருகிறது. வேற்று மொழிப் படைப்பாகக் கொஞ்சமும் உணரவில்லை. அதுவே இந்நூலின் சிறப்பு.

பஷீரின் மனைவி பஷீரைக் குறித்து இப்படி எழுதுகிறார்,"மாங்கோஸ்டின் மரத்தடியில் உட்கார்ந்து வருபவர்களிடமெல்லாம் பெரியவர் சின்னவர் பேதமில்லாமல் டாட்டா உரையாடினார். டாட்டா பேசியதையெல்லாம் எழுதிச் சேகரித்து வைத்திருந்தால் அது எத்தனையோ பெரிய புத்தகமாக ஆகியிருக்கும். டாட்டா என்னவெல்லாம் பேசினார்? தெய்வம், மரம், மனிதர்கள், காதல், அரசியல், கலை, மதம், சின்னக் குசும்புகள் – பிரபஞ்சத்திலிருக்கும் எல்லாக் காரியங்களைப் பற்றியும் விருந்தினர்களுடன் பேசினார்.

"................. உலகத்தில் வேறு எங்காவது இப்படி ஒருவர் இருப்பாரா? ஏதாவது ஒரு காலத்தில் இப்படி ஒருவர் வாழ்ந்திருப்பாரா? ஒரு மரத்தடியில் உட்கார்ந்து கொண்டு வருபவர்களுக்கு சுலைமானியும் கதைகளும் பரிமாற என்னுடைய டாட்டா அல்லாமல் வேறு யாரும் இருந்திருக்க வழியில்லை. இப்போது யோசிக்கும்போது எனக்குப் பெரும் ஆச்சரியமாகத் தோன்றுகிறது. எவ்வளவோ நீண்ட வருடங்களாக ஒருவர் மரத்தடியில் உட்கார்ந்து கதைகள் சொல்லிக்கொண்டிருந்தார்."

மனதிலிருந்து பஷீர் கொட்டியதெல்லாம் கதையானது. "அனுபவங்களின் நிலுவைப் புத்தகம்" என்று 'பாத்துமாவின் ஆடு' எழுதி வைத்திருந்த நோட்டுப் புத்தகத்தைச் சொன்னதாக அவரது மனைவி குறிப்பிடுகிறார். ஆக அவரிடம் கொட்டியும் தீராத அனுபவங்கள் இருந்தன. மனம் பலமுறை அசைபோட்டும் தீராத அனுபவங்கள். அதனால்தான் அனுபவங்களின் நிலுவை என்று புத்தகத்தைச் சொல்கிறார். அனுபவங்களால் பெருக்கெடுத்த எண்ணங்கள் கூட்டிச்சென்று நிறுத்திய வெளி முடிவில்லாதது. அந்த வெளியில்தான் எல்லா நேரமும் இருந்திருக்கிறார். அதனால் முடிவில்லாத கதைசொல்லியாக பஷீர் வலம் வந்தார்.

பஷீரின் அனுபவங்கள் எப்படி நாவலாக சிறுகதையாக மாறிவிடுகிறது? இந்தக் கேள்விக்கு விளக்கமான பதில் ஏதும் இல்லை. ஆனால் அவரது எழுத்தை வாசிக்கும்போது அவருக்குள் நிகழ்ந்த ரசவாதத்தை ஓரளவு உணரலாம். படைப்பின் ரகஸியம் படைப்பாளியின் சுயம். அதைக் கைப்பற்ற முடியாது. சற்றே உணரலாம். பஷீரின் மனம் அவரது உடலுக்குள் சிறைபடவில்லை. அது எல்லாருக்குமான மனம். எல்லாருக்குமான உடல். உயிர் களில் பேதமில்லை. ஒரு வாளி நீரில் குளிப்பதல்ல. ஆற்றில் மூழ்கி நீந்தி எழுவது. நேற்றும் இன்றும் நாளையும் ஓடுகிற ஆற்றில் சற்றே தோய்வது. உலராத அந்த ஈரமிருந்து எழுதுவது.

'மதில்கள்' அவரது சிறை அனுபவத்தைப் பேசுகிறது. சிறையை வாழ்வெளியாக்கி கொண்டாடுகிறார். எல்லாக் கணங்களையும் வாழ்வின் கணமாகவே கருதுகிறார். பஷீர் இருக்கும் இடம் பிரபஞ்சமாகிவிடுகிறது. 'சலாம் பிரபஞ்சமே' என்று ஒரு நாளைத் தொடங்கும்போது மதில்கள் எப்படி இருக்க முடியும்? அதனால்தான் மதிலுக்கு அந்தப் பக்கமிருக்கிற பெண்கூட பஷீரைத் தீண்டுகிறாள். 'நாராயணீ . . .' என்று அழைத்து உரையாடுகிறார். இருவரின் அந்த நேர உரையாடல் பஷீரின் எழுத்து மொழிக்கு சரியான உதாரணம்.

பஷீரை வாசிக்க ஒரு மனம் வேண்டும். அவருக்கு இருந்த மனதில் துளியாவது. ரோஜா செடியை மதிலுக்கு அந்தப்பக்கம் வீசிவிட்டு நாராயணியோடு சப்தமாகப் பேசுகிறார். பஷீரின் சப்த உடல் மதில் தாண்டி நாராயணியை மெல்லத் தழுவுகிறது. பிறகு இருவரின் சப்த உடல்கள் இடைவெளியற்று கூடுகின்றன. அப்போது நீளும் உரையாடல் உயிரின் கொண்டாட்டம். வாழ்வின் காற்றை ஆழமாக மூச்சிழுக்கிறார்கள். சிறையில் ஏது ரகஸியம் என்று அவள் பேசும் வார்த்தையைப் பஷீர் தனது பகடியில் கடக்கிறார். "நான் செத்துப்போனா என்னைப் பத்தி நெனைப்பீங்களா?" என்று நாராயணி சொல்லும்போது அந்த மனதை அவர் சந்திக்கிற விதம் மீண்டும் மீண்டும் படிக்கத் தூண்டுகிறது.

எளிய மக்களின் இருத்தல் சார்ந்த அதிர்வுகளை அவர் உணர்ந்த இடத்திலிருந்து வாசகனுக்கு கடத்திவிடுகிறார். பஷீரின் மனம்தான் இந்த ரசவாதத்தை நிகழ்த்துகிறது. அந்த மனம் அவரது உடலின் பிரக்ஞையில் மட்டுமே பிறந்ததல்ல. அது நபரற்ற நபரின் மனம். அதனால் தனது அனுபவத்தை அவரால் வாசக மனத்திற்கு கொண்டு செல்ல முடிந்தது. இதுதான் பஷீரின் எழுத்து மொழி.

'பாத்துமாவின் ஆடு' நாவலை வாசித்து முடித்தபின் பார்க்கிற எல்லா ஆடுகளும் நெருக்கமாகிவிடுகின்றன. குழந்தைகள், பெண்கள், ஆண்கள், பறவைகள், தாவரங்கள் பஷீரின் படைப்புலகில் வண்ணம் ஏறிச் சுடர்கின்றன. அரசியல்வாதி தனது இடத்தைத் தக்க வைத்துக்கொள்ள அல்லது மேலுமான வெற்றிக்குத் தன்னை நகர்த்தவென்று போராடுகிறான். வசதியானவர்கள் ... முதலாளிகள் எல்லாரும் அப்படித்தான். எளிய மக்களோ ஒவ்வொரு கணத்தையும் நகர்த்தப் போராடுகிறார்கள். நாவலில் வருகிற யாரையும் வெறுக்க முடியாது. சரி, தவறு என்ற அளவீடுகள் மதிப்பிழந்துபோகின்றன.

பாத்துமா ... மற்ற சகோதரிகள் ... உம்மா ... சகோதரர்கள் எல்லாரும் நாவல் முழுவதும் கேட்கிற ஐஸ்வரியம் என்ன? வீட்டில் அவ்வப்போது வந்து தங்கிச் செல்கிற அண்ணன் அவர்களுக்கு ஒரு பொக்கிஷம். அவரிடமிருந்து பெறுகிற ஐந்து ரூபாய் ... ஐம்பது ரூபாய் ... கேட்கிற வீட்டுப் பொருட்கள் ... அவரிடமிருந்து திருடிக்கொள்கிற வேஸ்டி சட்டைகள் எல்லாமும் எளிய வாழ்தலின் தேவைகள். பாத்துமாவின் ஆடும் ... கோழிகளும் ... சிறார்களும் பஷீரின் மனவெளியில் சுதந்திரமாகவும் உரிமையோடும் அலைய முடிகிறது. இதில் காட்சியாகிற படைப்புலகம் ஒரு ஜன்னல் திறப்பு. எளிய மக்களின் அன்றாடத்தின் மீது வெளியேறவிடாது வாசகனைப் பிடித்து நிறுத்துகிறது.

தத்துவத்தையோ கருத்துக்களையோ திணிக்காது உயிரின் அதிர்வை மட்டுமே காட்சிப்படுத்துகிறார். பாத்திரங்களின் மீது படிகிற பஷீரின் மனவெளிச்சம் வாசகனைக் கலைத்துப் போடுகிறது. மதம், ஜாதி, மொழி, நாடு என்ற எல்லா எல்லைகளையும் உடைத்தெறிகிறது அவரது எழுத்து. வலியின் பகடி பஷீரின் தனித்த மொழி அழகு.

'பால்யகால சகி' அவரது அனுபவத் தெறிப்பிலிருந்துதான் பிறக்கிறது. மஜீத் / செகறா இருவரின் காதலை வாழ்வின் மறைவெளி வரையிலும் அவரால் கூட்டிப்போக முடிகிறது. அப்பழுக்கற்ற இரு பிஞ்சு மனங்களின் சேர்க்கையிலிருந்து பஷீர் மீட்டுகிற ராகம் வாசக மனதில் ஒலித்துக்கொண்டே இருக்கும். பாரதியின் இளம்பிராயத்துக் காதல் பல வண்ணங்கள் கலந்து வானவெளியில் பறவையாகப் பறந்து பறந்து ஈர்க்கிறது.

‘உம்பேரென்னடீ?’ என்ற கேள்விக்குப் பிறகு செகறா மனதிலோடும் எண்ணங்களை வாசிக்கிற எந்தப் பெண்ணும் கொண்டாடி மகிழ்வாள். பஷீர் எழுதுகிறார் ...

“சுகறாவின் அரிசிப்பற்களும் உறுதியான பத்து நகங்களும் குறுகுறுத்தன. என்ன செய்வதென்று ஒரு நிமிடம் அவளுக்கு எதுவும் தோன்றவில்லை. அவனது புறங்கையைக் கடித்துப் பிய்த்துவிடவா? அல்லது முகத்தைப் பிராய்த்துக் கீறி வைக்கவா? உம்பேரென்னடி யாமே? அவளுடைய வாப்பாவோ உம்மாவோ கூட அவளை எடீ என கூப்பிட்டதில்லை. ஆனால், இந்த பழிப்புக் காட்டுகிறவன், அசிங்கம் பிடித்த பையன் மட்டும் ஏன் இப்படி கூப்பிடுகிறான்? அவள் கோபத்துடன் முன்னால் நகர்ந்து இடது கையிலுள்ள பாறைபோன்று இறுகிய நகங்களால் மஜீதின் வலது முழங்கையில் பலமாக ஒரு முறை பிராய்ந்து வைத்தாள்.”

இப்படி தனி ஆலாபனையிலிருந்த இருவரும் தெரிந்துகொள் கிறார்கள் தாங்கள் பாடும் பாடல் ஒன்றே என்று. செகறா ... மஜீதின் வானுயர தங்க மாளிகைக்கு ராஜகுமாரி ஆகிறாள். காதல் என்று அறியாத காதல் விரிகிறது. பிறகு செகறாவின் நகம் வெட்டப்படுவது அழகிய குறியீடாகிறது. பறண்டுவது நிற்கும்போது நகம் எதற்கு? பிறகான கதையாடலில் ஆண் பெண் உறவை இஸ்லாமிய தளத்திலிருந்து விடுவித்து நேர்மையான இரு மனங்களின் சங்கமமாக ஆக்குகிறார். இருவருக்கும் வெளியே நிகழ் உலகம் இருக்கிறது. இவர்கள் விரும்பினாலும் விரும்பாது போனாலும் அதன் நிழல் இவர்கள் மீது கவியத்தான் செய்யும். கவிகிறது. இருவரும் இரு வேறு திசைகளில் பயணித்து மீண்டும் சந்திக்கிறார்கள். தொடர நினைத்தாலும் தொடர முடியாத இருத்தல். இதன் மீதான வாசக உரையாடல்தான் நாவல்.

இருவருக்கும் வெளியே உள்ள அப்போதைய உலகம் மஜீத் / நெகறா மீது பெரும் பாறையாக விழுகிறது. தடுக்க முடியவில்லை. இருவரும் அலைக்கழிக்கப்படுகிறார்கள். புனையப்பட்ட பாத்திரங்களின் வழியாக மனித சமூகம் கடந்து வந்த வாழ்தலோடு ... பல நிலைகளில் வாசகனைத் தொடர்புகொள்ள வைக்கிறது. வாசிப்பில் விளைகிற இந்த *connectivity* தான் படைப்பின் வெற்றி. மஜீதின் உம்மா அவனை யாரிடமாவது பணம் பெற்று வர அனுப்புகிறாள். பணம் என்ற ஒற்றைச் சொல் மீது மஜீதின் குடும்பம் வினைபட வேண்டியக் கட்டாயம். உலகம் தனுக்குள் வைத்திருக்கிற பல அடுக்குகளோடு வாசகனால் இணைய முடிகிறது. எழுத்தாளன் தான் பேசாது வாசகனை அப்படியான உணர்வெளிக்குத் தள்ளுகிறான். அந்த இடமிருந்து வாழ்க்கையை வாசகன் ஒரு நேர் அனுபவத்தில் சந்திக்கிறான். படைப்பாளி அப்போது தனது அனுபவத்தைப் பொதுவெளிக்குக் கடத்திவிடுகிறான்.

'எங்க உப்பப்பாவுக்குகொரு ஆனையிருந்தது' கதையில் குஞ்ஞுபாத்துமாவிடம் உலகப் புகழ்பெற்ற அந்த ரகசியத்தை அவள் அம்மா அவளிடம் சொல்கிறாள் "எஞ்செல்ல குஞ்ஞுபாத்துமா, நீ ஆனக்காரனோட மவனுக்க பொன்னு மவளாக்கும். ஒன் உப்பப்பாவுக்கு ஒரு ஆனையிருந்தது. ஒரு பெரிய கொம்பானை" என்று. உம்மாவின் வார்த்தைகள் கதை முழுவதும் பகடியின் தொனியில் ஒலிக்கிறது. நேற்றைய வாழ்வை ஒரு போதும் மறக்க விரும்பவில்லை உம்மா. ஆனக்கொம்பில் செய்த செருப்பை உம்மா கழட்டுவதே இல்லை. காசு இருந்த போதும் இல்லாதபோதும் பழம்பெருமையில் திளைத்துக்கிடக்கிறாள். மகள் சுதந்திரம் இழக்கிறாள். வெளியே போக முடியவில்லை. கொம்பானை அவளையும் அவள் வாப்பாவையும் பாடய்ப்படுத்துகிறது.

பஷீரின் ஈர மனம் தனது கதையாடலில் இஸ்லாமியப் பெண்ணை ஒரு குடிசைக்குக் கூட்டிவந்து வெட்ட வெளியில் விடுகிறது. சுவர்களுக்கு வெளியே பார்க்கிற வாழ்தல் அவளுக்கு உலகை அறிமுகப்படுத்துகிறது. சுதந்திரவெளியில் ஆடித் திரிகிறாள். "குஞ்ஞுபாத்துமாவின் மனதில் கரை கடந்த மகிழ்ச்சி. பகையுணர்வோ எதிர்ப்போ, ஏதோ ஒரு மனத்திருப்தி. நிகழ்ந் திருப்பது மிகப்பெரிய விபத்துதான். இருந்தாலும் மனிதர்களைப் பார்க்கலாம். சுத்தமான காற்றைச் சுவாசிக்கலாம். சூரிய வெளிச்சத்தின்கீழ் நிற்கலாம். நிலவொளியில் மூழ்கலாம். ஓடலாம், குதிக்கலாம், பாடலாம், பாட்டெதுவும் தெரியாது, இருந்தாலும் எல்லாவற்றிற்கும் அவளுக்குச் சுதந்திரமிருந்தது. மலக்கு, ஜின்னு, இஃப்ரீத்து, இன்ஸ் யார் வேண்டுமானாலும் வரட்டும்" என்று எழுதுகிறார் பஷீர். குஞ்ஞுபாத்துமா நிஸார் அகமதுவை சந்திகிற நொடியில் கொம்பானை விடை பெற்றுக்கொள்கிறது. அற்புதவெளிகளின் இருப்பை நிஸாரும் அவனின் தங்கை ஆயிஷாவும் காட்டுகிறார்கள். இஸ்லாமியப் பெண்மீது அவர் காட்டுகிற அக்கறை எல்லாப் பெண்களுக்குமானதாக விரிகிறது.

பஷீரின் வெற்றிக்குக் காரணம்... வாசகர் அவரது எழுத்தைத் தங்களின் வாழ்வாகப் பார்த்தார்கள். தங்கள் வலிகளைப் பஷீரின் பகடி வழியாகக் கடந்தார்கள். எளிய மக்களின் கொண் டாட்ட பூமி பஷீரின் எழுத்து. வாசிக்கிறபோது படைப்புலகோடு கலந்துபோவதற்கு எண்ணற்ற இணை முடிச்சுகள். அவ்வளவு அனுபவ அடுக்குகள் அவரது நாவல்களில் காத்துக்கிடக்கின்றன. நாவலின் காலவெளியில் மனித வரலாற்றின் நுண்ணிய இடங்க ளோடு தொடர்புகொள்ள முடிகிறது. "எழுத்தின் முகம்... பஷீர்" என்று அழைக்கத் தோன்றுகிறது.

'பஷீர் நாவல்கள்'

தமிழில் – யூசுப் சுகுமாரன்

இன்னொரு பாதியின் வலி

நீரால் ஆனது உலகம் என்பார்கள். புத்தகங்களால் ஆனது மனித வாழ்க்கை. கலையில்லாத ஒரு உலகை ருசிக்க முடியுமா? "பாடல்கள் கதைகள் வீரமிக்கக் கட்டுக்கதைகள், புராணங்கள் இல்லாத ஒரு மொழியைக்கூட பார்க்க முடியாது. இவை எல்லாமும் அமுக்கிக் கொல்கிற சாரமற்ற வாழ்க்கையில் இருந்து விடுபட... மனதை வளப்படுத்திக்கொள்ள... என்று முயன்றதின் வெளிப்பாடுகள்தான் எழுத்து" என்பார் கார்க்கி. நல்ல புத்தகங்களை வாசிக்கும்போதெல்லாம் கார்க்கி நினைவில் வருகிறார். கார்க்கி ஒரு புத்தகக் காதலன். நிகழ் உலகிலிருந்து சற்றே விடுபடுவதும் மீண்டும் இணைத்துக்கொள்வதுமான நிகழ்வு வாசிப்பு. நல்ல புத்தகம் ஒன்றை வாசித்து முடித்த பிறகு மனதில் ஏற்படுகிற சிறு சலனம்கூட போதுமானது. நம்மை நாமே திரட்டிப்பார்க்கிற வினையின் சாத்தியம் புத்தகம்.

சமீபத்திய நாவல்களில் எளிமையும் அழகும் கூடிய எழுத்தாகப் பெருமாள்முருகனின் படைப்பைப் பார்க்கிறேன். எளிய நடை கைவசமாவது மண்ணின் மணத்தோடு பாத்திரங்கள் தாமாக சிருஷ்டிகொள்கிற போது மட்டுமே சாத்தியம். முருகனின் படைப்பில் வரும் பாத்திரங்கள் எல்லாமும் அப்படியான பாத்திரங்கள். மண்ணையும் மனிதர்களையும் ஒருசேரப் படைக்கும் ஆற்றல் எல்லா எழுத்தாளர்களுக்கும் அமைவதில்லை. படைப்பும் பின்புலமும் பொருந்த வேண்டும். அப்போதுதான் மண்ணுக்கான கதை பிறக்கும்.

நாவல் என்ற சொல்லே முன்னிலிருந்து வேறானது என்பதால் புதிதாகச் சொல்ல வேறு ஏதோ நிகழ வேண்டியிருக்கிறது. நிச்சயமாக அது வெறும் அனுபவம் மட்டுமல்ல. அனுபவம் ஒரு வாயில்தான். வாயிலைப் பார்த்தே பிரமித்து நின்றுவிடக்கூடாது. உள்ளே பயணம் நிகழ வேண்டும். பெருமாள்முருகனின் 'மாதொருபாகன்' இப்படியான பயணத்தின் வெளிப்பாடே. சிறு வயதிலிருந்து அவர் வளர்ந்த இடம் . . . சொல்லப்பட்ட செவிவழிச் செய்திகள் . . . சுய அனுபவம் . . . வரலாறு மற்றும் குறிப்பிட்ட மண்ணுக்கேயான நிலைத்துப்போனக் கதைகள் . . . என எல்லாவற்றையும் உள்வாங்கித் திளைத்த அனுபவமிருந்து முருகனின் எழுத்து விரிகிறது.

அசிங்கமானது அருவருப்பானது என்று நினைக்கிற சொல் முருகன் கைப் பட்டதும் மணக்கிறது. குறிப்பாகப் 'பீ' என்ற சொல். 'மயிரே' என்ற சொல் முழு உடல் கண்டு ஆங்கார மாய் ஆடுகிறபோது அதன் உக்கிரம் நம்மீதும் கவிழ்கிறது. வாழ்தலின் அப்பட்டமான அதிர்வுகள் இந்தச் சொற்கள். இந்தச் சொற்களில் மந்திர அதிர்வு இருக்கிறது. அகத்திலே அதிர்ந்து அகத்திலேயே அமைதிகொள்கின்றன. தீங்கு பயப்பதில்லை. சாராயம், கள் இரண்டும் நாவலுக்குள் ஆறாய் ஓடுகிறது. அந்தப் போதையிலிருந்தபடியே இவரது வார்த்தைகளில் மிதக்கலாம். ஆண் உடலும், பெண் உடலும் ஒரு நிரந்தர வாசம்கொண்டு நாவலின் பக்கங்களில் வாசகனுக்குக் காத்திருக்கின்றன. கிராமியக் காதலின் பேரழகு காளியும் பொன்னாவும் வாழ்கிற வாழ்க்கை. யார் கண்பட்டதோ என்று பின்னால் வருந்துகிறோம். மண்ணும் தாவரமும் இவரது வார்த்தைகளில் புதிய அர்த்தம் கண்டு ஒளிர்கின்றன.

எழுத்தாளனுக்கு ஒரு அறம் இருக்க வேண்டும். அந்த அறத்திற்கு நேற்றின் மரபுகளையும் உடைத்துப் பேச உரிமை இருக்கிறது. அது ஒரு நபரின் அல்லது சமூகத்தின் அறம் மட்டுமல்ல. எல்லா உயிர்களின் வாழ்வு சார்ந்த அடிப்படை உரிமையிலிருந்து பிறப்பது. சமூகம் கட்டமைத்துக்கொண்ட எவற்றின்மீதும் வினைபடுகிற தகுதி அந்த அறத்திற்கு இருக்கிறது. அரசியல்... மதம்... பண்பாடு... சமூகம் சிலரிடம் மட்டுமே பேசும் ஒழுக்கம் என எல்லாவற்றையும் ஊடுருவி மாசிலாத வெளியில் வினைபடுவதே படைப்பாளியின் அறம். நபரற்ற மனிதனாகப் படைப்பாளி இயங்கும்போது மட்டுமே தோன்றவல்லது. நிகழ் உலகின் எல்லா அனுபவங்களையும் தனது படைப்புலகின் வழியாக நேர் அனுபவம் கொள்ள வைக்கிற எழுத்தின் சாத்தியமே நாவல். அதனால்தான் எல்லாக் கதைகளும் நாவலாக மலர்வதில்லை.

காளி, பொன்னா, முத்து, நல்லுப்பையன் சித்தப்பா (சக்கிலிச்சி மணப்பா. சக்கிலிப் பையன் மட்டும் நாறுவானா?) காத்தாயி, மண்டையன் இவர்கள் எல்லாருமே மனதில் பொய்யில்லாத வர்கள். கொங்கு மண்ணின் ஈரம் காயாத பாத்திரங்கள். காளி, இயற்கை உபாசகன். காடும் வெளியும் போதுமானது. அவனும் அவன் நண்பனும் கிராம உலகில் கண்டடைந்த இடங்கள், பிரபஞ்ச ரகசியங்களையும் ஒன்றுமில்லாததாக ஆக்கி ஒளிர்ந்தன. கிணற்றுக்குள், பாறைக்குள், காட்டில் என்று அவர்கள் மண்ணில் கண்ட அதிசயங்கள் ஏராளம். எளிய வாழ்வெளியில் ஒரு சொர்க்கத்தைப் படைக்கிறார்கள். முருகனின் எழுத்து சிருஷ்டிக்கிற அற்புத உலகமிது. தன் அண்ணனும் புருஷனும் கொண்டாட்டத்தின் உச்சத்தில் இருப்பதைப் பார்த்துப் பார்த்து மகிழும் பொன்னாவுக்கு காளி போதும். அவன்மீது அவளுக்கிருக்கும் காதல் தீராக் காதல்.

இவர்களின் ஒவ்வொரு கண வாழ்க்கையும் மறக்க முடியாத அனுபவமாய் விரிந்துகொண்டேயிருந்தது. தொண்டுப்பட்டியின் சிறுமணலிலும் அவர்களின் காம ஈரம் காயாதிருந்தது. பரிவும் பாசமும் பூவரச நிழல்போல இருவர்மீதும் கவிந்திருந்தது. இறக்கையைப் பாதி விரித்த பறவையைப்போலிருந்த ஓலைக் கொட்டகைக்குள் பிரபஞ்சத்தின் பேரழகும் ஒரு உண்மையும் பொன்னாவின் உடலின் விளிம்பில் அடங்கிக்கிடந்தது. பொன்னா வின் உடல் காளியின் முன்னே முடிவில்லாது விரிந்து நாளும் ஒரு புதுவெளியைக் காட்டி வசீகரித்தது. ஆணும் பெண்ணுமாகச் சேர்ந்து வாழும் வாழ்க்கையின் அழகியல் நுணுக்கங்களைக் கண்டு வியந்துபோகிறோம். விவசாயம் பார்த்த காடே வீடாக விரியும்படி வாழ்கிறார்கள். ஒவ்வொரு கணமும் புதுப்புது ருசி.

சரி. நாவல் எதைப் பேசுகிறது? ஒரு குழந்தை வேண்டும். கல்யாணம் ஆன ஆணுக்கும் பெண்ணுக்கும் ஆண்டுகள் தாண்டியும் குழந்தை இல்லை. வழிபாடு, வேண்டுதல், சாங்கியம், பாட்டி வைத்தியம் என எல்லாமும் செய்து பார்த்தும் குழந்தை பிறக்கவில்லை. இல்லை என்றால் . . . ஆகாது என்றால் . . . ஏற்றுக்கொள்ள வேண்டியதுதானே? கிட்டாதாயின் வெட்டென மற என மறக்க வேண்டியதுதானே?

காளியும் பொன்னாவும் ஒரு கட்டத்தில் குழந்தை பாக்கியம் இல்லை . . . இனிப் பிறக்காது என ஏற்று எளிதாக ஆசை ஆசையாக உடலும் உயிரும் பிணைந்து, அன்பும் பிரியமுமாய் உண்மையான தாம்பத்ய வாழ்க்கையை வாழவே முயல்கிறார்கள். அவர்களை அப்படி இருக்க ஊர் எங்கே விட்டது? உறவுகள்

எங்கே சும்மா இருந்தன? சமூகம் அவர்களை எங்கே வாழ விட்டது? இப்படியான கேள்விகளை நான் எழுப்பவில்லை. கதையாடலின் அதிர்விலிருந்து வெளியே எகிறிக் குதிக்கின்றன கேள்விகள்.

ஆயிரம் பழிச்சொல். அவமானமே வெளியாக விரிகிறது. அழகாய் உண்மையாய் வாழத் தெரிந்தும் வாழ முடியாத சூழல். தொண்டுப்பட்டியில் பூவரச நிழலில், வானம் பார்க்க... களவியலில் மூழ்கி அமிழ்ந்து கிடந்தவர்களைச் சமூகக் கொக்கியில் மாட்டி இழுத்து வந்து வெளியே எறிகிறார்கள். தரையில் விழுந்த மீனாகத் துடிக்கிற அந்த வலியை யாரும் கண்டுகொள்ளவில்லை.

வறட்டி என்ற சொல்லே வேலியாய் நெறுக்க சுவர்களில் மோதி வானம் இழக்கிறார்கள். சமூகத்தின் பேயாட்டத்தில் நிலை குலைகிறார்கள். சமூக வாழ்தலில் உள்ள சிக்கலை தனி மனிதன் அல்லது குடும்பம் எப்படி எதிர்கொள்வது? இதில் சமூகம் என்பது யாரால் கட்டமைக்கப்படுகிறது என்பது முக்கியமானது. சமூகத்தை வழி நடத்துகிறவர்கள் மாறிக்கொண்டே இருக்கிறார்கள். சரியாகவும் தவறாகவும் வழி நடத்துகிற சாத்தியம் அதற்கு இருக்கிறது. இந்த மாறுதலைத்தான் பேசுகிறது நாவல். நாம் கடந்து வந்த பாதையில் நிகழ்ந்த எண்ணற்ற வலிகளை நினைக்கத் தூண்டுகிற கதையாடல். நேற்றய வாழ்வெளி மீது வாசகனை பார்வைகொள்ள வைக்கிற எழுத்து.

யார் கண்ணோ பட்டது என்பார்களே அப்படி ஒரு கண்ணாக ஊர் இருவர் மீதும் விழிக்க எல்லாமும் தலைகீழாக மாறுகிறது. வறட்டி, வறடன் என்று பெயர் சூட்டிக் கூட்டத்தில் அம்மணமாய் அலையவிடுகிறது ஊரும் சமூகமும். குழந்தை பிறக்காது வாழ்வில்லை என்ற விளிம்பில் கொண்டுவந்து நிறுத்துகிறது ஊரும் உறவும். சமூகம் சிறையாகிறது. விடுதலை இல்லாது வாழ்வில்லை. எங்கும் நகர முடியாத இருப்பிலிருந்து எப்படி வெளியேறுவது? அன்றைய சமூகமே அதற்கான திறவுகோளைத் தருகிறது.

பதினாளாம் நாள் திருநாள். சாமி மலை ஏறும் நாளில் முன்பின் தெரியாத ஆண் முகத்தை சாமியின் முகமாக ஏற்றுக் குழந்தை பெற அம்மாவும் தந்தையும் கூட்டிப்போகிறார்கள். எல்லாம் நல்லபடியாக நடக்க... முத்து தன் மச்சானை அவன் முன்பார்த்திராத இடம் ஒன்றிற்கு அழைத்துப் போகிறான். முப்பதாவது அத்தியாயம் தொடங்கி இறுதி அத்தியாயம் வரை

பெருமாள்முருகன் நம்மைத் தன் எழுத்தில் கட்டி வாழ்க்கையின் ரகசியங்களை ஒவ்வொன்றாகக் கால முடிச்சிலிருந்து அவிழ்த்து விடுகிறார்.

உண்மை சுட்டெரிக்கிறது. சமூகம் சாக்கடையாய்ச் சூழ்ந்து மூச்சுத் திணறுகிறது. சடையப்பன் கல் எறிவதுபோல, ஒரு மறை வித்தை கைவராது ... ஈவு இரக்கமில்லாத சமூகத்தில் வாழ சாத்தியமில்லை என முடிவு செய்கிறோம். அவர்களைக் காப்பாற்ற செங்கோட்டையனும் பாவாத்தாலும் இறங்கி வந்தாலும் அவர்களும் சூழ்ந்துவிட்ட சமூகச் சேற்றில் சிக்கி மூழ்கிச் சாக வேண்டியதுதான்.

இறுக்கமான இந்தச் சூழலில்தான் ... மாதொருபாகனும் பாவாத்தாலும் நூறு சாமிகளும் கைவிட்ட அவலமான இந்த இடத்தில்தான் படைப்பாளி விசுவரூபம் எடுக்கிறான். மரபின்மீது பண்பாட்டின்மீது தனது சாட்டைகளை வாசகனைக் கொண்டே சுழற்ற வைக்கிறான். உறக்கப் பேசாது வாசகனையே பேச வைக்கிறான்.

“இந்த கொழந்தச் சனியனுக்காக நீ போன்னு சொன்னாப் போறேன்” பொன்னாவின் இந்த வார்த்தைகளிலிருந்து காளியால் தனது மனதை விடுவிக்க முடியவில்லை. இந்த ஏழு வார்த்தைகளால் அப்பழுக்கில்லாத தூய மண வாழ்க்கை அழிந்துபோகிறது. யாரும் பொறாமைப்படும் அவர்களின் காதல் வாழ்க்கை கருகிப்போகிறது. காளியை இந்த வார்த்தைகள் வெறி நாய்களாகக் கடித்துக் குதறுகின்றன. ஆறாத புண்களின் வலியிலிருந்து மீள முடியாது தவிக்கிறான்.

காளியின் பொன்னாவை இப்படிப் பேச வைத்தது எது? குந்தியால் எளிதாகக் கடந்துபோக முடிந்த ஒரு செயல் ... பொன்னாவை ஏன் இப்படி அலைக்கழித்தது? ஆண் பெண் உறவுக்கு உண்மையில் என்ன அர்த்தம்? மனதுக்கான சுதந்திரம் என்பது காதலைவிட மணவாழ்க்கையைவிட மேலானது முக்கியமானது என்பதை யார் மறுக்க முடியும்?

இங்கே மனச் சுதந்திரம் என்பது சமூகத்தின் புறக்கணிப்பிலிருந்து விடுதலை.

திருவிழாக் கூட்டத்தில் கொண்டாட்டங்களைக் காணும் பொன்னா ... ஆண்களின் உடல் இவ்வளவு அழகா? என்று வியக்கும் பொன்னா ... முகம் அறியாத அந்த ஆடவனோடு சேர்ந்து பிட்டு வாங்கி உண்ணும் பொன்னா ... குமாரி ருக்குமணி அம்மாவே வந்திருக்காங்க என்று கோமாளி

சொல்ல, வெட்கமேறும் பொன்னா... இவையும் பொன்னாவின் பரிமாணங்கள்தான். ஒரு புருஷன் இதையும் சேர்த்துத்தான் பொன்னாவை ஏற்க வேண்டும். அதுதான் அறம்.

ஆணை இப்படியான இடங்களில் பெண் ஏற்றுக் கடந்து வரவில்லையா? பொன்னாவிற்கு காளி மீதிருக்கும் காதல் அபரிமிதமானது. காளியை எல்லா நேரமும் கொண்டாடுகிறாள். காளி தனது எண்ணத்தை மனைவியிடம் மனம் திறந்து பேசவில்லை. ஒரு வேளை பேசியிருந்தால்... காளி விரும்பாத ஒன்றை அவள் ஒருபோதும் செய்திருக்க மாட்டாள்.

'தின்று முடித்து அவனோடு நடந்தபோது ரொம்பவும் ஒட்டிக்கொண்டாள். அவளுக்கு வழி தெரியவில்லை. சுற்றிலும் நடமாடும் மனிதர்கள் பற்றிய உணர்வு ஏதுமில்லை. அவன்தான் தன் சாமி. சாமி அழைத்துப்போகும் இடத்திற்கு போவதுதான் தன் வேலை என்று மட்டும் நினைத்தாள். மழையில் நனைந்த கோழிக்குஞ்சாய் ஒடுங்கி அவன் அணைப்புக்குள் இருந்தாள். கூட்டத்தின் ஆரவாரம் ஏதுமற்ற எங்கோ அவன் அழைத்துப் போவதாய்ப் பட்டது.' மேற்சொன்ன வரிகள் இறுதி அத்தியாயத்திற்கு முந்தைய அத்தியாயத்தின் கடைசி வரிகள்.

பொன்னா அல்ல அங்கு போவது சமூக வெப்பம் தாங்காத பெண்தான் போகிறாள். இது அவள் தேர்ந்ததல்ல. சமூகம் அவள்மீது திணித்தது. என் வாசகப் பிரதியில் கிடைக்கிற பொன்னா வேறு. அந்த நேர வாழ்தல் மீதான மன நகர்வாகத்தான் பார்க்கிறேன். படைப்புலகம் சார்ந்து யோசிக்கிற போது நிகழ் உலக வாழ்நெறிகளின் குறுக்கீடுகள் கூடாது. இப்படியான மன உணர்வோடு எல்லா வாசகனும் இருப்பதில்லை. நிகழ் உலகின் மண் படியாத ஒரு படைப்புலகில்தான் இப்படியான கதையாடல் அமைய வேண்டும். ஒரு நாவல் பிரதிக்கு வெளியே போகாதிருக்க இது உதவும் என்பது எனது நம்பிக்கை.

நாவல் தோற்றுவிக்கிற உலகம் படைப்பாளியின் சுயம். பாத்திரங்கள் புற உலகின் பாத்திரங்கள் அல்ல. நாவலுக்குள் கதையாடலின்போது ஜனிக்கிற உயிர்கள். படைப்புலகில் மட்டுமே வாழ்கிற உயிர்கள். நிகழ் உலக வாழ்க்கைமீது சில அதிர்வுகளை உண்டாக்கி நம்மை நாமே பார்க்கத் தூண்டுவன. படைப்பாளி வாசகனின் பார்வைக்கு தான் கட்டமைத்த உலகை அதிரவிடுகிறான். வாசகன் விரும்பினால் படைப்பாளி கட்டமைக்கிற உலகில் பயணிக்கலாம். பயணிக்காமலும் இருக்கலாம். அது வாசக உரிமை. படைப்புலகம் ஒரு கலா அதிர்வு. கலை யாருக்கும் எதிரானதல்ல. படைப்பிற்குள் மரபை உடைப்பது

மரபை மீறுவதல்ல. மரபிற்கும் மேலான ஒன்றைக்கொண்டு மரபைக் கேள்விக்குள்ளாக்குவது. பெருமாள்முருகன் இந்த நாவலில் அதைச் சரியாகச் செய்திருக்கிறார்.

'மாதொருபாகன்' வாசித்தபோது எனக்குத் தோன்றிய சில...

தனித்து அழகாக வாழத் தெரிகிறது பொன்னாவுக்கும் காளிக்கும். ஆனால் சமூகம் அவர்களை ஏன் அப்படி வாழ விடவில்லை? இவர்களின் சமூகம் எது? இந்தச் சமூகம் மேலானதா? அப்படி இல்லாத போது ஒதுங்க ஏன் முடியவில்லை? நேற்றின் அந்தச் சிக்கல் இன்றும் தொடர்கிறதா? ஒரு பெண்ணுக்கு, சேர்ந்தோ . . . தனித்தோ . . . அல்லது விரும்பும் இன்னொரு வாழ்க்கையை வாழவோ உரிமையில்லையா? அந்த உரிமையை மறுப்பது யார்? மறுப்பது எது? விடைகளால் நிரப்ப முயலாமல் உணர்வெளியில் சற்றே சரிகிற மனதில் பிறக்கிற இசையில் பயணிக்கிறேன். ஒரு நாவல் வேறு என்ன செய்ய வேண்டும்?

(*மணல்வீடு* இதழில் வெளியானது)

'மாதொருபாகன்' – பெருமாள்முருகன்

புனைவும் நிஜமும் ஒருமுகமாகும் கதை

இலக்கியம் குறித்து தொடர்ந்து பேசியதோடு நில்லாமல் எழுத்தில் பதிவு செய்துமிருக்கிறார் சுந்தர ராமசாமி. அதிகமான வாசகர்கள் தேடிப்போன தமிழ் எழுத்தாளர் என்று அவரைத்தான் கூற முடியும். அவரோடு நீண்ட காலம் உரையாடியவர்கள் சு.ராவின் படைப்புகளைப் பேசுகிறபோது ஒரு நெருக்கம் காட்டுவார்கள். இந்த நெருக்கம் அவர் பகிர்ந்துகொண்ட கருத்துகளால் உருவானது. அப்படி நெருங்கிப் பழகியவர்களின் தனித்த அடையாளத்தை . . . தாங்காத மனதை எப்படி ஆற்றுவது?

சு.ரா.தான் சொல்கிறார் இறந்தபின்பும் உரை யாடக் கூடியவன் படைப்பாளி என்று. அப்படி யான உரையாடல் எந்த வாசகனுக்கும் எந்த படைப்பாளியோடும் நிகழக்கூடியது. அவரோடு அன்று பழகியவர்களுக்கு ஒரு அடையாள 'வில்லை'. வாசகனுக்கு பல வில்லைகள். கவிதைகள் வழியாகவும், உரைகளின் வழியாகவும், மற்ற படைப்புகள் வழியாகவும் சு.ரா. வாசகனுக்கு நெருக்க மாகிவிட்டார். வாசகனின் பிரதிதானே படைப்பாளி யின் கொண்டாட்ட பூமி. 'ஒரு புளிய மரத்தின் கதை'யின் வாசகப்பிரதி சு.ராவோடு நிகழ்த்திய உரையாடல்தானே!

உணர்வெளியில் நின்று ஒரு படைப்பு செயல் படுவது கவிதையில் எளிது. நாவலில் அவ்வளவு

எளிதல்ல. புளியமரத்தின் கதையாடல் சில பத்தாண்டுகள் கழித்தும் வாசகர் மத்தியில் ஈர்க்கப்படுவது உணர்தல் தளத்தில் மொத்த நாவலும் இயங்க விழைவதால்தான். தாமோதர ஆசான் கதை சொல்லுவதே அப்படியான இடத்திலிருந்துதான். புனைவை நிஜமாகவும் . . . நிஜத்தைப் புனைவாகவும் மாற்றி மாற்றிக் கொண்டாடுகிறார். அந்தப் பாத்திரத்தின் மொழி நாவலின் இறுதியில் படைப்பாளியின் மொழியாகவும் மாறிவிடுகிறது.

புளியமரம் வெட்டுப்படுவதை அன்று தனது சாதுர்ய பேச்சால் தாமோதர ஆசான் தடுத்து விடுகிறார். அதற்கு அவரிடம் ஒரு கதை இருக்கிறது. நாவலில் வருகிற ஒவ்வொரு பாத்திரமும் ஒரு சிறிய கதையிலிருந்தே தோற்றம்கொள்கின்றன. தனித்து ஊருக்கு வெளியே இருந்த புளியமரத்தை ஊரின் மையப் புள்ளியாக்கி பாத்திரங்களை கோள்களாக அதிரவிடும் எழுத்து பகடியின் ஈரம் தோய்ந்து வாசக மனதில் இடம் பிடித்து உட்கார்ந்துகொள்கிறது. புளியமரம்தான் சக்தி மையம்.

மனித மனங்களை ஊடுருவிப் பார்க்கிறது நாவலின் எழுத்து. சமூக மாற்றத்தை பதிவு செய்கிற கதையாடல். தனி மனிதன் சமூகத்தோடு கொண்டுள்ள உறவை அவனது வாழ்வின் வழியாகவே உணர்த்திவிடுகிற முயற்சி. இந்த நாவலின் ஆகச் சிறந்த பங்களிப்பு இதுதான். புனைவின் நீரோட்டத்திலிருந்து வாசகன் தனது தலையைத் தூக்கி . . . வாழ்கிற உலகைப் பார்க்கத் தூண்டுவது இதனால்தான் நிகழ்கிறது. அதனால்தான் கதையாடல் நாவலாகிறது.

தாமோதர ஆசான் . . . காதர் . . . தாமு . . . வள்ளி நாயகம் . . . கோபால அய்யர் . . . சோசப் . . . செல்லத்தாயி . . . இசக்கி . . . பூரம் திருநாள் ராசா . . . கடலைத் தாத்தா . . . ஜனாப் அப்துல் அஜீஸ் எல்லாருக்கும் மையப் புள்ளி புளியமரம்தான். இடம் பெயராது ஊரெங்கும் வியாபிக்கிறது புளியமரம். ஊருக்கு ஒரு பூங்கா வேண்டி குவியல் குவியலாக மரங்கள் சாய்க்கப் படுகின்றன. தாவரங்களின் பூமி பறிக்கப்பட்ட இடத்தில் மனிதர்கள் குடியேறுகிறார்கள். நாவலுக்குள் நடக்கும் இந்த நிகழ்வு . . . வாசிக்க வாசிக்க நிகழ் உலகில் நுழைந்து மனதை பாடாய்ப் படுத்துகிறது. மனித வாழ்வையும் தாவர வாழ்வையும் ஒரு சேர பார்க்கவைக்கிறது நாவலின் கதையாடல்.

“காலம் ரொம்பவும் தாண்டித்தான் போய்விட்டது. புளிய மரத்தடியில் கோடாலி விழுந்தது” என்ற வரிக்கு முந்தைய வரிகள் மிக முக்கியமானவை. நாவலை வாசித்து வரும் வாசகன் இந்த இடத்தில் சற்றே நின்று கதைக்குள் நிகழ்ந்த

எல்லாவற்றையும் மனதில் ஓடவிட்டு... மேலுமான வரிகளுக்கு நகர்கிறான். நிகழ்வுகள்... கதைக்கு உள்ளேயா? வெளியேயா? என்று தடுமாறுகிறோம்.

படைப்புலகில் தோற்றம்கொள்ளும் காலம் நிகழ் உலகின் கால நீட்சியோடு எப்போது வேண்டுமானாலும் இணைய முடிகிறது. இந்த சாத்தியம் நிகழ்வதால்தான் 'ஒரு புளியமரத்தின் கதை' எப்போதும் வாசிக்கப்படுகிற நாவலாகிறது

புளியமரத்தின் கதை முன் வைக்கிற படைப்புலகம் நிகழ் உலகின்மீது ஒரு வெளிச்சமாக பரவுகிறது. கதை சொல்வதல்ல நாவலின் வேலை. வாசிப்பின் ஊடே வாசகனை... கதையற்ற வெளியில் பிடித்து நிறுத்துவது.

"அன்றெல்லாம் மனித நடமாட்டத்தை அது அவ்வளவாகக் கண்டதில்லை. இந்த உலகில் மனிதச் சந்தை இத்தனை விரிந்து கிடப்பதும் அப்போது அதற்குத் தெரியாது. அவர்கள் ஒவ்வொருவருக்கும் அவர்களுக்கே உரித்தான விசித்திரமான மனசுகளும் உண்டு என்பதும் அப்போது அது அறிந்திராத ஒன்று." இந்த வரிகள் நாவலின் எல்லா நிகழ்வுகளோடும் வாசகனை இணைத்துத் திரும்புகிறது. மனதின் பல அடுக்குகளில் படைப்புலகை வாசிப்பில் சந்திக்கிறோம்.

'மனிதன்தான் பிரம்மா, மனிதன்தான் விஷ்ணு, மனிதன்தான் சிவன்' என்று தாமோதர ஆசான் அடிக்கடி கூறுவதாக ஒரு வரி வருகிறது. இதன் மீது சு.ரா. எதுவும் பேசுவதில்லை. நாவலை வாசித்து முடிக்கிறபோது இந்த வரிதான் வாசகனை பின்தொடர்கிறது. வாசகனுக்கான இடம் விரிகிறது.

சமூகம் மனித மனங்களால் கட்டமைக்கப்படுகிறது. சமூகத்தில் நடக்கிற எல்லாமும் மனித வாழ்வோடு தொடர்புடையவை. புளியமரம் இருந்தது அழிந்தது... காற்றாடிமரத் தோப்பு பூங்காவாக மாறியது... காதர் கைதாகி எல்லாம் இழந்தது... சிறக்க வாழ்ந்த தாமு சொந்த ஊருக்கே திரும்பியது... கடலைத் தாத்தா முனிசிபல் தேர்தலில் வெற்றி பெற்றது... கூலி ஐயப்பனின் கையால் புளியமரம் வீழ்ந்தது... என்று நீளும் நாவலின் மொத்தக் கதையாடலும் தாமோதர ஆசானின் 'மனிதன்தான் பிரம்மா, மனிதன்தான் விஷ்ணு, மனிதன்தான் சிவன்' என்ற கூற்றுக்குள் அடங்கிவிடுகிறது.

பாத்திரங்களின் மனங்களைத் திறந்துவிட்டு சு.ரா. அவர்கள் சாவியைத் தொலைத்துவிடுகிறார். அந்தரங்கம் இழந்த பாத்திரங்கள் நாவலின் விளிம்பில் மோதி மோதி அலைவது

புதிய வாசிப்பாக இருக்கிறது. இதை முழுதாகப் புரிந்துகொள்ள காற்றாடிமரத் தோப்பு அழிக்கப்பட்டு அங்கே உருவாகும் நகரப் பூங்காமீதான பகடி தோய்ந்த எழுத்தில் மனம் குவிந்தால் போதும். ‘ஒரு புளியமரத்தின் கதை’யில் வருகிற மனிதர்கள் வீடுகளுக்கு வெளியே உரையாடுகிறார்கள். புளியமரம் ஒற்றைக் கண்ணாக விழித்துப் பார்த்துக்கொண்டிருக்கிறது. மனித வாழ்தலின் ஊடாக அதன் இருத்தல் அவர்களை அம்மணமாக்கிவிடுகிறது. இறுதியில் அதன் நடுத்தண்டில் மனித விஷம் இறங்கிப் பட்டுப்போகிறது புளியமரம்.

பட்டுப்போன புளியமரம் வாசக மனதில் துளிர்விட்டு தாமோதர ஆசானைப் பார்த்துக்கொண்டிருக்கிறது.

‘ஒரு புளியமரத்தின் கதை’ – சுந்தர ராமசாமி

படைப்புலகை ஆக்கிரமிக்கும் நிகழ் உலகம்

நாவல் பெரும்பாலும் இரண்டு உலகங்களோடு தொடர்புகொண்டது. ஒன்று கதையாடல் வழியாக நாவல் விரிக்கும் உலகம். மற்றது வாசக மனம் காலூன்றி நிற்கின்ற நிகழ் உலகம். நாவல் முன்வைக்கிற உலகம் எது? படைப்பாளி தன் வாழ்தலில் நிகழ் உலகோடு முரண்பட்டு அழகியல் சார்ந்து மாற்றான இன்னொரு உலகைக் கட்டமைப்பது. அனுபவம்தான் அதன் ஆதார பூமி. படைப்பு வெறும் அனுபவத்தோடு நின்றுவிட்டால் அது நாவலாக வரவில்லை என்று பொருள். அனுபவம் மடை மாற்றம் கொள்ள உள் மனதில் நடக்கும் வினையே எழுத்து. அனுபவத்திற்குப் பின் நிகழும் அந்த வினைதான் அவளை / அவனை அலைக்கழிக்கிறது. அது முற்றிலும் படைப்பாளியின் எண்ண வலிமை சார்ந்தது. அது அவளின் / அவனின் சுயம். அதனால்தான் நாவல் புதிதாகப் பேசுகிறது.

நாவல் அதன் முதல் வரியிலேயே ஒரு காலத்தை உருவாக்கிவிடுகிறது. அது நிகழ் உலகின் காலமல்ல. படைப்புக்குள் அப்போது ஜனிக்கிற காலம். வாழ்கிற உலகின் காலப் பிரக்ஞையிலிருந்து நாவல் தன்னை விடுவித்துக்கொள்கிறது. அதனால் புதிய காலமும் வெளியும் நாவலுக்குள் பிறக்கிறது. முற்றிலும் புதிதான ஒரு உலகை வாசகனுக்குத் திறந்து விடுகிறது. நாவல் என்று பேசப்படுவதன் பொருள் வேறு என்னவாக இருக்க முடியும்? நாவலை அது முன்வைக்கிற உலகிலிருந்து முழுதாகப்

படித்து முடித்தபின்புதான் அந்த நாவலை நிகழ் உலகத்திலிருந்து பார்க்கவும் விமர்சிக்கவும் உரிமை கிடைக்கிறது. அப்போதுதான் நாவல் புதிதாக ஒன்றைப் பேசுகிறதா என்பது தெளிவாகும்.

நிகழ் உலகமும் படைப்புலகமும் வாசிப்பில் என்னவாக வினைபடுகின்றன என்பது வாசகப் பார்வை சார்ந்தது. நாம் பெரும்பாலும் நாவல்களை நிகழ் உலகோடு மட்டுமே நின்று பேசுவதால் விமர்சனம், வாசிப்பு இரண்டும் போதாமையில் முடிகின்றன. வாசிப்பும் ஒரு வகையான கலை என்பதே உண்மை. கலையை இன்னொரு கலை மனதோடு பார்ப்பதே கலைஞனுக்கு நாம் செலுத்துகிற மரியாதை. வாசிப்பு வார்த்தைகளின் மீது வெளிச்சமாகப் படிய வேண்டும். படைப்பாளிக்கு இணையான பொறுப்பு வாசகனிடமும் தேவைப்படுகிறது.

தனி மனிதன் தான் அல்லாத பிறவற்றை சந்திக்கிறபோது நிகழும் மன அவஸ்தை அல்லது சந்தோசத்தை பகிர்ந்துகொள்ள முற்படுகிறான். அதுவே மக்களின் உரையாடல். ஆனால் படைப்பாளி அவற்றை ... தனது படைப்பிற்குள் கொண்டு செல்ல கதை ஒன்று தேவைப்படுகிறது. அந்தக் கதையின் எழுத்து உள்முகப் பயணத்தில் பார்வைகொண்ட இடத்திலிருந்து தொடங்க வேண்டும். கதைக்கான மண்ணும் மனிதர்களும் மனதிலிருந்து ஜனிக்க வேண்டும். படைப்பாளியின் மனம் கட்டமைக்கிற உலகிலிருந்து பாத்திரங்களும் நிலமும் குறிப்பாகக் காலமும் அதிர வேண்டும். கதையல்ல நாவல். கதைகளைத் தரும் வெளியை விரிப்பதே நாவல். அது இன்னொரு உலகின் வினையாடல். வாசிக்க வாசிக்க நிகழ் உலகம் கரைந்து வார்த்தை களின் வழியே பிறக்கும் புத்துலகில் மனம் தோய்ந்து அலைய வேண்டும்.

புற உலகின் நிகழ்வுகள் ... மனிதர்கள் ... வெளி எல்லாமும் படைக்கப்பட்ட உலகினதாக மாறுவதற்கு எழுத்தாளன் பெரிதாக மெனக்கெட வேண்டும். அப்போதுதான் புதிய மண்ணும் புதிய காற்றும் புதிய உலகமும் பிறக்கும். நிகழ் உலகின் சாயல் இருப்பதைத் தவிர்க்க முடியாது. ஆனால் அது எழுத்தால் படைக்கப்பட்ட வேறு உலகாக இருக்க வேண்டும். அப்போதுதான் எழுத்தாளன் படைப்பாளியாகிறான்.

கி.ரா.வும், பூமணியும் கரிசல்மண்ணின் வியக்கவைக்கும் கதை சொல்லிகள். கதைகளையும் கதைகளுக்கான வெளியையும் உருவாக்கிய முக்கியமான படைப்பாளிகள். வாழ்க்கையை மறைக்காது சொல்வதுகூட அங்கே கதையாகிவிடுகிறது. வாழ்க்கைச் சிக்கல்களை சமூகவெளியில் அன்றாடம் எதிர்

கொள்கிறபோது உயிர்களின் ஒவ்வொரு அசைவும் கதைமுகம் போலத் தோற்றம் காட்டும். நல்ல படைப்பாளி அதில் ஏமாறுவதில்லை.

பூமணியின் 'அஞ்ஞாடி' நாவல் அற்புதக் கதையாடலாகத் தொடங்குகிறது. விரியும் ஒவ்வொரு பக்கத்திலும் புத்துலகைக் கண்ட பரவசம். மாரியும் ஆண்டியும் சிறுவயது நண்பர்கள். கேட்டிராத மொழியில் நாம் பார்த்திராத உலகை விரிக்கிறார்கள். சிறுவர்களின் உலகம் கதைகளால் நிரம்பி வழிகிறது. விளையாட்டும் பாட்டுமாக ஊருக்குள் அலைந்து திரிகிறார்கள். பாதை மறந்து ஓடைச்சேற்றுக்குள் இறங்கித் தவிக்கும் ஆண்டியை மாரி மீட்பதிலிருந்து தொடங்குகிறது நாவலின் ஆரம்ப வரிகள்.

ஆண்டியோ மாரியின் கதைச்சேற்றில் மீளமுடியாது விழுந்துவிடுகிறான். வாசிக்கும் நாமும்தான். அதன்பிறகு சிறுவர்களின் கிராமிய வாழ்வு கொண்டாட்டமாக மாறிவிடுகிறது. மாரி தான் வாழும் அற்புத உலகிற்கு ஆண்டியைத் திரும்பத் திரும்பக் கடத்துகிறான். கிளித்தட்டு விளையாட்டிலும் மாரியின் கதையே வெல்கிறது. கேட்பவர்கள் விடுபட முடியாத கதையாடல். மாரியின் கதைவெளிச்சத்தில் கலிங்கலூருணி கிராமம் ஒளிர்கிறது. அடித்தட்டு விளையாட்டின்போது மாரி சொல்லும் பறக்கும் கழுதையின் கதை உரையாடலின் உச்சம். கதை சொல்பவனும் கதைகேட்பவனும் இணைந்து செல்லும் கதையாடல். மாரியின் ஒவ்வொரு சொல்லும் வண்ணம். அப்போது உதிர்க்கும் வார்த்தைகளின்மீது படிகிறது உலராத கதை ஈரம். கேட்கும் மனதிலும் அந்த ஈரம் உலர்வதில்லை. சிறுவர்கள் ஊரைப் புதுப்பிக்கிறார்கள். அப்பழுக்கில்லாத மனவெளித் தீண்டுகிற புறவெளியில் வண்ணத்துப்பூச்சியாக நாமே பறக்கிற ஆனந்தம்.

மாரியும் கழுதையும் வானில் பறக்கும் அழகு கதைக்குள் பேரழகு. 'கரையான் அரிச்ச மாதிரி நெலா கொஞ்ச நாளைக்குத் தேஞ்சுக்கிட்டே போகுதே அது ஏன் தெரியுமா?' கேட்டுவிட்டு வாய்திறந்து கேட்கும் கொக்கனிடம் ஆண்டியை ஒதுக்கிவிட்டு மேலும் கதையை நீட்டுவான். முன் சொன்ன கதை வேறு ரூபம் எடுக்கும். நிலாவின் ரகசியங்களை உதிர்ப்பதுபோல மாரி சொல்லச் சொல்ல கொக்கன் சொக்கிக் கேட்பான். அண்ணாந்து நிலாவைப் பார்க்கும் நேரம் 'கிளி போகுது. புடிக்க வாங்க' என்று மாரி ஒரே ஓட்டத்தில் பறந்துவிடுவான். 'வண்ணாப் பெய கதையக்கேட்டேன். வாயில மோண்டுட்டுப் போயிட்டான். எல்லாருட்டையும் வசவு வாங்க்கிகெட்டணுமே' என்று கொக்கன் புலம்புவது வாசிப்பில் இனிக்கும்.

சாதி வேர்களைத் தனது கதைகளால் பிடுங்கி மென்று துப்பும் மாரியின் கதைவிளையாட்டு கலா அழகுதான். மாரி தனக்குள் உருவாக்கி வாழ்கிற உலகம் சாதிய மனிதர்களைப் புறம் தள்ளும் அழகியல். நாவலுக்குள் மாரியும் ஆண்டியும் மெய்மறந்து உரையாடும்போது பூமணியின் வார்த்தைகள் கிராமத்து அதிரசம்போல நாவில் படிகிறது. இப்படிச் சிறுசுகளின் விளையாட்டாகத் தொடங்கும் கதை கலிங்கலூருணியை மையமிட்டு ஊர் தாண்டியும் ஊர்களைத் தாண்டியும் விரிகிறது.

நண்பர்கள் இருவருக்கும் திருமணம் நடந்து முடிகிறது. தந்தை அல்லாத்தனும் தாய் மொன்னச்சியும் வெளுப்புத்துறையில் மாரியின் பாட்டைப் பெருமையோடு கேட்டு மகிழ்கிறார்கள். 'வக்காளி இந்தப் பாட்டெல்லாம் எங்க வச்சிருந்தான்' என்று பூசமரக் கிணற்றில் அப்போது கமலை இறைத்துக் கொண்டிருந்த ஆண்டி மனம் குதூகலிக்கிறது.

பாடே பாட்டாக மாறிக் கடக்கும் வண்ணார் வாழ்க்கை ஓவிய அழகில் மனதில் படிந்துவிடுகிறது. ஆண்டியிடம் பேச்சுப்பழக்கம் போடும்போது மாரி சொல்லும் கழுகுக் கதை வார்த்தைகளுக்கு உயிரூட்டும் கதை. 'அழகுன்னா அழகு அள்ளி குடிக்கிற அழகு' என்று சின்ன ராசா சந்தித்த சக்கலியப்பெண்ணைப் பற்றிச் சொல்லும்போது அங்கே பூமணியின் பேச்சழகு. அப்போது விரியும் கதையில் சொக்கிப் போகிறோம். புனைவும் வார்த்தை அழகும் போட்டிப் போடுகிற மண்ணின் கதையாக மலர்கிறது 'அஞ்ஞாடி'.

ஊருக்குள் நுழையக் காத்திருக்கும் தீ வெள்ளம்... மலைகளை நாவில் தூக்கிப்போட்டுப் பிடித்து விளையாடுகிற பேய்கள் என்று மாரி கதை சொல்கிறபோது ஆண்டி இடையே புகுந்து பேசுகிற சொல்விளையாட்டு கதைக்கு இசைரூபம் தருகிறது. 74 பக்கங்களில் மட்டுமே வாழ்கிற மாரியின் வாசத்தில்தான் நாவலின் மீதிப் பக்கங்களை வாசிக்கிறோம். அஞ்ஞாடியில் கதைகள் கொட்டிக் கிடக்கின்றன. வேறு வேறு கதைசொல்லிகள் கேட்டிராத கதைகளைக் கொட்டிப்போகிறார்கள்.

வாசிப்பின்போது குவியும் சொலவடைகளை நீக்கிவிட்டால் உரையாடல் துவண்டுபோகும். சொலவடைகள்தான் உரையாடல் களில் கலந்திருக்கும் உப்பு. உரையாடல்களின் நாவல் என்றுகூட 'அஞ்ஞாடி'யைச் சொல்லலாம். மாரியின் மகன் மருதன் அப்பனுக்கு தப்பாத பிள்ளை. வண்ணாந்துறையில் மகன் பாடும் பாட்டை ஆமை முதுகிலேறி வந்து கேட்கும் மாரி. மண் மூடிய மாரிக்கு ஆண்டி வைக்கிற புன்னை மரம். நண்பனின்

குடும்பத்தை ஆதரித்து மகிழும் ஆண்டியின் இயல்பான குணம். கலிங்கலூருணியை குடும்பம்போல நேசிக்கிற தந்தை மனம். விதைக்கும் தொழில் நேர்த்தியை ஊரெல்லாம் கொண்டு சேர்க்கிற கருணை மனம். ஆண்டியின் விளிம்பிலிருந்து ஊராக... சமூக மாக... பொதுவெளியாக விரிகிறது எழுத்து. எழுத்து நாவலாக மலர்வதற்கான படைப்புலகம் ஒன்று மெல்லத் திரள்கிறது. நிகழ் உலகிலிருந்து பூமணி கட்டமைக்கும் உலகில் நுழைந்து ஆசை ஆசையாகத் திரிகிறோம்.

சடையப்பன் செட்டியார் சந்திரப்பட்டி வைத்தியர். கழுதை மீதிருந்து கீழே விழுந்தபோது உடைந்த ஆண்டியின் காலை சேர்த்துவைத்த வைத்தியர். மனிதர்கள் விலங்குகள் என்று பேதமின்றி வைத்தியம் பார்த்த அருளாளர். அவர் இறந்த போது சுற்றியிருந்த ஊர்களெல்லாம் அழுதன. அபூர்வமான மனிதர். மலையாண்டிக்கு வெளிமூலம் சாணைக்கிழங்காகப் பண்ணைவைத்து முளைத்திருந்தது. உசிர மாச்சுக்கிற வலி. செட்டியாரின் எந்த வைத்தியத்துக்கும் மூலம் கேட்காதபோது அவனை கம்மம் புஞ்சைக்குள் கூட்டிக்கொண்டுபோய் குப்புற படுக்க வைக்கிறார். மனசை அடக்கிக்கொண்டு கையால் குண்டியை அகலித்துப் பிடித்துக்கொண்டு முகத்தை ஆழத்துக்கு அமுக்கி மூலமுளையைக் கவ்வி வேரோடு பிடுங்கித் துப்பிவிட்டு பெருமிதமாகச் சொல்கிறார்... 'எம் மருந்துக்குச் சொன்னபடி கேக்கலன்னா இதுதான் கெதி.' ரத்தச் சுளையாகக் கிடக்கும் மூலமுளையைப் பார்த்து... செட்டியார் காலில் நெடுஞ்சாண் கிடையாக மலையாண்டி விழுகிறான். செட்டியாரின் கருணை உள்ளம் வியக்கவைக்கிறது. நாவலில் இப்படி ஏராளம் உண்டு. எளிய சமூக வாழ்வு உருக்கொண்டு அதிர்கிறது. பூமணி தன் நாவலில் அறிமுகம் செய்கிற ஊர் நமக்கும் நெருக்கமாகிறது. ஊரோடு சேர்ந்து விழித்து உறவாடி இரவு கண்மூடித் தூங்குவதான வாசிப்பில் மகிழ்கிறோம்.

மாரியின் மனைவி அனந்தி... ஊர் வழக்கப்படி வீட்டு முன் நின்று கஞ்சி கேட்கிறாள் 'கஞ்சி போடுங்கஞ்ஞா' என்று. அவள் கஞ்சி கேட்கும் ராகத்தை இன்னொரு தடவை கேட்கணும் போலிருக்கிறது. மலங்காட்டிலிருந்து புதுசாக இறங்கி வந்த குருவிபோல் அவளைப் பார்க்கிறார்கள். ஆண்டி முற்றத்துக்கு வந்து அவளிடம் கேட்கிறான்... 'புதுப்பொண்ணு எப்படியிருக்க. புருசன் நல்லா கவனிச்சிக்கிறானா இல்ல நீதான் அவனக் கவனிச்சுக்கிறயா.'

இந்த இடத்தில் பூமணி எழுதுகிறார்... 'அவள் பானைக் கஞ்சியிலிருந்த கருக்குப் பருக்கையை எடுத்து வெளியே சுண்டி

னாள். முகம் நிறைய வெட்கம். சற்றே தாமதித்து சொல்கிறாள்... 'ரெண்டுபேரும் கவனிச்சிக்கிருவொம்' என்று. வாசிக்கும்போது நம் மனம் பார்க்கிற அவளின் அந்தநேரத்து முகத்தை கேன்வாஸ் பரப்பில் எந்த ஓவியனாலும் வரைய முடியாது. ஆனால் சொற்களில் பூமணி சாதித்துவிடுகிறார். ஆண்டியின் மனைவி கருப்பி பேசும் வார்த்தைகள் எல்லாம் பூமணியின் வார்த்தைகள்தானே! நாவலுக்குள் வரும் வண்ணாரப் பேச்சு எல்லாமே 'காதில் தேன் வந்து பாயுதடா' என்று சொல்லத் தோன்றும் பேச்சு. மருதும் ஆண்டியும் பேசுவதைக் கேட்டுக்கொண்டே இருக்கலாம்.

பொய்யாளிக்கு திருமணம் நடக்கப்போகிறது. பந்தலடிச் சோறு தின்ன மருதனுக்கு வயிற்றையும்... மிச்சம் கிடைத்த சோற்றையும் சுமக்க முடியவில்லை. மறுநாள் காலையில் மாப்பிள்ளைக்குக் காப்புக்கட்டு. அரசனக்கால் நட்டு மாக்கோலமிட்டு குலவை யிடுகிறார்கள். அன்று இரவு கலிங்கலில் சுண்டங்குளத்து மேளம். பூமணி எழுதுகிறார்... 'விலுக்கனின் குழல் இருட்டில் வீடுவீடாக நுழைந்து கலியணாத்துக்கு அழைத்தது' என்று. ஒரு பெருசு பேசுகிறது 'இந்த பெய பெறந்த ஓடன சீவாளியச் சூம்பக் குடுத்திருப்பாகளோ.'

பேரன் பட்டணப் பிரவேசம் போவதைப் பார்க்கவெனக் காத்திருக்கிறாள் பாட்டி கருப்பி மூக்குமுட்ட ஆசையோடு. அதே நினைவில் தூங்கப்போகும் கருப்பிக்கு விதவிதமான கனா. அப்படி ஒரு கனவை பூமணிபோல யாராலும் சொல்ல முடியுமா என்று தெரியவில்லை. 'வனாந்தரமான வனாந்தரம்' என்று கனவை விவரிக்கத் தொடங்குகிறார். ஒவ்வொரு வார்த்தைக்குள்ளும் கிராமியக் கவி அழகு. ஒவ்வொரு வரியிலும் தோற்றம்கொள்கிற வசீகரவெளி வாசிப்பின்போது பிரமிக்க வைக்கிறது. கனவைப் பேசும் பக்கம் 203லிருந்து... 206வது பக்கத்தின் இறுதி வரி வரையிலும் பிரமிப்பு அடங்காது.

'திடீரென ஒரு இடி. நெருப்பு நூலாக மின்னல் குப்புறக் கிடக்கும் கூடைக்குள் பாய்கிறது' என்கிறார். இறுதி வரி 'விடிந்ததும் கருப்பி கனாவை முந்தியில் முடிந்துகொண்டாள்' என்று முடியும். கருப்பிக்கு முன்பே கனாவை நாமும் பத்திரப் படுத்திக் கொள்கிறோம். யாரும் காட்சிப்படுத்த முடியாத ஒரு கனவைச் சொல்கிற பூமணியோடு நாவல் குறித்து வேறாகப் பேச வேண்டியிருப்பது எனக்கு வருத்தம்தான். சமீப நாவல்களில் அப்படியான எழுத்து அதிகம் இருப்பதால் சொல்லாமல் விட முடியாது. கிராமத்து வேர்களில் பயணிக்கிற எழுத்து ஊருக்கு வெளியே பயணிக்கிறபோது நாவலின் கதைக்குள் ஊடுருவல்.

பேத்தி என்று சிறுசுகளால் அழைக்கப்படும் கருப்பியை மையமிட்டு ஆண்டியின் குடும்பம் வளர்கிறது. அதுபோல அனந்தியைச் சுற்றி வண்ணாரக் குடும்பம் பல்கிப் பெருகுகிறது. ஜாதியை மறக்காத ஊரில் எப்படி வாழ்வது என்று பிள்ளைகளுக்கும் உறவுகளுக்கும் கற்றுத்தருகிறாள் அனந்தி. ஊருக்குள் வரும் தீவட்டிக் கொள்ளயர்களை அடக்க தானும் தீவட்டிக் கொள்ளையனாக மாறும் கருத்தையன்... அவனை விரும்பும் ஆண்டியின் மகள் வீரம்மாள்... தீவட்டிக்கொள்ளயர்களின் அடாவடிகள்... கருத்தையனின் கூட்டாளிகள்... நொண்டிமுனி சொல்கிற பேய்க்கதை... கருத்தையனின் மரணம்... கருங்கலூருணிக்கு வந்து சேரும் சண்முகம் மாலையம்மாள்... அதிலிருந்து தொடங்கும் நாடார்களின் கதை... தாதுபஞ்சம்... பசி நெருப்பில் பற்றி எரியும் உடல்களின் வலி... காய்ந்து தீயும் மண்... உதிர்ந்துபோகிற மக்கள்... கல்விளை ஊர் கொடுமைகள்.... மேல் ஜாதியினரிடம் வாங்கிய அடி உதை அவமானங்கள்... மார்புக்கும் வரிபோட்ட கொடுமை... வெள்ளைய நாடார் தீமிதித்து ஆவேசமாக குமரகோயில் வாசலுக்கு ஓடுவது... பலவேச நாடாரும் மக்களும் கத்திக்கொண்டே கூட்ட நெரிசலுக்குள் பாய்ந்து முன்னேறுவது... ‘சாணான விடாதே’ என்று நாயர்கள் குறுக்கிடுவது... நூறு இருநூறு பிணங்கள் சாய்வது... இப்படியாக நேர்மையாக நகரும் நாவலின் கதைக்குள் வெளியே இருந்து அடை மழையாகக் கொட்டுகிறது வரலாற்றுத் தகவல்கள்.

‘அஞ்ஞாடி’ மூன்று குடும்பங்களை மையமிட்டு நகர்கிறது. ஆண்டியின் குடும்பம், மாரியின் குடும்பம், கலிங்கலூருணிக்கு பிழைக்க வரும் சண்முகம் மாலையம்மா குடும்பம். இவர்களின் தலைமுறைகளின் வாழ்க்கையை விரிக்க வரும் கதையாடலே நாவலாகிறது. மேலுமானப் பாத்திரங்கள் நாவல் இயங்கும் பரப்பிலிருந்தே வாசிப்பில் நுழைகின்றன. பலவேச நாடார் பெரிய நாடார் சந்திப்பின் வழியாக நாடார்களின் பிரச்சனை மெல்ல நுழைகிறது. தென்மாவட்டங்களில் தீவிரமாக இருந்த சாதிய மோதல் நாவலின் அழகியல் பரப்பில் ஆளுமைகொள்கிறது. சாதிக் கலவரத்தில் பெரிய நாடாரின் பேரன் தங்கையா இறந்துவிடுகிறான். தங்கையாவின் மனைவி தேவானை மகளை இழந்து மகன் வேலய்யாவோடு ஊருக்கு வந்து வாழ்க்கையைத் தொடங்குகிறாள். மூன்று குடும்பங்களை மையமிட்டு விரிகிற கதையாடலில் பின்புலமாக வருகிற வரலாறு... மேலுமான வரலாறுகளைக் கூட்டிவந்து படைப்புலகை ஆக்கிரமிக்கிறது.

பெரிய புராணம்... சமணம்... பாண்டியர்... எட்டப்பன்... வடுகபாண்டிய... பாளையக்காரர்... கும்பினி... மருது

சகோதரர்கள் . . . கிருத்துவம் பரவுதல் . . . ஏசு வரலாறு . . . தென்தமிழ்நாட்டில் பரவும் சாதிக்கலவரங்கள் . . . குறிப்பாக சிவகாசி கலவரம் . . . பக்கம் பக்கமாக விரியும் நாடார்கள் மீதான மற்ற சாதியினர் தொடுக்கும் வன்முறைகள் . . . நிகழும் கொலைகள் . . . ஊர்களுக்குள் புகுந்து நடத்தும் கொள்ளைகள் . . . வீடுகளை எரித்தல் . . . கோர்ட் நடவடிக்கைகள் . . . காவல்துறை மீறல்கள் . . . ஆங்கில அரசின் செயல்பாடுகள் . . . வாசிப்பின் பக்கங்களில் விடாது வந்துபோகும் ஆவணங்கள் . . . நாடார்களின் வணிக வெற்றி . . . அரசியல் . . . என்று நாவலின் கதையாடலில் வரலாற்று வெள்ளம் புகுந்துவிடுகிறது. படைப்புலகம் உடைந்து சிதறுகிறது. அற்புதமான கதையாடலில் மூச்சுத் திணறும் செய்திகள். 400 பக்கங்களில் முடிய வேண்டிய நாவல். விளிம்புடைந்து உருவம் சிதைகிறது. நாவலின் தேவைக்காகச் சொல்லப்படும் வரலாறு அதன் எல்லையை மீறுகிறது.

நாவலுக்குள் சொல்லப்படும் எதுவும் நாவலின் இயங்கியல் பரப்பிலிருந்தே வெளிப்பட வேண்டும். வாசக மனம் காணும் எதுவும் நாவலின் அங்கமாக இருக்க வேண்டும். வைர உருவாக இறுகிச் சுடரும் நாவலுக்கு ஏங்குகிறது மனம்.

இடையே வந்து போகிற கதைகள் வரலாற்றுச் சுமையைக் குறைக்கின்றன. அப்படியான கதைகள் எல்லாமே பிரதிதான் என்ற கருத்தோடு ஒத்துப்போகிறது. படலம் 13ல் வரும் ‘கூடை தொடேன்’ அரிய சித்தரிப்பு. தேவலோகக் கன்னியர் எழுவர் நீராடி கார்வண்ணனின் கடைக்கண் பார்வையால் ஏழு குழந்தைகளைப் பெறுவது. அரங்கன் தன் குழந்தைகளை அள்ளியெடுத்து காளியிடம் கொடுப்பது. வைகை உடைப்பை அடைக்க கூடை தொட மறுக்கும் மாலவனின் மக்கள். கோபம்கொண்ட மன்னனால் வெட்டுண்ட இருவர்போக மீதமுள்ள ஐவர் ஐவகை நிலங்களில் குடியேறுவது. முருகன் மாதா சந்திப்பு. இதுபோன்ற தொல்கதைகள் வாசகனை வரலாற்றின் பிடியிலிருந்து மீட்கிறது. மாரி, கருப்பி போல நாவலும் இங்கே கதை சொல்கிறது. நாவலின் அங்கமாகக் கதைகள் மாறிவிடுகின்றன.

ஆக ‘அஞ்ஞாடி’ நாவல் இரண்டாக உடைகிறது. ஒன்று நாவல். இன்னொன்று நாவல் அல்லாத வரலாற்றுப் பக்கங்கள். கலை உலகம் காணவிரும்பும் அற்புதச் சிற்பமாக நாவல் உருகொள்கிறது. சிற்பத்தின் பேரழகில் தோய்ந்திருக்கும்போது . . . படைப்புலகிலிருக்கும் நம்மை வெளியிலிருந்து யாரோ இழுப்பதை உணர்கிறோம். நாவலுக்கு உள்ளே வெளியே என்று . . . அலைகிறது வாசக மனம். படைப்புலகில் முழுதாகத் தோய முடியாத

நிகழ் உலகின் தாக்கம். பெரும் நாவலின் உருவம் சிதைகிறது. வரலாற்றின் புதைச் சேற்றில் நாவலைத் தேடுகிறோம்.

நாவலுக்குள் நுழைகிற யாரும் எதுவும் நாவலுக்குள் பிறவிகொண்ட காலத்தின் அதிர்வாக மாற வேண்டும். நாவல் தனக்கானக் கேள்விகளை நாவலிலிருந்தே எடுத்துக்கொள்ள வேண்டும். அப்போதுதான் நாவல் பிரதிகளைத் தரும் மையமாக மாறும். வாசிப்பின்போது உண்டாகும் பிரதிகளே நாவலை முடிவில்லாது வாசிக்க வைக்கின்றன. நாவலுக்குள் நிகழ் உலகை அப்படியே திணிக்கக்கூடாது. பிரதிக்கு வெளியே வாசிக்கப்படும் அபாயம் நாவலுக்கு நிகழ்ந்துவிடும். தமிழ் இலக்கிய உலகின் சமீபத்திய சர்ச்சைகளை மறந்துவிடக்கூடாது.

மண்ணும் பாத்திரங்களும் அந்தப் படைப்புலகின் அடையாளங்கள். நாவலின் சிறப்பே அது தன் அளவில் உருவாக்கிவைத்திருக்கும் படைப்புலகமும் தனக்கான காலமுமே. அது படைப்பாளியின் ஏகபோக உரிமைகொண்ட உலகம். அந்த உலகில் நடக்கும் எல்லாமும் புத்தகத்திலிருக்கும் வார்த்தைகளால் இயங்குவன. வாழ்தலில் பெறுகிற அனுபவங்கள் ... பொது மனத்தின் அனுபவங்கள் என எல்லாமும் சேகரமாகிக் கனக்கும் மனம் எண்ணங்களால் விரிகிறது. எண்ணங்களால் நிகழும் உள்மனப் பயணம். பயணவழியில் எழுத்தாளன் மட்டுமே பார்க்கமுடிந்த இடங்கள். அந்த இடத்திலிருந்து புனைவின் துணையோடு உருவாகிறது படைப்பு. அதனால்தான் நாவல் கதை சொல்வதையும் தாண்டி இயங்குகிறது. வாழ்க்கையோடு தொடர்புடைய சில கேள்விகளையும் எழுப்பி அதற்கான விடைகளை வாசகனோடு இணைந்து தேடவும் செய்கின்றன.

‘அஞ்ஞாடி’ தமிழின் மிக முக்கியமான நாவல் என்பதில் கருத்து வேறுபாடு கிடையாது. வியக்கவைக்கும் ‘அஞ்ஞாடி’க்குள் வாசகன் தனித்து அலைந்து நாவலைக் கொண்டாடி மகிழும்போது நிகழ் உலகின் பெரும் சப்தமும் கூடவே கேட்கிறது. நாவலுக்குள் பெருகும் கதைகள் நாவலில் இசையாக நிறைகிறபோது வரலாற்று ஓசை வாசகனை அலைக்கழிக்கிறது. விரியும் வரலாறு நாவலின் மொழியாக மாறவில்லை. எண்ணற்ற வரலாற்று நிகழ்வுகள் நாவலுக்கு இணையான பக்கங்களை எடுத்துக்கொள்கின்றன. எல்லாமும் முக்கியமானப் பதிவுகள்தான். வாசிக்க வேண்டிய பக்கங்கள். அவற்றைத் தொகுத்து தனியாக இன்னொரு புத்தகம் கொண்டுவந்திருக்கலாம்.

வரலாற்றை நாவலுக்கான அனுபவமாக மாற்றியிருந்தால் காலமயக்கம் தவிர்க்கப்பட்டிருக்கும். வரலாற்று நாவல் என்பது வரலாற்றைச் சொல்வதல்ல. வரலாற்றிலிருந்து புதிய உருவம்

சமைப்பது. கலா உருவாக வரலாறு மாற வேண்டும். வரலாற்றை அப்படி மாற்றும் வித்தை படைப்பாளியின் எழுத்து வலிமை சார்ந்தது.

நாவலின் இறுதியில் வரலாற்று வெள்ளம் வடிந்து மீண்டும் நாவலின் அழகியல் பரப்பு வாசிப்பில் ஈர்க்கிறது. கோவிந்தன், சுந்தரநாயக்கர், மங்காத்தா, வேலம்மாவும் ஆண்டாளும், சுகுமாரன் சக்கரைநாடார், சாத்தன், ஆண்டியப்பன், பொம்மக்காள் அவள் மகன் மாரிமுத்து பாத்திரங்கள் கதையாடலை படைப்புலகிற்கு மீட்டு நாவலை அதற்கானத் தகுதியோடு முழுமை கொள்ளவைக்கின்றன. வேலம்மாவின் உரையாடலும் பாடலும் நாவலை மீண்டும் அழகியல் தளத்தில் இயங்கவைக்கின்றன.

சுந்தர நாயக்கர், முத்தம்மா, மாடன் இவர்களின் கூட்டு நாவலை நவீன வெளிக்கு அழைத்துப்போகிறது. சுந்தர நாயக்கரின் பாட்டு, வண்ணார் பாட்டு, பேயோட்டப் பாட்டு, விளையாட்டுப் பாட்டு, மணிக்காரர் பாட்டு, ஒப்பாரி பாட்டு என நாவலுக்குள் எத்தனை வகைப் பாட்டுகள்? நாவலின் இறுதியில் சுந்தர நாயக்கர் சாமியாராக மீண்டும் ஊருக்கு வருவதும் அவரது இறுதி ஊர்வலமும் நாவலை முடிவில்லாத பரப்பில் விரிக்கிறது. "ஆடு மாடமூக / ஆயிரம் சனமமூக / காடுகரையமூக எங்கசாமி / கந்தூங்கும் மாயமென்ன" என்ற ஒப்பாரியில் நாவலின் எழுத்து முழுமை காண்கிறது.

நாவலுக்குள் பிறவிகொண்ட காலத்திற்கு வெளியே உள்ள நிகழ்வுகளை நீக்கி வாசிக்கும்போது பூமணியின் நாவல் பேரழகு. புத்தகத்தில் வரும் வரலாற்றுச் செய்திகள் அவரின் நேர்மையான பதிவு. இரண்டையும் தனித் தனியே பார்க்கும்போது பூமணியின் 'அஞ்ஞாடி' தமிழின் சிறந்த நாவல்களில் மறக்க முடியாத நாவல்.

***சிற்றேடு* 2015**

'அஞ்ஞாடி' – பூமணி

வாசித்திராத எழுத்தின் பேரோசை

சிறுகதையின் செறிவோடு நாவல் எழுத முடியுமா? 'வடக்கேமுறி அலிமா' அப்படியான எழுத்தைத் தந்திருக்கிறது. நாவல் முழுவதும் 'அலிமா' வியாபித்திருக்கிறாள். எழுத்தின் ஒவ்வொரு வார்த்தையும் அவளுக்காகவே பிறக்கிறது. அலிமாவைப் பின்தொடரும் சொற்களின் உருவ முகமே நாவலாகிறது. அத்தியாயங்களின் தலைப்பை வெகு கவனமாக வாசித்துவிட்டு உள்ளே நுழைகிற வாசகன் ஜாகிரின் அற்புத எழுத்தைக் கூடுதலாகச் சுவைக்கிறான். தமிழுக்கு புதிய எழுத்தை, புதிய புத்தகத்தை தொடர்ந்து தந்துகொண்டே இருப்பவர் கீரனூர் ஜாகிர்ராஜா. இவர்போன்று யாராவது எழுத முயன்றால் தோற்றுப்போவார்கள். அதற்கு ஜாகிரின் அனுபவம் மட்டுமே காரணமல்ல. ஜாகிரின் மனம் மற்றும் அவர் நின்று பார்க்கிற சமூகவெளி. அவர் மட்டுமே பார்க்கிற அவரால் மட்டுமே பார்க்க முடிகிற வாழ்க்கை என்று கூறத் தோன்றுகிறது.

அலிமாவை தீவிரமாக விரும்பும் பாத்திரம் அவளை இப்படிச் சொல்கிறது. "நீ அத்தனை சுதந்திரமும், ஞானமும், தர்க்கமும் கொண்டவளென அறிந்து வைத்திருக்கிறேன். மரபான, மூலைக்குள் முடங்கிக் கிடக்கும் இந்திய ஸ்தீரிகளின் எல்லா விதத் திரைகளையும் நெருப்பில் பொசுக்கிவிட்டுப் புறப்பட்டவள் நீ." இதில் உள்ள ஒவ்வொரு வார்த்தையும் நாவலை வாசித்து முடிக்கும்போது

வாசகனின் மனதில் உயிர்கண்டு அதிரும். சமூக வக்கிர உணர்வு களை அவள் சந்திக்கும் விதமே பாத்திரப் படைப்பாகிறது. அதனால்தான் ஜாகிர் "இந்த பிரதியில் ஏன் இத்தனை வீச்ச மெடுக்கிறது என்று கேட்காதீர்கள், இந்தச் சமூக அமைப்பு ஏன் இத்தனை அலங்கோலமாய் இருக்கிறது என்று வேண்டுமானால் கேளுங்கள்" என்கிறார். அதனால்தான் இந்த நாவலில் புனைவாக ஒளிர்வது பாத்திரங்கள். கதைவெளி புனைவற்று வினைபடுகிறது. அதனால்தான் அலிமாவின் பாத்திர அதிர்வில் சமூகம் பயந்து நடுங்குகிறது.

நிகழ் உலகை... அலிமா என்ற பாத்திரப் புனைவு வழியாகச் சந்திக்கிறார். அதனால் வாசித்து முடித்ததும் நிகழ் உலகமே படைப்புலகமாக விரிகிறது. ஜின்னாவின் டைரியில் வருகிற அல்லாப்பிச்சையும் அப்படியொரு பாத்திரம்தான். இந்த நிகழ்வு அபூர்வமானது.

அலிமாவின் கதையை சிறிய எல்லைக்குள் சொல்லிவிடலாம். அலிமாவின் பிறப்பு. வடக்கேமுறி வீட்டில் அவளது வாழ்க்கை. மனப்பிறழ்வு? அதீத நடவடிக்கைகள். அழிக்கோடு முஸ்லியாருடன் காதல். முஸ்லியாருடன் வெளியேறல். கொல்லங்கோடு வாழ்க்கை. மம்மதுவுடன் பிரேமம். மம்மதுவின் துரோகம். எழுத்துலக அவதாரம். 'என்டே யாத்ரா' என்ற தன்வரலாறு. நாடோடிப் படலம். திரைப்பட நடிகை. இப்படியாகச் சொல்லப்படுகிறது அலிமாவின் கதை.

ஜாகிரின் எழுத்து வழியாக அலிமாவை அறிய வருகிறபோது அவள் ஒரு வாயிலாகத் திறந்துகொள்கிறாள். அதன் வழியாக நாம் பயணிக்கிறபொழுது மறைக்கப்பட்ட மனித மனத்தின் முழு வெளியையும் பார்க்க முடிகிறது. சமூகம் ஒரு அவச்சொல்லாகக் காதில் ஒலிக்க பயணிக்கிறோம். அறிய முடியாத பரப்பில்தான் வாழ்க்கையின் பேருண்மை மறைந்திருக்கிறது. அந்த இடத்தை நெருங்க முயல்பவன் படைப்பாளி. அதனால்தான் எழுத்து எப்போதும் வசீகரிக்கும் இடத்தில் இருந்துகொண்டே இருக்கிறது. மேலான எந்த எழுத்தும் இந்த இடத்தில் வேரூன்றியே வினைபடும்.

அதீத பெண்ணின் அதீத வாழ்க்கையை மனதில் சற்றே அதிரவிட்டு பாருங்கள். உங்களுக்கு காட்சியாகும் அந்தப் பெண்... மனதில் கண்டு அதிர்ச்சி அடைந்த அந்தப் பெண்... ஜாகிரின் படைப்பில் வரும் பெண்ணின் முன்னால் அடையாளமற்று உடைந்து சிதைந்து மறைந்துபோவாள். நாம் கற்பனையிலும் தீண்ட முடியாத ஒரு அதீத பெண் வடக்கேமுறி அலிமா. தமிழ் எழுத்தில் அலிமா போன்றதொரு பாத்திரத்தை இதுவரையிலும்

யாரும் படைத்ததில்லை. அலிமா அதீத பெண் மட்டுமல்ல. இதுநாள்வரை வஞ்சிக்கப்பட்ட எல்லாப் பெண்களின் சீற்ற உரு மட்டுமல்ல... புனைவின் பேரழகும் அலிமாதான்.

நாவலை வாசிக்கும்போது புனைவும் எதார்த்தமும் பிரிக்க முடியாத இடத்தில் இயங்க வேண்டும். இது புனைவோ என்று எதார்த்தத்தை வாசகன் அணுக வேண்டும். இது நிஜமோவென புனைவை எதிர்கொண்டு திகைக்க வேண்டும். இதுவே நாவலின் வெற்றி. ஜாகிரின் எழுத்து இதை எளிதாகக் கடந்துவிடுகிறது. தமிழ் நாவல் பரப்பில் சுயம்புலிங்கமாகச் சுடர்கிறார் ஜாகிர்ராஜா. இதற்கு எண்ணிலடங்கா சாட்சிகள் உண்டு. ஜாகிரின் கதைக்குள் வரும் நேர்காணல் ஒன்று போதும். 'ஜின்னாவின் டைரி'யில் வரும் அல்லாப்பிச்சையை வாசிக்கும்போது அலிமாதான் மனதில் வருகிறாள். ஆண் எழுத்தில் பெண்ணை இவர்போல நேசித்தவர்கள் யாருமில்லை.

ஜாகிரின் மூன்று நாவல்களும் (ஜின்னாவின் டைரி, குட்டிச்சுவர் கலைஞன், வடக்கேமுறி அலிமா) அலிமாவின் வேரிலிருந்துதான் கிளைக்கின்றன. தமிழின் புதிய எழுத்தை அலிமாதான் எழுதுகிறாள். நவீனத் தமிழ் இலக்கியத்தின் பெண் உரு அலிமாதான். அலிமா மனப்பிறழ்வில் ஒருபோதும் இல்லை. சமூகம் மனப்பிறழ்வுக்கு உள்ளாகும்போது அலிமாவை அது அப்படி பார்க்கிறது அல்லது அப்படி ஆக்குகிறது. அலிமாவின் தன் வரலாறில் உள்ள தெளிவு சமூகத்திடம் ஒருபோதும் இல்லை. ஞானமும் அறிவும் பெரும் விளையாட்டும் கலந்த பெண் அவள். சமூகத்தில் ஊடுருவி அலிமா பயணித்த இடங்களை எந்தப் பெண்ணும் நினைக்கவே அஞ்சுவாள்.

பெண்மீதான வக்கிர வினைகளை அலிமா போன்று எதிர்கொள்கிற பெண்ணை வேறு யாரின் எழுத்திலும் பார்க்க முடியாது. இது ஜாகிரின் சுயம். இது ஜாகிரின் தனித்த பார்வை. இது பெண்கள் மீதான நேர்மையான அக்கறை. அலிமாவின் கையில் கொடுத்திருக்கும் சாட்டையின் அதிர்வுகள் ஆண்களின் எல்லையைத் தகர்த்து எறிகின்றன. மனதில் பொய்யில்லாதவர் மட்டுமே அலிமாவை எதிர்கொள்ள முடிகிறது. அறச்சீற்றம் கண்ணகிக்கானது மட்டுமல்ல.

அலிமா வடக்கேமுறி வீட்டில் பிறக்கிறாள். நடக்கத் தொடங்கியதும் அவள் விரும்பி விளையாடுகிற இடம் எது? கபருஸ்தான் அலிமா விரும்மி விளையாடுகிற இடம். ஒரு பெண் குழந்தை சவக்குழிகளின் மீது ஏறி இறங்கி விளையாடுவதை கற்பனை செய்ய முடிகிறதா? அலிமாவின் அன்றாடத்தை

எந்த வாசகனாலும் ஜீரணிக்க முடியாது. அதைவிட அவளின் அன்றாடம் அவளே அறியாதது. மனித விழுமியங்கள் அலிமாவைப் பார்த்துப் பயந்து நடுங்கி மறைவிடம் தேடும். விழுமியங்களின் பயந்த முகம் பார்த்து அலிமா ஒரு குழந்தை போலச் சிரிப்பாள்.

யாரையும்விட அலிமா பரிசுத்தமானவள். அவள் மீதுள்ள அழுக்கு அவள் அழுக்கல்ல. சமூகத்தின் அழுக்கு. ஜாகிரின் எழுத்து ஜனிக்கும் இடம் இதுதான். சமூக வெப்பத்தால் எந்நேரமும் எரிந்துகொண்டிருக்கும் அலிமா அமைதி காணுமிடம் பிணங்களின் கருவறைதான். விரும்பி விளையாடும் கபூரும் கபுறுக்குளிகளும் அலிமாவுக்கு போதுமானது. மனப்பிசகு என்று எல்லோரும் முடிவு செய்த நேரத்திலும்கூட அவள் கபூர் கபூரே என்ட கபூரே என்ன விழிச்சோடே என்று அரற்றியிருக்கிறாள்.

“கபுறுக்களியில் இருவரும் கபுறுக்குளிகளைத் தாண்டி தாண்டி மஞ்சள் நிறப் பட்டாம்பூச்சியைப் பின்தொடர்ந்ததுதான் இவளுடைய கால்கள் வரம் வாங்கிக்கொண்டு ஓடிய ஓட்டமாகும். அலிமாவின் மற்ற எல்லா ஓட்டங்களும் அவமானகரமானவை. முஸ்லியாரும் இவளும் வீட்டிலிருந்து ஓட்டமெடுத்தது, மம்மதுவும் இவளும் முஸ்லியாரிடமிருந்து தப்பியோடியது, பீதாம்பரத்திடமிருந்து ஆலப்புழாவின் தெருக்களில் தலைதெறிக்க ஓடியது எல்லாமும் அவளின் துயரமான ஓட்டங்கள்.” நண்பன் கபூரே அலிமாவின் மனம் சாந்திகண்ட இடம். அவளை அவனிடமிருந்து பிரித்தது பெரியவர்களின் வக்கிர மனங்களன்றி வேறு எது?

அலிமாவின் தொங்கோட்டத்தில் எந்த நீரூற்றும் அவளின் தாகம் தணிக்கவில்லை. காணுமிடமெல்லாம் பாலைதான். கபூர்தான் அவளின் வாழ்தல் எல்லை. அந்த எல்லையைத்தாண்டி கபூருடனான கபுறுக்களி, எழுத்தில் வடிக்க முடியாத அநுபூதி. கபர்ஸ்தானுக்குள் அலிமா நுழையும் கணம் பிணங்கள் விழித்து பயந்துகிடக்கும். அவளின் கேள்விகளும் கையிலிருக்கும் குச்சியும் கபுறாளிகளை அச்சுறுத்தும். ஒவ்வொரு பிணக்குழி முன்பும் அவள் எழுப்பும் கேள்விகள் இறைவனின் கேள்விகளாக பிணங் களின் காதில் விழும். கபூர் சாட்சியாக அங்கே நின்றிருப்பான். தும்பிகளும் பட்டாம்பூச்சிகளும் கடவுளின் முகங்களாக அங்கே அலைந்துகொண்டிருக்கும்.

அலிமா கேட்கிறாள் ...

“கலிமா சொல்லுங்கோ”

“தொழுதியளா?”

"காசு உண்டாக்கினீங்கோ, ஹஜ் செஞ்சியளா?"

"ஜக்காத் கொடுத்தியளா, இல்லங்கி பிச்சைக்காரன் பக்கீர்களைத் துரத்தியடிச்சீங்களா?"

"உங்க பரியாளத் தலாக் கொடுத்தீங்களா?"

"வட்டி வாங்கினதுண்டா. இல்லங்கி இத்தன பைசா எங்கின வந்துச்சு?"

"உங்க தள்ளிய கொடுமப்படுத்தீனீங்களா?"

"பாவப்பட்டவன் வயித்துல அடிச்சதுண்டா?"

"சொல்லுங்கோ ..."

"சொல்லுங்கோ நா அல்லாக்கு பேத்தியாக்கும்"

"சொல்லுங்கோ நா அல்லாண்ட மோளாக்கும்"

"சொல்லுங்கோ"

கையிலிருக்கும் குச்சியை கபுறுக்கு முன்நீட்டி கேள்விகள் எழுப்புவாள். அலிமா அங்கே தெளிந்த சிந்தனையில் கடவுளின் இடமிருந்து அலைவாள். கபுறுகளின்மீது அலையும் பட்டாம் பூச்சிகளோடும் தும்பிகளோடும் கலந்திருப்பாள். இப்படியான அலிமாவை பிறகான அத்தியாயங்களில் வாசிக்கிறபோது பிறக்கிற மனதின் வலி நிரந்தரமாகிறது. அலிமா பிறப்பதற்கு முன்பே அவரது பெரியப்பாவிற்கு அவரே அறியாது அலிமாவின் முழுவாழ்வும் தெரிந்திருப்பதாக வருவது நாவலைச் சற்றே அறியவொண்ணா இடத்தில் அதிரவிடுகிறது.

வடக்கேமுறி வீட்டிற்கு எதிரில் மளிகைக்கடைத் திறக்கிறான் தமிழ் நாட்டிலிருந்து போகும் ஷேக். அவனது வாழ்க்கை லட்சியமே அலிமாவை மணம் செய்துகொள்வதுதான். அலிமாவின் குடும்பத்தை அணுகி அவளது பெற்றோர்களின் சம்மதமும் பெற்று அவனது உறவுகள் பெண் பார்க்க வருகிறார்கள். அவனது உறவுகளை அங்கிருந்து விரட்ட அலிமா செய்கிற காரியம் அவளது எதிர்வினைகளின் உச்சம். அலிமாவின் அந்தநேர மனம் அவளே அறியாதது. அவர்களிடம் அப்படி நடந்துகொண்டதற்கு அவளே வருத்தப்படுகிறாள். அலிமாவின் வாழ்க்கையை வாசகனிடம் சொல்லும் கதைசொல்லிகளில் ஷேக்கும் ஒருவன். அலிமா பற்றி ஷேக் சொல்கிறான் "அலிமாவின் வாழ்க்கை ஒப்பனை இல்லாதது. தான் வெறுத்தவர்களை அலிமா மனதார வெறுத்தாள். தன்னை நேசித்தவர்களை ஆழமாக நேசித்தாள்" என்று.

“கழுதை இதழில் வெளியான –நேர்காணல்” என்ற அத்தியாயம் உரையாடலின் பேரழகு. இந்த வேரின் கிளைதான் ‘ஜின்னாவின் டைரி’யில் வரும் அல்லாப்பிச்சையோடான நேர்காணல். அலிமா உடனான நேர்காணலை ஒழுக்கச் சீலர்களாகத் தங்களைப் பாவித்துக்கொண்டவர்கள் வாசிக்க அஞ்சுவார்கள். அதிவேகத்தில் வீசப்படும் கற்களை முகத்தில் யாரால் வாங்க முடியும்? இதுநாள்வரை வன்கொடுமைக்கு ஆளாக்கப்பட்ட பெண்களின் வெளிப்பாடு அலிமா. மனித வக்கிரத்தின் எதிர்வினை உருதான் அலிமா. நேர்காணலின்போது அவள் மனதிலிருந்து தெறிக்கும் வார்த்தைகளில் அழுக்கோ வக்கிரமோ கிடையாது. அந்தரங்கமே உடலாக ஆக்கப்பட்ட அவளுக்குத்தான் எல்லா உரிமையும் உண்டு.

அலிமா சொல்கிறாள் ... “மிகச்சிறு பிராயத்திலேயே என் வாழ்க்கை தடம் புரண்டுவிட்டது அல்லது நிர்மூலமாக்கப்பட்டு விட்டது. அப்பாவித்தனத்துக்கும் குழந்தைமைக்கும் இன்றைய உலகத்தில் இடம் கிடையாது. அவ்வகைப் பண்புகளுடன் ஒரு பெண் இருந்தால் அவள் சிதைக்கப்படுவாள் என்பதற்கு என் வாழ்க்கை ஒரு உதாரணம்.” நாவலை இந்த வெளிச்சத்திலிருந்து தான் வாசிக்க வேண்டும்.

அலிமாவின் மேலுமான வார்த்தைகளை வாசியுங்கள் ... “இதன்பிறகு நான் தேர்ந்துகொண்ட ஆண்கள் என் யோனியை நக்கியவர்கள் மட்டுமே. அவர்களால் என் இதயத்தை அசைத்துப் பார்க்க முடியவில்லை. இருபது வயதுகளுக்குள் இந்த ஆண்களால் பல்வேறு ஹிம்சைகள். அது ஒரு கட்டத்தில் என்னைப் பிறழ வைத்தது. பிறகு அதிலிருந்து மீண்டேன். பிறழ்வு என்பது என்னைப் பொறுத்தவரை பாக்கியம். நான் மீண்டும் எப்போது வேண்டுமானாலும் அந்தப் பிறழ்வுக்குள் ஐக்கியமாகிவிடத் துடிக்கிறேன்.” அலிமாவின் இந்த வார்த்தைகளுக்கு பதில் சொல்கிற இடத்தில் சமூகம் இல்லை. “நான் மீண்டும் எப்போது வேண்டுமானாலும் அந்தப் பிறழ்வுக்குள் ஐக்கியமாகிவிடத் துடிக்கிறேன்.” இந்த வார்த்தைகள் மீது பொருள் கண்டு பேசுவதே பாவம். உணர்வில் இறங்கித் தகிக்கிற வார்த்தைகள். இப்படி ஒரு வாழ்தலை சந்தித்த பெண்மீது விமர்சனம் செய்யும் உரிமை யாருக்கும் கிடையாது. ‘வடக்கேமுறி அலிமா’ நாவலுக்கு எதிர்வினையாற்றும் ஒழுக்க பலம் சமூகத்திடம் இல்லை. இதுவே நாவலின் வெற்றி.

தான் வாழும் சமூகத்தையும் தன்னையும் அறிவதற்கே எழுத்து. ஜாகிர்ராஜாவும் நம்மோடு இணைந்தே அதை அறிந்துகொள்கிறார். நல்ல எழுத்தாளன் தனது எழுத்தின் வழியே

அடிப்படையானக் கேள்விகளை எழுப்பி வாசகனோடு இணைந்து மனித வாழ்தலை அறிய முயல்கிறான். வடக்கேமுறி அலிமாவின் உண்மையான முகம் கபூருடன் மயானத்தில் பட்டாம்பூச்சிகளின் பின் ஓடும் முகம்தான். “நா அல்லாக்கு பேத்தியாக்கும்” என்று சொல்கிற மனத்தூய்மை அலிமாவிடமிருக்கிறது.

அலிமாவுடனான நேர்காணலும் ‘என்ட யாத்ரா’வில் அலிமாவின் பதிவுகளும் அவளது அப்பழுக்கில்லாத மனதை வாசக வெளிக்கு காட்டிவிடுகிறது. பிணக்குழிகள்மீது பறக்கும் பட்டாம்பூச்சிகள் அலிமாவின் அழகியல் பக்கங்கள். ‘என்ட யாத்ரா’வின் சில பக்கங்கள் அலிமாவின் அதீத உணர்வுகளையும் மனித வக்கிரங்களின் எல்லைகளையும் வாசக மனதில் அதிரவிடுகின்றன. விழுமியங்களைப் பேசுகிறவர்கள் விழுமியங்களுக்கு வெளியேதான் எப்போதும் இருப்பதை ‘என்ட யாத்ரா’ உணர்த்துகிறது.

அழிக்கோட்டார் பற்றி அலிமா பதிவு செய்கிறாள் “அழிக்கோட்டாருக்கு எல்லாரையும் வீழ்த்திவிடுகின்ற கண்கள். கொஞ்சமாக நீலம் பாரித்த கண்கள். உதட்டின் நுனியில் ஒரு குறுநகை எப்போதும் தவழ்ந்துகொண்டிருக்கும். அழிக்கோட்டாரை முஸ்லியராகப் பார்க்க முடியாமல் போனது என்னுடைய தவறா அல்லது அவருக்கே அப்படித்தான் தோற்றமா புரியவில்லை.” அலிமா அதிகமாக விரும்பிய கபூரின் காத்திருப்பையும் மீறி அழிக்கோட்டாரின் முறிக்கு அவள் கால்கள் நகர்ந்தன.

அழிக்கோடு முஸ்லியார் தன்னுடைய ஜின்னை ஏவிவிட்டு தன்னை கபூரிடம் போகவிடாமல் தடுத்தார் என்றும் பதிவு செய்கிறாள். அந்த இடத்திலிருந்துதான் அலிமாவின் வாழ்க்கை சிதைகிறது. அழிக்கோடு முஸ்லியார்தான் அலிமா வீட்டைவிட்டு வெளியேறுகிற வாயிலாக மாறுகிறார். அலிமாவின் முடிவில்லாத ஓட்டம் அங்கிருந்துதான் தொடங்குகிறது. ஒரு போதும் நிற்காத ஓட்டத்தில் அலிமா மாட்டிக்கொள்கிறாள்.

அலிமா நடிகையான பிறகு அவளுக்கு ஒரு மொட்டைக் கடுதாசி வருகிறது. நாவலுக்குள் ஜாகிர் வெற்றி பெறுகிற இடமாக இதை நான் உணர்ந்தேன். வாசகனிடம் எழும் கேள்விகள் . . . விமர்சகர்களிடம் எழவிருக்கும் கேள்விகள் . . . மத அக்கறையாளர்கள் எழுப்ப சாத்தியமுள்ள கேள்விகள் எல்லாவற்றையும் மொட்டைக் கடுதாசிக்குள் வைத்து நாவலை எதிர்மறை விமர்சனங்கள் தீண்டாது பார்த்துக்கொள்கிறார். வாசகன் படைப்பாளி உரையாடலும் நாவலை கேள்வி கேட்க முடியாத இடத்திற்கு நகர்த்துகிறது. அலிமாவின் செயல்படுகிற இடம் பிடிபடுவதோடு அலிமா பாத்திரத்தின் வழியாக நம்மோடு

உரையாடும் ஜாகிரின் கருணையும் நேர்மையான கோபமும் மனதில் இறங்குகிறது. வாசகனும் படைப்பாளியும் 'வடக்கேமுறி அலிமா' நாவலுக்குள் பாத்திரங்களாகப் பிறந்துவிடுவதால் ஜாகிரின் எழுத்து வாசகனுக்கு மேலும் நெருக்கமாகிறது.

அலிமாவின் வாழ்வில் மங்களவிலாஸ் ஹோட்டல் பிரிக்க முடியாதபடி கலந்துவிடுகிறது. அழிக்கோடு முஸ்லியாருடன் வந்து சாப்பிடுவதும் பிறகு ஹோட்டலில் வேலை செய்த ஜெயசந்திரன் முதலாளியாக கல்லாவில் உட்கார்ந்திருக்கும்போது வந்து சாப்பிடுவதும் வாசிப்பின்போது அலிமாவின் மங்களவிலாஸ் அனுபவம் பிரமிக்கவைக்கிறது. ஒரு உயிரை எப்படி நேசிப்பது என்பதை அலிமா கற்றுத் தருகிறாள். "அலிமா– மங்களவிலாஸ்" அனுபவத்தை ஜெயசந்திரனிடம் கேட்டால் அலிமாவை ஒரு பெண் ஞானி என்றுதான் சொல்லுவான். ஏன் நாமும்கூடத்தான்.

கரிக்கோடனை அவனது மரணத்திற்கு பிறகு நினைவு கூர்கிறாள் அலிமா. அந்த நேரம் அவள் எழுதும் வார்த்தைகள் மனப்பிறழ்வு உள்ள மனதில் ஜெனிக்க முடியாத சொற்கள். மனப்பிறழ்வு அவளின் ஆன்மாவை ஒருபோதும் தீண்டவில்லை. சுண்ணாம்பு பூசப்பட்ட ஒரு வீட்டின் சுவரில் 'கரிக்கோடன் மரிச்சு' என்று மலையாளத்திலும் 'கரிக்கோடன் மரணம்' என்று தமிழிலும் எழுதி தனது ஞாபகத்தில் பதிந்திருந்த கரிக்கோடனை சித்திரமாக வரைகிறாள். படத்தின்மீது கொஞ்சம் உதிர்ந்த பூக்கள் தூவுகிறாள்.

"வாழ்க்கை ஒரு நாற்சதுர அறைக்குள்ளோ அல்லது நீண்ட வராந்தாவிலோ கயிறு கோடவுனிலோ கிடையாது. அதேபோன்று அழிக்கோடு முஸ்லியாரின் ஆணுறுப்பிலோ மம்மதுவின் பஸ்கி எடுத்து விரிந்திருந்த மார்பிலோ மட்டுமில்லை. கரிக்கோடனைப் போன்ற விசித்ரமும் புதிரும் கலந்த ஒரு மூடுண்ட மனுஷ்யருக்குள்ளே அது ஒண்டிக்கொண்டிருக்கிறது." "நிறைய விருட்சங்களைச் சேதாரம் செய்து நிறைய நிறைய தீ வளர்த்து அணைந்து மங்கி பொடியாகி கடைசியாகக் கோடனின் கொட்டாரத்துக்குள் வந்து தம்மை இறுதியாக்கி மாய்த்துக்கொண்டு சாபவிமோசனம் பெற்றுக்கொள்ளும் கரிக்கட்டைகள்" இந்த எழுத்தின் பின்னே தெரிவது கரிக்கோடனின் பாத்திரமோ அலிமாவின் ஞானமோ மட்டுமல்ல. கீரனூர் ஜாகிர்ராஜாவின் எழுத்தின் வலிமையும்தான். இப்படிச் சொல்வதற்கு நாவலில் நிறையவே உண்டு.

நாவலின் உச்ச அத்தியாயம் "எழுத்தாளர்களைக் கொன்று விடலாம்". அலிமாவின் பெரியப்பா ஹபிபுல்லா. கச்சோடம் பிடிபடாத அகமதுவின் அண்ணன். அவரது ஆர்வம் எழுத்திலும்

பேச்சிலுமே இருந்தது. தொழில்களில் மனம் ஒன்றவில்லை. அலிமா, கபுறுக்களி அலுத்துப்போகும் போதெல்லாம் வடக்கேமுறியை விட்டு வனத்தில் வலியாப்பா வீட்டில்தான் இருப்பாள். ஹபிபுல்லா தான் எழுதுகிற 'மலபார் நாடோடி' நாவல் வழியாக தனது தம்பி மகளான அலிமா பிறப்பதற்கு சில மாதங்களுக்கு முன்பே அவளைத் தனது கதைக்குள் பாத்திரமாக படைத்துவிடுகிறார். அலிமாவின் 90 ஆண்டுகால வாழ்க்கையை பிழையில்லாத ஜாதகம்போல அந்த நாவலுக்குள் எழுதிவிடுகிறார்.

அச்சிடப்படாத அந்த நாவலின் வார்த்தைகள் மந்திரத் தன்மையோடு வினைபடுகின்றன. இதை அறிந்துகொண்ட அவர் மனைவி சாரா இது எப்படி சாத்தியம் என்று அவரிடமே கேட்கிறாள். அவரால் மனைவி ஏற்கும்படியான பதிலைத் தர முடியவில்லை. புனைவு சில நேரங்களில் எதார்த்தமாக அமைவதுண்டு. அது நானே அறியாது நிகழ்வது என்கிறார். அதை ஏற்க மறுக்கும் சாரா அவரோடு நீண்ட விவாதம் செய்கிறாள். இருவருக்குமான உரையாடலில்தான் நாவலின் அதீத புனைவும் வாழ்வின் எதார்த்தமும் பிரிக்க முடியாதபடி கலந்திருக்கிறது. இந்த நாவலை தமிழ்ப் பரப்பில் கவனிக்க வேண்டிய நாவலாக ஆக்குவதும் இந்த இடம்தான்.

எழுத்தாளன் விழுமியங்களின்மீதும் சமூகத்தின்மீதும் தனது எதிர்வினையை ஆற்றும்போது சந்திக்கின்ற சகல பிரச்சனைகளையும் ஜாகிர்ராஜா தனது உத்தியின் வழியாக புனைவின் துணையோடு எந்த எதிர்ப்புமின்றி கடந்துவிடுகிறார். ஜாகிரின் 'புனைவு தமிழ்' மிகவும் வசீகரமானது. அவரது எல்லா நாவல்களிலும் அவரது தனித்த எழுத்தாக வாசிப்பில் உணர்வது இந்த புனைவில் அதிரும் தமிழே.

"உங்கள் எழுத்து மேசையின் மேல் வெள்ளைக் காகிதம் போலவும் அவள் கிடக்கவில்லையா?" என்று சாரா கேட்கும் போது மனதில் பெருகும் வலியில் நாமும் துடிக்கிறோம். இது ஹபிபுலாவிடம் வைக்கப்பட்ட கேள்விமட்டுமல்ல. சமூகத்திடம் சாரா வைக்கிற கேள்வியாகவும் மாறுகிறது. இந்த அத்தியாயத்தின் வெற்றியே புனைவின் வழியாக சமூக மனத்தின் கொடுஞ்செயலை வாசகப் பார்வைக்கு கொண்டு வருவதே. சாரா ஹபிபுல்லா உரையாடலோடு இந்த நாவல் முடிக்கப்பட்டிருக்கலாம் என்று தோன்றுகிறது. அல்லது பின் வரும் அத்தியாயங்களை இதற்கு முன்பே இணைத்திருக்கலாம். கடைசி அத்தியாயம் தவிர. காரணம் இந்த அத்தியாய முடிவில் வரும் வரிகளின் உச்சமான வார்த்தைகள்.

சாரா சொல்கிறாள் தனது கணவனிடம்...

"நான் இப்போது கருவுற்றிருக்கிறேன் உங்களுக்கு தெரியுமா?"

"சாரா! உண்மையாகவா? என்னிடம் இதை நீ சொல்லவே இல்லையே?"

"வேண்டுமென்றேதான் மறைத்தேன்."

நீள்கிற உரையாடலை சாரா இப்படி முடிக்கிறாள். "எனக்கு அச்சமாயிருக்கிறது. நீங்கள் புதினம் எழுதுவதை நிறுத்த வேண்டும். அல்லது என் கருவை நான் கலைக்க வேண்டும். இரண்டில் ஒன்று இந்த நிமிடமே நடந்தால் நல்லது."

நாவலின் கதையாடல் இப்படியாக ஒரு விசித்திரவெளியில் விரிந்து வாசகனை வியக்கவைக்கிறது. ஜாகிரின் எழுத்து சமூகத்தின் இருள் சூழ்ந்த பக்கங்களின்மீது வெளிச்சம் பாய்ச்சி வாசக மனத்தை முழுதாகக் கலைத்துப்போட்டுவிடுகிறது. கலைந்த மனதை சேகரிக்க முடியாமல் தவிக்கிறோம். எந்த ஒரு நாவலையும் வாசிக்க ஒரு கண் திறக்க வேண்டும். அப்படியொரு கண் திறக்காமல் நாவல் நம்மோடு உரையாடாது.

(விஜயா பதிப்பகம் நடத்திய பாராட்டு விழாவில் வாசித்த கட்டுரை)

'வடக்கேமுறி அலிமா' – ஜாகீர்ராஜா

வாழ்வை நெருங்கிப் பார்க்கிற எழுத்து

ஒவ்வொரு நாவலும் முன் வைத்துப் பேசுகிற எதுவும் வேறு வேறாக இருக்கிறது. இந்த வேறு வேறு படைப்பாளியின் தனித்த அனுபவம் சார்ந்தது மட்டுமல்ல. சமூக அனுபவத்தின் மீதான எதிர்வினை யும் கலந்ததே. நாவல் ஒரு வாசகனை மனதின் பல்வேறு அடுக்குகளில் சந்திக்கிறது. அடுக்குகளின் அடர்த்தி முக்கியமானது. உணர்வெளியின் எண்ணற்ற இடங்களைச் சந்திக்கவல்ல கதைவெளிதான் நாவலாகிறது.

'பசித்த மானுடம்' வாசிக்கிறபோது வேறு ஒரு வாழ்தலை வாசகன் சந்திக்கிறான். இந்த வாழ்தல் கரிச்சான் குஞ்சுவின் அனுபவம் மட்டுமல்ல. எல்லாருக்குமான அனுபவம் ஒன்று காத்திருக் கிறது. இந்த பொது அனுபவ மாற்றம்தான் எழுத்து. "சுகம் ஒரு அனுபவம் என்றால் துக்கமும் ஒரு அனுபவம் தானே!" என்கிறான் நாவலில் வரும் கணேசன். "கிட்டான் அந்தக் கணேசன் செத்து போயிட்டான். இது வேறு யாரோ என்று நினைத்துக்கொள்ளேன்" என்று பேசுவதற்கு முன்பு கணேசன் கடந்து வந்த வாழ்க்கை ஒன்று இருக் கிறது. அதில் கணேசனின் வாழ்வு மட்டுமல்ல சமூகத்தின் வாழ்வும் கலந்திருக்கிறது. வாசிப்பில் பாத்திரப் புனைவு என்பது வாழ்கிற சமூகத்தோடு நேர் அனுபவம்கொள்ள வைக்கிறது. இது ஒரு கதையை நாவலாக்கும் வினையை ஆற்றுகிறது. நிகழ் உலகைப் படைப்புலகோடு இணைக்கிற பாலங்கள் பாத்திரங்கள்.

‘பசித்த மானுடம்’ கதையில் வருகிற கிட்டானும் கணேசனும் இரு வேறு திசைகளில் நகர்கிறார்கள். கணேசனை சமூகம் தன் போக்கில் இழுத்துச் செல்லுகிறது. ஆதரவற்ற சிறுவனை வளர்ந்த ஆண்கள், பெண்கள் என எல்லாரும் தங்கள் பசிக்கு உணவாகப் பயன்படுத்திக்கொள்கிறார்கள். அந்தச் சிறுவனுக்கு அப்போது நல்ல உணவும் உடையும் மெத்தையும் போதுமானது. தனக்கு என்ன நடக்கிறது என்பது தெரியாமலேயே இருக்கிற வயது. ஆனால் அதே தோப்பூரில் கிட்டான் தனக்கு ஏற்பட்ட அவமானத்தைப் போக்க பணம் சம்பாதிப்பது என்ற முடிவோடு நகர்கிறான்.

இறுதியில் நடப்பதென்ன? இருவரும் அறிய முடியாத வாழ்வின் மறைவெளியில் மோதித் திகைக்கிறார்கள். *அங்கே கதையாடல் தனது புனைவிலிருந்து விடுபட்டு நிகழ் உலகை எட்டிப்பார்க்கிறது.* அந்த நேரத்து வாசக மனம் வாழ்வின் மறைவெளி மீது சற்றே தோய்கிறது. வாசிப்பில் விளைகிற இந்த நிகழ்வுதான் நாவல் மீதான அக்கறைக்குக் காரணம். நல்ல நாவல் சரியான தருணத்தில் தனது கதையாடலிருந்து விடுபட்டு சற்றே நிகழ் உலகை எட்டிப் பார்க்கும். அந்த நேர கவனம் வாசிப்பில் முக்கியமானது.

பசித்த மானுடத்தில் வரும் கணேசன் . . . பொய்த்தேவு நாவலில் வரும் சோமசுந்தரம் இருவரும் இறுதியில் குடும்பப் பிணைப்பிலிருந்தும் உறவுகளிலிருந்தும் விடுபடுவது வாசகனை நேர் அனுபவம்கொள்ள வைக்கிறது. இது துறவு நிலையைப் பேசுவதல்ல. வாழ்வின் மறைவெளி மீது பார்வைகொள்ள வைக்கிற முயற்சி. பசித்த மானுடத்தில் வருகிற பெண் பாத்திரங்கள் மாச்சி . . . அய்யர் மனைவி இருவரும் இப்படியான ஒரு மன நிலைக்கு இறுதியில் நகர்கிறார்கள்.

கணேசனைப் பின் தொடரும் நேற்றின் மனம் விடுபட முடியாத அலைக்கழிப்பை உண்டாக்குகிறது. நாவலை அந்த மனம்தான் கட்டமைக்கிறது. குஸ்டரோகியை நாவலின் மையப் பாத்திரமாக்கி வசீகர அழகில் அதிரவிடுகிறார் கரிச்சான் குஞ்சு.

“உயிர் வாழ்வதே பெரிய சாஹஸமாய் இருக்கிறது” என்கிறான் கணேசன். இந்த வரியின் பின்னால் ஓடும் கணேசனின் மனம் நேற்றைய வாழ்வின் ரகசியங்களைக் கொஞ்சம் கொஞ்சமாக அவிழ்க்கிறது.

கிட்டாவையும் கணேசனையும் பூட்டிய கரிச்சான் குஞ்சு வின் பயண வண்டி வாழ்வின் ரகசியங்களைப் பார்வைக்கு காட்டியபடியே நகர்கிறது. நின்று நிதானமாகப் பார்க்கவல்ல பயணம் ‘பசித்த மானுடம்’.

விரியும் கிட்டாவின் கதை கணேசனின் பாத்திரத்தோடு மோதுகிறது. இந்த மோதலில் நீளும் நாவலில் அன்றைய உரையாடல் ஒன்று வாசகனுக்கு கிட்டுகிறது. ஒவ்வொரு பாத்திரமும் சுய ஒழுங்கில் அதிர்கின்றன.

"இருளில் எல்லாமே மறைந்து விடுவதைப் போலவே தானும் தன் பையும் போலிஸ்காரரும் மண்ணும் மரங்களும் தன் ஊனும் உணர்வும் எல்லாமே மறைந்துவிடக் கூடாதா என்று ஓர் எண்ணம் மின்னற் கீற்றென கீறி மறைந்தது" என்று ஒரு வரி வருகிறது. இந்த வரி 59வது பக்கத்தில் வருகிறது. நாவலின் கடைசி வரியை வாசிக்கிறபோது இந்த வரியின் நீட்சியாகவே அந்த வரியும் தோன்றுகிறது.

"இருட்டுச் செலவு பண்ணி பண்ணி இப்படி ஆயிட்டாரு" என்று தனது கணவன் குறித்து செட்டியாரின் மனைவி கூறுகிறார். இந்த இடம் நாவலை வேறு இடமிருந்து பார்க்கத் தூண்டு கிறது. இருட்டுச் செலவை தங்கள் உரிமையாக ஆண்கள் எடுத்துக்கொள்கிறார்கள். அவருக்கு வந்த வெண்குஸ்டத்தை தனது வலிக்கான மருந்தாக மாற்றுகிறாள். செட்டியாருக்கு வெண்குஸ்டம் என்று அவரை ஒதுக்குகிற மனைவியின் செயல் சமூக நேர்மையாகப் படுகிறது. அது குஸ்டம் அல்ல என்று சொன்னபோதும் அவள் அதை ஏற்காதது மனதில் பதிகிறது. நாவல் முழுமைகொள்கிறபோது அது... தன் அளவில் சுயமாகச் செயல்படத் தொடங்கிவிடும். அது நாவலின் அறம். கிட்டானை இடித்துப் பேசும் அமுதாவின் செயலும் அப்படியானதே.

கணேசனின் நீண்ட லௌகீகப் பயணம் குருடியைக் கோயில் வாயிலில் சந்திக்கிறபோது முடிகிறது. நாவலுக்குள் பிறக்கிற புதிய பூமி... கோதையும் கணேசனும் சேர்ந்து வாழ்கிற இடம். மொத்த நாவலையும் இந்த இணைப்பிலிருந்து மீண்டும் வாசிக்க வேண்டும். குருடியாக வரும் கோதையிடம்தான் பார்வை இருக்கிறது. கோதையின் பார்வை வெளிச்சம் மனித அந்தரங்கத்தை நிரந்தரமாகத் திறந்துபோட்டுவிடுகிறது. இந்த நிகழ்வு நாவலின் இலக்கிய வெற்றி.

'பசித்த மாநுடம்' – கரிச்சான் குஞ்சு

கதைகளால் விரியும் புதினம்

அக்கறையாக வாசிக்காத புத்தகம் நம்மோடு உரையாடாது. வாசிப்பதற்கான மனம் ஜனித்த பின்புதான் புத்தகத்தை நெருங்க வேண்டும். நமது உயிர் சற்றே வாழ்வதற்கு காத்திருக்கும் புதிய உடல் புத்தகம். அதனால்தான் வாசிப்பு இன்னொரு வாழ்தலாகிறது. நேர்மையான படைப்பிற்கே இந்த விளைவுகள் உண்டு. வாசிப்பு ஒரு அற்புத நிகழ்வு. இப்படியான மன நிகழ்வில் 'இடக்கை' நாவலை வாசித்தேன். புத்தகத்தின் முதல் வரியும் முதல் பாராவும் முழு புத்தகத்தையும் திறந்து காட்டிவிடும். இது வாசக மனதின் ரசனைத் திறன் சார்ந்தது.

மறைக்கப்பட்ட பிரதேசத்தின் மீது வெளிச்சமாகப் படிகிறது எஸ்.ராவின் 'இடக்கை'. வாழ்வின் அடிப்படையானக் கேள்விகளோடு நகர்கிறது நாவல். பாத்திரங்கள் குமிழ்களாகத் தோன்றுகின்றன. கதையாடலின் முடிவில் உருவம் உடைந்து குமிழ்கள் மீண்டும் நீரோட்டத்தில் கலந்துவிடுகின்றன. மன்னன் ஔரங்கசீப் முதல் யமுனை ஆற்றில் படகோட்டித் திரிந்த சம்பு வரை எல்லாரும் வெற்றிடத்தில் மடிந்து போகிறார்கள். நீரோட்டம் தொடர்கிறது. புதிய குமிழ்கள் தோன்றுவதும் உடைவதும் நிகழ்ந்து கொண்டேயிருக்கின்றன. மன்னனும் மக்களும் இயற்கையின் பிரமாண்டத்தின் முன் சருகென உதிர்வது வேறு எதையோ பேசுகிறது.

நிகழ்வின் உண்மையால் நாவலின் எழுத்து எல்லாக் காலத்துக்கும் பொதுவாகிறது. இன்றைய வாழ்வோடும் சமூக அனுபவத்தோடும் பொருந்துகிறது 'இடக்கை'. தேர்ந்த வாசகனுக்கு இப்படியான

அனுபவம் சாத்தியம். கதைகளால் நிரம்பி வழிகிறது நாவல். நாவலில் கதை ஒரு சாக்குதான். ஆனால் கதை வழியாகத்தான் எழுத்தாளன் வாசகனை நெருங்கி உரையாட முடிகிறது.படைப்பாளியும் வாசகனும் இணைந்து உரையாடுகிற தளமாக விரியக்கூடியது நாவல். கதை அதற்கு உதவுகிறது. அறிய முடியாத வாழ்வின் ரகசியங்களை அறிந்துகொண்டதாக நம்புகிற இடம்தான் கதை. கதை முடிகிறபோதும் அறியப்படாத வெளிதான் விரிகிறது. மீண்டும் மீண்டும் வாழ்வை அறியத் துடிக்கிற வெறி பற்றிக் கொள்கிறது. அணையாத இந்த நெருப்பு பற்றி எரிவதால் வாசகனும் படைப்பாளியும் கதை நீரில் நனைந்துகொண்டேயிருக்கிறார்கள்.

எஸ். ராமகிருஷ்ணன் விரிக்கும் வசீகர கதைவெளியிலிருந்து வாசகன் விடுபடுவதே இல்லை. ‘இடக்கை’ அப்படியானதொரு நாவல். நிகழ் உலகின் பல அனுபவங்களைக் கிளறிவிடுகிற கதையாடல். சமூக வாழ்வியல் பரப்பைத்தான் சமத்காரமாக தனக்கே உரிய மொழியில் பேசுகிறார். புனைவின் பெருங்கடலில் வாழ்வின் எதார்த்தம் தோணியாகப் பயணிக்கிறது. சொல்முறை அழகியல் அவருக்கேயான தனித்த வண்ணம்.

‘இடக்கை’ நாவலில் எது வாயில்? நாவலின் திறப்பு எங்கே இருக்கிறது? தூமகேதுதான் நாவலின் வாயில். இரண்டாவது அத்தியாயம் இப்படித் தொடங்குகிறது... “முகலாயப் பேரரசர் ஔரங்கசீப் இறந்துபோன இரண்டாம் நாள், சத்கரில் ஆட்டுத் தோல் பதப்படுத்துபவனும் ஒன்பது பிள்ளைகளின் தந்தையும் இடக்கைப் பழக்கம் கொண்டவனும் வறியவனுமான தூமகேது திருட்டுக் குற்றம் சுமத்திக் கைது செய்யப்பட்டான். அதே இரவில் ஔரங்கசீப்பின் அந்தப்புர பணியாளரும் அரவாணியும் மஹல்தாருமான அஜ்யா பேகம் அஹமது நகர் அரண்மனையில் கைது செய்யப்பட்டுச் சிறையில் அடைக்கப்பட்டாள்.” மன்னனின் தனிமை . . . மனப்போராட்டம் என்று தொடங்கும் நாவல் மன்னனை ஒதுக்கிவிட்டு மக்களிடம் நகர்கிறது.

வரலாறு சுட்டாத, பதிவு செய்யாத தனி மனிதர்களின் வாழ்க்கையைப் பேசத் தொடங்குகிறது. நாவல் முடிகிறபோது தூமகேதுவின் வலி மக்களின் வலியாக மாறுகிறது. தூமகேது கைது செய்யப்படுகிறபோது அவனது தந்தை நடுங்கும் குரலில் சொல்கிறார்... “தூமகேது அரசாங்கத்துடன் வாதம் செய்யாதே. அரசை ஒரு போதும் எதிர்க்காதே. நீ குற்றமற்றவன் என்றால் உனக்கு நிச்சயம் நீதி கிடைக்கும். கடவுள் உனக்கு வழி காட்டுவார்.” மொத்த நாவலையும் இந்த எளிய மனிதனின் வார்த்தைகளால்தான் சந்திக்க வேண்டும். பிஷாடனின் கொடுமன ஆட்சியில் இந்த வார்த்தைகள் சருகுகளாய் விழுந்து மண்ணோடு மண்ணாகப் மக்கிப்போகிறது. வரலாற்றின் வலியான பக்கங்கள்

மட்டும் நினைவுக்கு வரவில்லை நிகழ்காலத்தின் எண்ணற்ற நிகழ்வுகள் கூடவே காட்சியாகின்றன.

கடவுளின் செவியில் மக்கள் கொட்டிய வலிமிகுந்த வார்த்தைகள் எல்லாமும் வினையற்ற வெளியில் பயணித்துக் கொண்டேயிருக்கின்றன. நாவல் முழுவதும் மக்கள் பிஷாடனின் சொற்களால் மடிந்தபடி இருக்கிறார்கள். தூமகேதுவின் தந்தை டோலுவின் வார்த்தைகள் நாவல் முடிந்த பிறகும் ஒலிப்பது ஏன்? ஒவ்வொரு வாசகனுக்குள்ளும் ஒரு பதில் இருக்கிறது. நாவல் எழுப்பும் பல கேள்விகளுக்கு பொதுவான பதில் இல்லை.

தூமகேது வழியாகத் திறக்கப்படுகிற ஜன்னலுக்கு வெளியே தான் ஔரங்கசீப், அஜ்யா, பிஷாடன், நளா, மெஹருணிச்சா, சம்பு எனப் பலரும் பார்க்கப்படுகிறார்கள். தூமகேதுவின் வலியும் அலைக்கழிப்பும் நாவலின் அனைத்துப் பாத்திரங்களின்மீதும் படிகின்றன. நாவல் முடிகிறபோது தூமகேது மக்களின் குறியீடா கிறான். இறுதியில் எல்லாப் பாத்திரங்களும் வெற்றிடத்தில் ஓசையற்று மடிந்து போகின்றன. வரலாற்றின் பெருவெளியில் நாவலின் எழுத்து எளிய மக்களின் அன்றாடத்தைக் காட்சிப் படுத்துகிறது. நாம் கடந்து வந்த வாழ்க்கை தீண்டி பதறுகிறது மனம். எழுத்தில் ஜனிக்கும் கதைசொல்லியின் குரல் மந்திர உச்சாடனம்போல மனதில் இறங்குகிறது. கதைகளின் அடுக்குகளில் வாசகன் பல முறை ஏறி இறங்கி வாழ்வின் மறைவெளிகளைப் பார்த்து திகைக்கிறான்.

முக்கியப் பாத்திரங்கள் தனித்து இயங்குகின்றன. ஔரங்கசீப், பிஷாடன், தூமகேது, சம்பு நால்வரும் யாரும் யாரையும் சந்திப்ப தில்லை. ஔரங்கசீப்புடன் அஜ்யாவுக்கு தொடர்பிருந்தாலும் நாவலின் மற்றப் பாத்திரங்கள் அஜ்யாவை அறிந்திருக்கவில்லை. ஒரு கதை இன்னொரு கதைக்கு அருகில் இருக்கிறது. இந்தக் கதைகளை இணைக்கும் கண்ணிதான் இதை நாவலாக்குகிறது. கதை நிகழும் காலம்தான் கண்ணி. ஒரு காலவெளியின் பல்வேறு நிகழ்வுகளைப் பார்க்கும்படியான இடத்திற்கு வாசகனைக் கூட்டி நிறுத்துகிறது 'இடக்கை'. தனி மனிதனின் ஒரு கணமும் சமூகத்தின் ஒரு கணமும் சேர்ந்து வாசகப் பார்வைக்கு வருகிறது.

அதிகாரமற்றவர்களின் குரல் துக்கம் தோய்ந்த ஈரத்தோடு ஒலிக்கிறது. இந்தக் குரலின் ஓசை வாசகனின் அனுபவத்தில் கலந்து ஒடுக்கப்பட்ட சமூகத்தின் குரலாகப் பிரதிபலிக்கிறது. மறுக்கப்பட்ட நீதிதான் வாசக மனதில் பிம்பமாக அதிர்கிறது. ஔரங்கசீப்பை மக்களுக்கு தெரியும். அவர் காலத்து மக்களின் வாழ்க்கை தெரியாது. பிஷாடன் போன்ற மன்னர்களின் வாழ்க்கையை வரலாற்றில் படிக்க முடியும். தூமகேதுவின்

குடும்பம் சிதைந்த வாழ்வை வரலாறு பேசாது. இலக்கியம் இந்த இடத்தில்தான் மையம்கொண்டு நம்மோடு உரையாடுகிறது.

பிஷாடன் நினைத்தால் ஒரு பெண்ணைக் குரங்கிற்கும் கட்டி வைக்க முடிகிறது. நாய்களையும் மனிதர்களையும் அவனால் ஒரே மாதிரி வெட்டிச் சாய்க்க முடிகிறது. குற்றவாளியாக காலாவில் அடைக்கப்பட்டிருந்த ஒவ்வொருவனும் ஒரு கதையாக நாவலுக்குள் விரிகிறார்கள். காலா கதைக் கூடமாக மாறுகிற நிகழ்வு வலியின் விளைவுதானே. துயரத்தை மறக்கவே காலாவில் கதைகள் பிறக்கின்றன. காலாவில் தூமகேது கேட்கிற சிகிரிகளின் கதை ஒரு அதீத கதைவெளி. சிறையின் விளிம்புகளை முடிவிலிக்கு நகர்த்தும் விநோதமான கதைகள் காலாவில் அதிர்ந்து கொண்டேயிருக்கின்றன. பில்வன் கதைகள் அங்குள்ளவர்களைச் சிரிக்கவைத்துக்கொண்டேயிருந்தன. “குற்றத்தின் நிழலில் வாழும்போது சிரிப்பது ஒன்றுதான் ஆறுதலானது” என்கிறார் ராமகிருஷ்ணன்.

இலக்கியம்தான் மக்களின் அன்றாடத்தை வாசிப்புக்கு கொண்டு வருகிறது. ஔரங்கசீப் என்ற மாமன்னன் தனிமையில் புலம்புகிற உரையாடலை ராமகிருஷ்ணன் என்ற படைப்பாளியால் தான் எழுத முடிகிறது. ஔரங்கசீப் என்ற வரலாற்று நாயகனைக் கையளவு நீர்கூட கொண்டு வர முடியாத இடத்தில் எறிந்து வேடிக்கைப் பார்க்கிறார். மன்னர்கள் எப்போதும் மரண பயத்திலேயே வாழ்கிறார்கள். மரணம் எப்படி நிகழும் என அறிந்துகொள்ள சூபி ஞானி முகைதீனை ஔரங்கசீப் சந்தித்து உரையாடுகிற இடம் நாவலின் போக்கை முன்கூட்டியே உணர்த்துகிறது. யானைக் காலில் மிதித்துக் கொன்ற தாதி அனாரின் முகம் வயதான காலத்தில் தோன்றி அவரை அவரே அருவருக்கும்படிச் செய்கிறது. இப்படியான அதிகாரத்தின் செயல்கள் பலவும் அவரைச் சூழ்ந்துகொண்டு உறக்கம் கெடுக் கின்றன. மன்னன் நிம்மதியாக இல்லை என்பது வாசிப்பில் ஆறுதல் தருகிறது.

நாவலில் வருகிற பெண்கள் தனித்து சுடர்கிறார்கள். லகியா, நளா, மெஹருணிச்சா, காதம்பரி, குலாபி, ஜாபரின் மனைவி அஸ்மா இவர்கள் எல்லோருமே வாழ்வின் ரகசியங்களின்மீது வெளிச்சமாகப் படிகிறார்கள். நாவலின் சக்தி இங்குதான் இருக்கிறது. இந்தப் பெண்கள் குறித்து உரையாடுவதே தனிப் பிரதியாகிவிடும். இரண்டரை அடி உயரமுள்ள காதம்பரி... வேசை குலாபியின் பணிப்பெண். தனக்கான ஒரு ஆணை அடையமுடியாது தவிக்கிறாள். அத்தியாயம் 38ல் விவரிக்கிற காதம்பரியின் ஆசைதான் எவ்வளவு ஒழுக்கமானது. காதம்பரியின் அப்பழுக்கில்லாத அந்தரங்கம் எழுத்தாளனின் கருணை.

மெஹருணிச்சா ... நாவலில் இசையாக ஒலிக்கிறாள். மகளாக இருந்தாலும் தான் விரும்பாததைச் செய்ய மன்னன் அனுமதிப்பதில்லை. மக்பி சொல்கிறாள் ... "பாதுஷாவின் கட்டளைக்கு வேலையாட்கள் அடிபணிவார்கள். காற்று ஒரு போதும் அடிபணியாது" என்று. கவிதையை மறுப்பதைவிட மரணத்தை ஏற்கிறாள். ஔரங்கசீப் இறுதியில் உறவுகளின் நிழல் கூட தீண்டாமல் மடிந்துபோகிறான்.

போல்வாரின் இரவுச் சந்தையில் ஆபோகிகளின் குடிக் கொண்டாட்டத்தின் போது ஒருவன் தனது மனைவி லகியாவின் கதை சொல்கிறான். இந்தக் கதை அதீத கதையாக முதல் வாசிப்பில் தெரியலாம். ஆனால் லகியா ... பேசப்படாத பெண் களின் பிம்பமாகக் கவனம் கொள்கிறாள். லகியா மண்ணால் செய்யப்பட்டவள். கணவனை மகிழ்விப்பதே வாழ்வின் கடமை யாகக் கருதுகிறாள். தன்னையே கரைத்து மதுபானம் தயாரித்துத் தருகிறாள். அவளது மண் உடல்தான் போதை வஸ்து என்று அறிந்த பின்பும் கணவன் மீண்டும் மீண்டும் கேட்டு அதைப் பருகுகிறான். இறுதியில் முற்றாகக் கரைந்து வடிவம் இழந்து மடிந்து போகிறாள். அந்தப்புரத்தின் ஆயிரம் ஆயிரம் பெண்கள், போரில் ஆண்களின் வக்கிரத்தில் சிதைந்த எண்ணற்ற பெண்கள், வீட்டின் சமையல் அறையிலேயே வாழ்வை முடித்துக்கொண்ட பெண்கள் எல்லாரும் மண்ணால் செய்யப்பட்ட லகியாதான். ஆண்களுக்காக வாழ்ந்து மடிந்தவர்கள் என்ற உண்மைத் தீண்டிப் பதறுகிறோம்.

புனைவு நெருங்காத ஒரே பாத்திரம் நளாதான். வாழ்க்கையின் அதீத துயரத்தை நேரடியாகச் சந்திக்கிற பாத்திரம். தூமகேதுவின் மனைவியாகி வறுமையே வாழ்வாகிச் சிதைகிறாள். ஒன்பது பிள்ளைகள் பெற்றவள். தூமகேதுவின் வயதான தந்தையின் பாரம். ஒருபோதும் வெளியேற முடியாத காலா சிறையில் கணவன். நளாவின் ஒவ்வொரு கண வாழ்வும் மலையைச் சுமப்பதாகிறது. நளா தன் மகனோடு உரையாடுகிற இடம் வறுமையின் பெரு வலி. "உனக்கு வெட்கமாக இல்லை. உன் ஒருவனுக்கு மட்டும்தான் வயிறு பசிக்குமா?" என்று விருந்தில் ஆசை ஆசையாக உண்டு வயிறு பெருத்த பிள்ளையிடம் கேட்கிறாள். அடுத்த கணமே தன் இழி மனதை வெறுக்கிறாள். மகன் மஞ்சாவின் தீரா பசியை தாய் உள்ளம் சட்டென்று உணர்ந்து வருந்துகிறது. ஆனாலும் அவளால் இப்படித்தான் பேச முடிகிறது.

"அய்யோ நான் ஏன் இப்படி புத்திகெட்டுப் போய்ப் பேசுகிறேன். பசி என்னையும் பைத்தியம் ஆக்கிவிட்டதா? டேய், மஞ்சா, தெரு நாயே, உன் இஸ்டம்போல கண்டதை நக்கிவிட்டு வந்து இங்கே பெருமை அடிக்கிறாயா? உன்னை இன்றைக்கு

அடித்துக் கொள்கிறேனா இல்லையா பார்" விறகுக் கட்டையை எடுத்து பாய்கிறாள். தூமகேதுவின் தந்தை கிழவன் டோலு சொல்கிறான் ... "அவனை அடித்துக் கொன்றுவிடு. தனியே நெய்யும் பாயாசமும் சாப்பிட்டு வந்திருக்கிறான். நெய்யை என் வாழ்நாளில் ஒருமுறைதான் சாப்பிட்டு இருக்கிறேன். என்ன ருசி, என்ன ருசி." மஞ்சாவை துரத்தி ஓடுகிற நளா பிறகு அவனைப் பிணமாகத்தான் பார்க்கிறாள்.

அத்தியாயம் 25இல் எஸ்.ராவின் கதை மொழியில் வறுமையின் உச்ச வலி தீண்டி பதறுகிறோம். நாவலின் ஆகச் சிறந்த உரையாடல் மஞ்சாவும் அவன் நண்பன் கின்பத் இருவரும் பேசிக்கொள்வதே. தமிழ் நாவல்பரப்பில் 25வது அத்தியாயம் ராமகிருஷ்ணனை ஆகச் சிறந்த கதைசொல்லியாக நிறுத்துகிறது. சொர்க்கத்தில் நெய் கிடைக்கும் என்ற வார்த்தைகளை சிறுவன் மஞ்சாவின் மனம் வாங்குகிற இடத்தின் வலி வாசகனை உறங்க விடாது. முழு உரையாடலையும் மனம் வலிக்காமல் படிக்க முடியாது. நளா அதிகாரமின்மையின் ஆயுதமாக மாறுகிற இடம் வலிமையாக உள்ளது. தானியத்தைக் கொள்ளை அடிப்பது நாவலுக்குள்ளிருக்கும் ஒரே எதிர்க் குரல்.

கதை என்பதே ஒருவனின் அடையாளத்தை மாற்றுவது என ஒரு வரி நாவலில் வருகிறது. படகோட்டி சம்பு நாவலில் வேறு வேறு அடையாளங்கள் பெறுகிறான். யமுனை ஆற்றில் படகோட்டியாக அறிமுகம் ஆவதற்கு முன்பு திருவிழாவில் காணாதுபோன சிறுவனாக முகம் காட்டுகிறான். யமுனை வாழ்க்கையே போதுமானதாக உணர்ந்து பெற்றோரைத் தேடிப் போக மறுக்கிறான். அதே ஆற்றில் பெரும் செல்வம் கொண்ட பொக்கிஷத்தை அடைகிறான். சேர்க்கச் சொன்ன இடத்தில் சேர்க்காமல் வணிகனாக வாழ்கிறான். தள்ளிவிட்ட பிணம் அவனைத் துரத்துகிறது. யமுனை ஆற்றைப் பார்க்கப் பயந்து கடல் வணிகம் செய்கிறான். ஆருடம் சொல்கிறவன் குறித்தது போல அவனும் விற்பனைக்குக் கொண்டுபோன யானைகளும் அலைகளால் தூக்கி எறியப்பட்டு கடலில் மூழ்கி மடிகிறார்கள். மரணிப்பதற்கு முன்பு கடலில் அதே பிணத்தைப் பார்க்கிறான். சம்புவின் மீது வேறு வேறு அடையாளங்கள் பதிந்து இறுதியில் கதையாக எல்லாரும்போல நாவலுக்குள் கரைந்து போகிறான்.

காலா விசாரணைக் கைதிகளின் கூடாரம் மட்டுமல்ல. பிஷாட மன்னனின் வக்கிர பூமியாகவும் காட்சி தருகிறது. மரணத்தின் எல்லைவரையிலும் விசாரணைக்குக் காத்திருக்கிறார்கள். காலாதான் இனி அவர்களின் உலகம். தூமகேது அங்குதான் அடைக்கப்பட்டிருக்கிறான். தூமகேது அங்கிருந்து வெளியேறுவது கதையாடலின் அற்புதவெளி. வாசிப்பில் மறைந்திருக்கும் புதிர் ...

கதைசொல்லியின் வெற்றி. கதைகளால் வெளியேறுகிற தூமகேது, மனைவி மக்கள் காணாது அலைகிறான். ஒரு இடத்தில் காணாது போகிற அவன் மீண்டும் கதைகளால் ஜனித்து வாசகனுக்கு புதுப்புது வெளிகளைக் காட்டிக்கொண்டே இருக்கிறான். தூமகேது பல இடங்களில் தோன்றித் தோன்றி மறைகிறான். ஒவ்வொரு இடத்திலும் ஒரு கதையாக மலர்கிறான். ஒரு கதையின் வாசம் முகர்ந்து தீர்வதற்குள் இன்னொரு கதையாக மலர்கிறான்.

ஜோயா என்ற பெயரில் ஒரு கிராமம். 200 வீடுகளே உள்ள கிராமம். அங்கே வெளியிலிருந்து வரும் முதல் மனிதனாக தூமகேது நுழைகிறான். மொத்த ஊரும் ஒரு குடும்பமாக வாழ்கிறது. சண்டை, சச்சரவு, பொறாமை எதுவும் இல்லாத கிராமம். பிஷாடனைக் கேலி செய்வதற்காகப் படைக்கப்பட்ட ஊராக இருக்கலாம். படைப்பாளியின் கருணயில் தோய்ந்த புனைவின் ஊர் என்றும் சொல்லலாம். வறுமையும் வெறுமையும் மன வலியும் மட்டுமே வாழ்தலாகப் பார்த்த தூமகேதுவை மடியில் போட்டுக் கொண்டாடுகிறது ஜோயா. கதையின் கருணை யால் சற்றே ஓய்வுகொள்ளும் தூமகேது மீண்டும் வாழ்வின் வெறுமைக்குத் தள்ளப்படுகிறான்.

மதுரா கலவரத்தில் கையில் கத்தியோடு அலைவதும், பிச்சைக்காரன் ஏதோ யோசனைக்கு பிறகு ஔரங்கசீப்பின் தொப்பியைத் தூமகேதுவை நோக்கி எறிவதும், யாத்ரிகர்களில் ஒருவன் சாமந்தி மாலையை எறிவதும், மாலையால் சிறுவயதில் அவமானப்பட்டவன் அந்த மாலையைக் கழுத்தில் போட்டுக் கொள்வதும் வாசகனிடம் சொல்ல விழைவது என்ன? கேள்வி களுக்கான விடைகளை நோக்கி எந்த நாவலும் நகராது. வாசிப்பதற்குள் பல முறை வாசகனைக் கலைத்துப் போடுகிறது நாவலின் முடிவிலா கதையாடல்.

காலாவிலிருந்து வெளியில்வந்த தூமகேது குழந்தைகளை மனவியை தந்தையைத் தேடிப்போகிறபோது யாருமற்ற வெளியில் மோதிக்கொள்கிறான். மனம் கேட்கிறது “இவ்வளவுதானா வாழ்க்கை?”. நாவலில் ஜனித்து அடையாளமற்று இறந்துபோகிற எண்ணற்ற மக்களின் கேள்வியும் அதுதான். நாவலின் சாரமே அதிகாரமற்றவர்களின் வாழ்வெளியை வாசக மனதில் அதிர விடுவதுதான். நாவலின் எல்லாக் கதைகளும் இந்தக் கண்ணியில் தான் இணைக்கப்பட்டிருப்பதாகத் தோன்றுகிறது.

(தீராநதி)

‘இடக்கை’ – எஸ். ராமகிருஷ்ணன்

உப்பு நீர் படிந்த எழுத்து

தூத்துக்குடி கடற்கரைச் சாலையில் விநோத மாக இணைக்கப்பட்ட தேய்ந்த செருப்பணிந்து நடந்துபோன அந்த மனிதனின் வேர்களைத் தேடிப் போன பயணமே 'கொற்கை'. ஒரு மரத்தின் வேரை அறிய ஒரு காட்டையே ஆழ்ந்து அகன்று பார்த்த தேடலால் ஜோ டி குருஸ் எழுத்து நாவலாக விரிகிறது. மனிதப் பல்லுயிர்களின் அதிர்வு வாசகப் பரப்பில் *symphony*யாக ஒலிக்கிறது. நேற்றல்லாத எழுத்தைக் கொடுப்பதற்கு உள்ளடக்கம் எல்லா வகையிலும் உதவுகிறது. தமிழன் கடல் கடந்து சென்றதும் நாடுகளை வென்றதும் பரதவ மக்களின் கடல் சார்ந்த அறிவின் வெளிப்பாடோ என்று எண்ணத் தூண்டுகிறது. இதை உறுதி செய்யும் இடங்கள் இந்த நாவலில் நிறையவே உள்ளன.

தமிழ் நாவல் பரப்பில் பலரும் வியக்கிற நாவல் ப. சிங்காரத்தின் 'புயலிலே ஒரு தோணி'. இப்போது இன்னொரு நாவல்... 'கொற்கை'. இரண்டு நாவலையும் சேர்த்து வாசிக்கிறபோது என்னோடு நீங்களும் இணைய முடியும். 1174 பக்கங்கள். பல நூறு மக்களின் உப்பு ஈரம்படிந்த வாழ்க்கைப் பதிவுகள். எண்ணிலா மக்களின் அன்றாட வாழ்க்கையோடு கிட்டத்தட்ட நூறு ஆண்டுகாலப் பயணம் வாசிப்பில் நிகழ்கிறது.

அலைகளோடு பேசிக்கொண்டே கரையைக் கடந்து கடலுக்குள் பயணிக்கும் மக்கள். கடலின் வெவ்வேறு வடிவ முகங்கள் மட்டுமே காட்சியாக விரியும் உலகில், வாழ்க்கையின் பெரும் பகுதியைக் கழிக்கும் பரதவ மக்களின் நீண்ட வரலாற்றில்

ஒரு துளி இந்த 1174 பக்கங்கள். பதிவாகாத இன்னுமான மக்களின் வாழ்க்கையை அறியத் தூண்டுகிற எழுத்து. வாசிப்பில் அர்ப்பணிப்போடு 'கொற்கை'யை கடந்து போகிறவன் மனித இருத்தலின் பேருண்மையைத் தரிசிக்க முடியும். கூடவே பரதவ வாழ்க்கையின் முழுமையைத் தேடும் ஆவல் பெருகும். தமிழ் உடலின் அதிர்வுதானே பரதவர்களின் வாழ்க்கை.

சுய வாழ்தல் சார்ந்து எல்லோரும் வெறிபிடித்து ஓடுகிற தற்கண நீள்தலில் எழுத்தாளன் தனது வலிமையானக் கைகளால் பிடித்து இழுத்து வாழ்க்கையின் மாபெரும் உண்மையைத் தரிசிக்க வைக்கிறான். இதிகாசங்கள், காவியங்கள், காப்பியங்கள், சங்க இலக்கியங்கள், நீதிநூல்கள் இப்படி நேற்றைய படைப்புகள் ஒரு வகையான வாசிப்பு. உரைநடை இலக்கியம் முன்வைத்துப் பேசுகிற வாழ்தல் இன்னொரு வகையான வாசிப்பு. நாவல் இரண்டாவது வகையான எழுத்து.

மகாபாரதம் யாரைச் சுற்றி? ராமாயணம் யாரை மையப் படுத்தி? 'நூறு ஆண்டுகளின் தனிமை' நாவலில் முக்கியமாகப் பேசப்படும் குடும்பம் யாருடையது? எல்லாமும் ஒரு புள்ளியை மையமாக வைத்து விரிகிற பலவட்டங்கள். 'கொற்கை' நாவல் பல புள்ளிகளை மையமாக வைத்து விரியும் எண்ணிலா வட்டங்கள். புனைவின் கடலில் நீந்தி அலையும் மீன்களாகப் பாத்திரங்கள். வாசித்து முடிக்கிறபோது புனைவு மறைந்து நிகழ் உலகின் மீது நாவலின் வெளிச்சம் பரவுகிறது.

'கொற்கை' நாவலில் இவ்வளவு குடும்பங்களின் இயங்கியல் பரப்பை ஒரு தளத்தில் கொண்டுவருவதற்கு அசாத்தியத் துணிச்சல் வேண்டும். ஆண்டாமணியார், பாவுலாள் குடும்பம்/ பவுல்தண்டல், வீர்ஜித் குடும்பம் / மல்லிப்பூ செபஸ்தியர், வெரோணிக்கம் கர்டோசா குடும்பம் / தோமாஸ் தண்டல் / மெய்யல் பிள்ளை / மடுத்தீன் புரோக்கர் / லெம்பர்ட் கலிங்கராயர் – லூர்து / பிரான்சிஸ் தல்மெய்தா / கனிசியுஸ் சிங்கராயன் சர் டோமினிக் ரிபேரா / வஸ்தாரிஸ் பல்டோனா / ஆறுமுக நாடார் / சித்திரவேல் நாடார் / முத்துலிங்கம் நாடார்... மேலும் சில குடும்பங்கள். இப்படிப் பல குடும்பங்கள் நாவலில் நடமாடுகின்றன. ஒவ்வொரு குடும்பத்துள்ளும் பல மனிதர்கள். கிட்டத்தட்ட 400 பாத்திரங்கள். உப பாத்திரங்கள் 500 தேறும். தனித்தன்மையோடு விரியும் அவர்களின் வாழ்க்கை. அதற்கானப் பின்புலங்கள். அவர்கள் கடந்துபோகும் நிலப்பரப்பு, கடல் பரப்பு. ஒவ்வொரு மனிதனுக்குள்ளும் இயங்கும் மனவெளி. தனி நாவலாக விரியவல்ல எண்ணற்ற நிகழ்வுகள் ஒவ்வொரு குடும்பத்திலும். எல்லாவற்றையும் ஒரு மைய இழையில் இணைக்கிற அசாத்திய எழுத்து.

நாவலில் எது புனைவு? எது எதார்த்தம்? கண்டுபிடிக்க முடியாத சிதம்பர ரகசியத்தை ஜோ ஒளித்துவைத்திருக்கிறார். அவரின் அனுபவங்கள் கட்டி இழுத்து வரும் கேள்விகளின் ஊடான பயணமே எழுத்தை நாவலாக ஆக்குகிறது

பல்வேறு தலைமுறைகளின் வாழ்தல். மண்ணோடும் கடலோடும் பின்னிப் பிணைந்த வாழ்தல். அரசியல் மாற்றம்... கடல் சீற்றம்... உறவுகளின் நேர்மை... புறக்கணிப்பு... வணிகத் தந்திரம்... ஆங்கிலேயேர்களின் இரக்கமற்ற ஆளுமை... தமிழக மக்களைக் கூட்டம் கூட்டமாகக் கொத்திக்கொண்டுபோய் மலைப்பரப்பில் இயந்திரங்களாக எறிந்த கொடுமை... சித்த சுவாதீனம் இல்லாத பெண்களையும் அள்ளியெடுத்து உணவாக எறிந்த வக்கிரச் செயல்கள்... கொழும்பிலும் கொற்கையிலும் வேரூன்ற முடியாது தவிக்கும் மக்கள்... பர்னாந்துமார்களின் வேறு வேறான வாழ்க்கை... மத மாற்றம்... மனம் மாறாத தவிப்பு... ஊசலாடும் நம்பிக்கையின் வேர்கள்... இப்படி ஏராளமான நிகழ்வுகளோடு முடிவில்லாது விரியும் கதைவெளி. வரலாறு பதிவு செய்யாத மனித வாழ்வின் இருத்தல் வலிகளை வாசகப் பார்வையில் கொட்டுகிற எழுத்து. பெரு நிகழ்வுகளை மட்டுமே வரலாறு பேசுகிறது. நிகழ்வுகளைச் சுமந்த மக்களின் அன்றாடத்தை இலக்கியம்தான் பேசுகிறது. ‘கொற்கை’ அப்படியான எழுத்து. நீரிலும் நிலத்திலும் ஒரே நேரத்தில் வாழ்கிற மக்களின் வாழ்க்கை. கடல் அன்னையின் மடியில் பிள்ளைகளுக்கான சோறு.

அந்நிய மண்ணில் அடித்து விரட்டப்படுதல்... பாடுபட்ட பொருள்களை இழந்து அஞ்சி ஓடும் மக்கள்... சந்தனமாரியும் மாதாவும் மட்டுமே துணை என்று தோணி ஏறும் ஆண்கள்... முதலாளிமார்களின் கண்களால் தீண்டப்பட்டுக்கிடக்கும் பெண்கள்... இவற்றின் மத்தியில் குடும்பம் காக்கும் ஆண்கள் பெண்கள். விளிம்புடைந்து விரியும் கேன்வாஸ் பரப்பில் எழுத்து தூரிகையாக அலைகிறது. வண்ணங்கள் முடிவில்லாது படிகின்றன. வடிவங்கள் பெருகிக்கொண்டேயிருக்கின்றன. அதில் காட்சியாகிற பிம்பங்கள் பரதவ மக்களின் பிம்பங்கள் மட்டுமா? மண்ணில் வாழும் ஒட்டுமொத்த மனிதர்களின் உள்மன அடுக்குகளிலிருந்து பிதுங்கும் பிம்பங்கள்.

தனுஷ் தாத்தாவும் பாட்டி சாராக் கிழவியும் அந்த வயதில் காட்டும் நெருக்கம்... பேசும் பேச்சுகள். அடுத்த அறையில் நெருக்கமாகப் படுத்திருக்கும் தோழிகள்... சத்யா, புனிதா. இருவருக்குமான உறவுக்கு என்ன பொருள்? அன்பா? காமமா? இரண்டும் கலந்த இடமா? இரண்டு உயிர்களின் இருத்தல் சார்ந்த அதிர்வுகளின்மீது கருத்துச் சொல்கிற அதிகாரம் நமக்கேது?

கவிதைபோல நுணுக்கமான பார்வை. நிகழ்வுகளின் வேர்களைச் சந்திக்கிறார் ஜோ. அதனால்தான் படைப்பாகிறது.

சத்யா தம்பியிடம் சொல்கிறாள்...'என்னடா, லுங்கியெல்லாம் வெலகிக் கெடக்கு. போயி ஒண்ணுக்கு அடிச்சிற்று வந்து படுடா.' 'இந்த தலையண வேணுமின்னா வச்சிக்கோ அதுக்கு என்னய போட்டு இந்த அமுக்கு அமுக்குற. எதுக்கு இப்புடி பேயறைஞ்சமாரி உக்காந்திருக்க, அக்கா பாத்துக்கிருறம் போ.' தம்பியின் மீறலை தம்பிக்கு வலிக்காதே நெறிப்படுத்தும் அக்கா! சத்யாவின் இந்த வார்த்தைகளை நாவலின் வாசிப்பு வழியாக உள்வாங்கும்போது அன்புக்கு புதியதொரு பரிமாணம் கிடைக்கிறது.

அத்தியாயம் 113. கோபால், தாமஸ் இருவரின் விடலைப் பருவப் பேச்சு. தாமஸ் தூண்டிவிட ஆசையில் நகர்வது. கோபால் அந்த இடத்தில் தாயைப் பார்த்து விடுவது. அப்போது மனதில் ஓடும் எண்ணங்கள். இறுதியில் 'தப்பு பண்ணிற்றம், நீ பாவம்... என்னம்மா பண்ணுவ. ஒன்னய நெனச்சா எனக்குப் பரிதாவமா இருக்கு. நாந்தாம் தெம்பேறித் திரிஞ்சிற்றம். என்னய மன்னிச்சிரும்மா.' என்று கோபால் தனக்குள் சமாதானமாவது. வாழ்க்கையின் இயல்போடு எல்லாவற்றையும் ஜீரணித்து எளிதாக நகரும் பாத்திரங்கள்.

ஜோ அதிரவிடுகிற உலகம் வாழ்கிற உலகத்தோடு உரையாடத் தொடங்குகிறது. இந்த வினைதான் எழுத்தை நாவலாக்குகிறது. பாத்திரங்கள் நாவலின் கருவறையிலிருந்து மட்டுமே பிரசவிக்கப்பட வேண்டும். இந்த ஒழுங்குதான் நாவலின் உயிர்வெளி. படைப்பாளியின் மனோவினை: ஜோ.வின் மன வினையல்ல.

கதையாடலில் வரும் எல்லாப் பெண்களும் நின்று கவனித்துப் பார்க்க வேண்டியவர்களாக இருக்கிறார்கள். தரையில் உட்கார்ந்து படம் பார்க்கிற பெண்களின் மன அழகைப் பரதவ மொழியில்தான் சொல்ல முடியும். பேசக்கூடாத வார்த்தைகளும் பேசவேண்டிய வார்த்தைகளாக மாறும் அதிசயம் நாவல் முழுக்க இறைந்துகிடக்கிறது. வாழ்க்கையின் அதிர்வு சொற்களில் இறங்கும் அசாத்திய மொழி நடை.

தோணிகள், கப்பல்கள் வந்து சேருகின்ற இடம் அல்லது இலக்கு துறைமுகம். மனித உயிர்களின் ஓய்வில்லாத மன அலைகள் மோதுமிடமாகவும் மாறிவிடும் கதையாடல். மனித உடல் அதில் நங்கூரம் இட முடியாது தவிக்கிறது. நீர் மீது உடல். கரைமீது மனம். ஒரு இடத்திலும் வேரூன்ற முடியாதத்

தவிப்பு. கடலின் பரப்பைவிட பரதவ மக்களின் மனப்பரப்பு அதிக விரிதல்கொள்கிறது.

ஒவ்வொரு அத்தியாயமும் ஒரு வீட்டின் வாயில் திறப்பாக அமைந்திருக்கிறது. மனிதர்களின் வாழ்தலை பிரக்ஞையின் தீண்டலோடு நாம் பார்க்கவும் கேட்கவும் முடிகிறது. மனிதர்களின் வாழ்க்கை இதில் அப்பட்டமாக சொல்லப்படுவதன் மூலம் புதிய எழுத்து உருவாகிறது. மனிதனின் மறைக்கப்பட்ட இருள் வெளிக்குள் ஜோ.வின் எழுத்து வெளிச்சமாக மெல்ல நுழைகிறது. வாசகன் மீதும் படைப்பாளிமீதும் அந்த வெளிச்சம் படிகிறது. காட்சியாகும் பிம்பங்களின் அதிர்வு மலையாக மோதுகிறது. இது பரதவ மக்களின் மீது மட்டுமல்ல எல்லா மக்களின் மீதும் மோதுகிறது. குறிப்பாக வாசிக்கும் நம்மீது இடியாக விழுகிறது. அந்தரங்கம் பிதுங்கி வெளியேறுவதை யாரால் தாங்க முடியும்? நாவல் மீதான எதிர்ப்புக்கும், அதீத ஈர்ப்புக்கும் இதுவே காரணம். நாவலுக்கு ஒரு புது இலக்கணம் பிறக்கிறது. இது இந்த நாவலின் மிகப்பெரிய பங்களிப்பு.

‘கொற்கை’யில் கதை இயங்கும் பரப்பு கடலும் கடல் சார்ந்த இடமும். கடல்வெளி நிலப்பரப்பைப்போல வெவ்வேறு வடிவங்களில் காட்சியாகிறது. பார்வையில் நீராக ஒற்றைப் பரிமாணத்தில் காட்சியாகிற கடல், ஜோ.வின் எழுத்தில் பன்முகப் பரிமாணம் கண்டு உருவ நேர்த்தியில் வியக்கவைக்கிறது. அப்படி ஒரு அனுபவம் வாசிப்பவனிடம் நிகழ எல்லாமும் நடக்கிறது. கடலே ஓவியப் பரப்பாகிறது. வார்த்தைகளில் உப்பு ஈரம் உலராதிருக்கிறது. ஜீவித மணம் புத்தகவெளியில் பரவுகிறது. படைப்புலகில் பாத்திரங்கள் உயிர்கண்டு அதிர்கின்றன.

தோணி முழுமையாக நம்முன் காட்சியாவது விவரணையின் வெற்றி. கடலும் அதுபோலத்தான். பரந்த நீர்ப்பரப்பில் முடிவில் லாத அதிர்வுகள். அத்தனையும் இயற்கையின் பிரமாண்டத் தெறிப்பு. இயற்கையோடு இயைந்து வாழ்வது என்பதைப் புரிந்துகொள்ள பரதவனாகப் பிறக்க வேண்டும். ஆனால் நீர் மீது ஜெயித்தவர்கள்... தரையை, தரைமீதான வாழ்க்கையை வெல்ல முடியவில்லை. காரணம் தேடி அலைவது ஜோ மட்டுமல்ல... வாசிப்பிலிருக்கும் நாமும்தான்.

நாவலில் நூற்றுக்கணக்கான பாத்திரங்கள். பாத்திரங்களோடு கணமும் பிரியாது நகரும் ஜோ. உடல் அதிர்வுகளையும் மன அதிர்வுகளையும் அவர்களோடு கலந்து கரைந்து பேசும் கதைமொழி வட்டார வழக்கில் தோய்ந்து ஈர்க்கிறது. நாவல் வாசகனுக்கு ஒரு உலகை அறிமுகப்படுத்த வேண்டும். அது தனதளவில் முழுமைகொண்ட உலகமாக இருக்க வேண்டும்.

நிகழ் உலகத்தின்மீதான கேள்விகளோடு இன்னொரு உலகை வாசகன் தனது வாசிப்பில் உணர வேண்டும். ‘கொற்கை’ அப்படி ஒரு உலகைக் கண்முன் விரிக்கிறது. ஒவ்வொரு மனிதனுக் குள்ளும் இருக்கிற உலகம் வெவ்வேறு பரிமாணங்களில் வெளிப்பாடுகொள்கிறது. பாத்திரங்கள் உரிமைகொண்டாடும் உலகம் படைப்பாளி முன்வைக்கிற உலகத்தில் கரைந்து வேறு பரிமாண அழகில் மிளிர்கிறது. இந்த விந்தை முழுதாக நிகழ வேண்டி அந்தந்த பாத்திரமாக எழுத்தாளன் மாறிவிடுகிற அதிசயம் ஆச்சரியமானது. ஜோ.வின் உடலில் பல உயிர்களின் அனுபவங்கள் மோதித் தெறிப்பதை வாசிப்பில் உணர்கிறோம்.

ஆண்டாமணி பேசும்போது அவர்மட்டும்தான் பேசுகிறார். எந்த இடத்திலும் அவரது குரல் மாறுவதில்லை. பாத்திரங்களின் சுதந்திரத்தில் எழுத்தாளன் அதிகம் தலையிடவில்லை. இருந்தாலும் கதை மாந்தர்களின் எண்ண ஓட்டத்தில் குருஸ் மெல்லத் தலைகாட்டுகிறார். பாத்திரங்களின் சுயம் அவரைத் துரத்திவிடுகின்றன. நாவல் தப்பித்துக்கொள்கிறது. காரணம் பாத்திரங்களின் படைப்பு நேர்த்தி.

வாசிப்பின்போது அன்னதா சங்கர்ராய் ‘கலை’ குறித்து பேசுகிற வார்த்தைகள் மனதில் எதிரொலிக்கின்றன. “கொடுப்ப தற்கு ஏதோ ஒன்று என்னிடம் இருக்கிறது. அதை நான் மட்டுமே கொடுக்க முடியும். அப்படியான மேலான ஒரு அனுபவம் எனக்குள் ஏற்பட்டிருக்கிறது. என் மனம் அதை அப்படி நம்புகிறது. இதைச் சொல்லாமல் என்னால் இருக்க முடியாது. இந்த ரசானுபவம் அரூபமாக மனத்தில் தேங்கிக்கிடக்கிறது. அதற்கு ஒரு வடிவம் தந்து உயிரூட்டி வெளியே அலையவிட வேண்டும். அதன் அதிர்வை எனது பிரத்தியட்ச நிலையில் நான் உணரவேண்டும்.” இந்தத் தவிப்பே ‘கொற்கை’ நாவல்.

பரதவ சமூகத்திற்கு அதன் மீட்சிக்கு என்று ஜோ எவ்வளவு பேசினாலும் ஆயிரம் நிகழ்வுகளைச் சொன்னாலும் அது கலை யாகாது. தனக்கு ஏற்பட்ட அனுபவத்தை, மேலான அனுபவத்தை, மென்று உள்வாங்கிய அரூப ரஸத்தை உருவமாக்கிய விந்தையே இதைக் கலை வடிவமாக, இலக்கியமாக ஆக்கியிருக்கிறது. உருவம் கண்டு வெளிப்படும்போது சுயம்புவாக கட்டற்று இயங்குகிறது. வாசகப் பிரதிகள் வழியே முடிவில்லாது பயணிக்கும் அதன் இயக்கமே கலையின் அதிர்வு.

மதம், சாதி இரண்டும் நாவலில் வெகு இயல்பான இடமிருந்து பேசப்படுகிறது. மன உள்ளடுக்குகளில் மறைந்திருக்கும் எல்லாவற்றையும் ஜோ தயவுதாட்சண்யம் இல்லாது போட்டு உடைக்கிறார்.

நாவலில் கடவுள் பொதுவானவராக வருகிறபோது போற்றத் தானே வேண்டும். ஜோ.வோடு சேர்ந்து மாதா கோயிலுக்கும் சந்தனமாரி கோயிலுக்கும் ஒரே நம்பிக்கையில் நம்மாலும் போகமுடிகிறது. "மனசுல வஞ்சகமில்லாம ஒரு விசயம் சொல்லுறம் கேட்டுக்கிருங்க... பேசாம எல்லாரும் திரும்பவும் நம்ம தாய் தெய்வ வழிபாட்டுக்கே வந்திருங்க... இந்த சந்தனமாரி கோவிலு யாரு கோவிலு . . . யாரு அதியாரம் பண்ணுறாவ பாத்தியளா..." சண்முகவேல் நாடாரின் நெருக்கமானப் பேச்சு. ஆண்டாமணியார் வேறு யாரையும் விட அதிகமாகச் சுடர்கிறார். "அப்படி எதுக்கு பிரிச்சு பேசுறிய. மதம் மதமின்னு அந்த வார்த்தையிலேயே எவ்வளவு மதமிருக்குன்னு பாத்தியள . . . நம்ம இப்படித்தாம் பொறக்கணுமிங்கறது நம்ம வாங்கி வந்த வரம். அவம் (கடவுள்) மட்டும்தாம் உண்ம. மத்தது எல்லாமே மாயைதான்."

"இந்தா நம்மள இங்க கூட்டிற்று வந்து பேச வச்சிறுக்காம் பாருய்யா. நம்ம யாரு... அவம் ஆட்டுனா ஆடுற பொம்மதான். இதுல, மேசைகாரம், கம்மரம், மெனக்கடம், சக்கிலியம், பரவம், சாணாம், புள்ள, பாப்பாம்... ஒண்ணுங் கெடையாது. உள்ள இருக்கவம் ஒருத்தந்தான். நடக்கறத வேடிக்கை பாக்க வேண்டியதுதாம். எல்லாமே அவனோட வெளையாட்டு. திருவிளையாட்டு. அலகிலா வெளையாட்டு . . ." மேற்குறித்த எல்லாமும் வலிய திணிக்காத எழுத்தாகக் கதைக்குள் கரைந்து விடுகிறது. பிரச்சாரத் தொனி மறைந்து பாத்திரங்களின் மனத் தெறிப்பாக வாசிப்பில் மாறுவது எழுத்தின் பலம்.

நூற்றுக்கணக்கான மனிதர்கள். அவர்களின் உறவுமுறைகள், தொழில், பின்புலம், வாழ்க்கை இவற்றை ஒரு ஒழுங்கில் கூட்டிப் போகிற லாவகம். பிழைகள் இல்லாது பாத்திரங்கள் எல்லா இடங்களிலும் வெளிப்படுவது. எண்ணிலா மக்களின் வாழ்க்கை நிகழ்வுகள் எந்தச் சரட்டில் கோர்க்கப்பட்டு கதையாகிறது என்பதே நம் தேடல். அதுவே நாவலின் வெற்றி. ஒவ்வொரு மனிதனுக்குமான தனித்த ஒரு வாழ்க்கை சொல்லப்படுகிறது. அவர்களின் தினசரி வாழ்க்கை. அவற்றிலிருந்து சிலவற்றை வாசகப்பரப்பிற்கு கொண்டுவரும் முயற்சியில் ஜோ தேர்வு செய்யும் இடங்கள் முக்கியமானவை. நாவலோடு தொடர்புள்ளதைத் தானே பேச முடியும்? அப்படிப் பேச ஏதுவாக நாவலைக் கட்டமைத்திருக்கும் இலக்கிய நுட்பம் புதிது. அவரே அறியாதது. மனதின் அந்த நேர வினை அது.

'கொற்கை' முழுக்கவும் இறைந்து கிடக்கும் சொலவடைகள் எண்ணற்றவை. கெட்ட வார்த்தைகள் பாத்திரங்களின் வழியே

மழையாகக் கொட்டுகின்றன. கெட்டவார்த்தைகள் கவிதை வரிகளோ என கணநேரம் ஏமாந்துபோகிறோம். நாமும் அப்படிப் பேசிவிடுவோமா என்ற பயம் கலந்த ஆசை வந்து போனது. மனித வேரில் திரண்டு காத்திருக்கும் அதீத காமவேட்கையின் அப்பட்டமான வெளிப்பாடுகள். கெட்டவார்த்தைகள் எல்லாமும் ஜோ.வின் கை பட்டு நல்லவார்த்தைகளாகவே காதில் விழுந்தன. நாவலுக்குள் பலரும் இப்படிப் பேசுவதால் ஒருவகையான பேச்சு மொழியாக மாறிவிடுகின்றன. அவற்றை நீங்களும் நானும் பேசினால்தான் கெட்டவார்த்தைகள்.

கொற்கையிலிருந்து விரியும் கடல். கடல்சார்ந்த நீண்ட நிலப்பரப்பு. அதில் வாழ்கிற பரதவ, நாடார் சமூகம் மற்றும் ஆங்கிலேயர். இவர்களோடு கொழும்பு துறைமுகம். இலங்கைவாழ் மக்கள், மற்ற தோணித்துறைகள் சார்ந்த மக்கள்... என்று நீள்கிற கதைப்பரப்பு நீரோடும் நிலத்தோடும் கலந்து வாழ்கிற மக்களின் நூறு ஆண்டுகால வாழ்க்கை முழுவதையும் பார்க்கும்படியான ஒரு சாளரத்திறப்பு.

“1920 வரை மலங்காட்டுக்குத் தோட்டத்துக்கு போனது முழுவதும் ஆண்கள்தான். பின்னாளில் எவனோ ஒரு வெள்ளைக்காரன் கொடுத்த திட்டப்படி பெண்களையும் குழந்தைகளையும் அனுமதித்திருக்கிறார்கள். ஆண்களுக்கும் வீட்டு நினைப்பில்லாமல் இருக்க வேண்டுமென்பதற்காத் தமிழ்நாட்டிலேயே பெண்களைக் குறிவைத்துப் பிடித்து அனுப்பும் பழக்கம் இருந்திருக்கிறது. வாழ வழியில்லாத பெண்களையும், பைத்தியங்களையும் பிடித்துவரும் கங்காணிகள் அவர்களை வெள்ளையரிடம் நல்ல விலைக்கு விற்றிருக்கிறார்கள். இது போன்ற அபலைப் பெண்களை இலங்கை மலங்காடுகளுக்குக் கொண்டுபோய் விட்டுத் தொழிலாளர்களை அவர்கள் இஷ்டம் போல மேயவும் அனுமதித்திருக்கிறார்கள்.” தமிழர்கள் கடந்து வந்த வரலாறுதான் எவ்வளவு கேவலமானது. அடிமட்ட மக்களின் வாழ்க்கை பற்றிய எந்த அக்கறையும் கொள்ளாத நம் மன இருப்பின்மீது கசப்பேறுகிறது. வரலாறு தனிமனித வலி மீது பார்வையைச் செலுத்துவதில்லை. வாழ்வின் கண்படா இடங்களை இலக்கியம்தான் பேசுகிறது. எழுத்தின் தர்மம் வேறு என்னவாக இருக்க முடியும்?

கொற்கையும் கொழும்பும் நீரால் இணைந்திருப்பதால் பரதவர்களுக்கு கடலைக் கடப்பது நிலப்பரப்பில் ஓடுவதுபோல எளிதாகிறது. பர்னாந்துமார்கள் மற்றும் சில நாடார்கள் கொழும்பு துறைமுகத்தைச் சுற்றி நிலைகொள்கிறார்கள். துறைமுகக் கட்டுப்பாடு மற்றும் தொழில் வர்த்தகம் பர்னாந்துமார்

வசம் வருவதில் வியப்பில்லை. ரிபேராக்கள் மூத்த கொழும்பு அரசியல்வாதிகளோடு ஏற்படுத்திக்கொள்ளும் பழக்கம் உரிய நேரத்தில் ஏன் உதவவில்லை என்ற கேள்வி நாவலுக்குள்ளேயே பதிலாகக் கிடக்கிறது.

நாவலில் பேசப்படும் யாழ்ப்பாணத் தமிழர்கள் பற்றிய தகவல்கள் ஏனோ வலிக்கின்றன. உண்மை சுடத்தானே செய்யும்? பரதவர்களில் இருந்த மூன்று நிலைகள் போல இலங்கைத் தமிழர்களிலும் படிநிலைகள். படித்த ஆட்சி அதிகாரங்களிலிருந்த யாழ்ப்பாணத்தமிழர்கள், மலையகத் தமிழர்கள், பர்னாந்துமார் மற்றும் நாடார் இனத் தமிழர்கள் கூடவே தமிழ் முஸ்லிம்கள். பரதவ சமூகம்போல இவர்களிடத்திலும் ஒற்றுமை இல்லாததால் அழிந்துவிட்டதைத்தானே இப்போது பார்க்கிறோம்.

மனம் பரதவ மக்களின் துயரங்களைக் கேட்கும்போது இலங்கையில் வாழ்ந்த, வாழும் தமிழர்களையும் நினைக்கிறது. இந்த நாவலில் இப்படியும் ஒரு உப பிரதி கிடைக்கிறது. ஜோ தான் அறியாதே இதைச் செய்திருக்கிறார். இந்த நாவலில் இது மிகப் பெரிய பங்களிப்பு.

கொழும்பிலிருந்து, மருதானையிலிருந்து, இலங்கையின் வேறு பகுதிகளிலிருந்து ஓடி வந்த பர்னாந்துமார்கள், நாடார்கள், முஸ்லிம்கள் எல்லோரும் தமிழர்கள். யாழ்ப்பாணத்தில் செத்தவர்கள், புலம்பெயர்ந்தவர்கள் தமிழர்கள். மலைக்காட்டி லிருந்து குடியுரிமை தராது விரட்டப்பட்டவர்கள் தமிழர்கள். பரதவ சமூகம் கொற்கையை ஆண்ட சமூகம். இலங்கையை ஆண்ட இனம் தமிழ் இனம். நன்றாக வாழ்ந்தபோது சகத் தமிழனை மதிக்காது போனதும், பிரச்சனை காலத்தில் ஒன்றுபடாதிருந்ததும் பரதவர்கள் போல இலங்கைத் தமிழர்களையும் வீழ்த்திவிட்டது என்பது ஒரு உபபிரதியின் சாரம். இந்தப் பிரதியால் நாவலுக்குக் கூடுதலானப் பரிமாணங்கள் கிடைக்கின்றன.

தொம்மையைப் பற்றியச் சித்தரிப்பு "எழும்பினால் உட்கார்ந் தால் குடி. வாலிபத்தில் கோத்திய சோக்கு வேறு அதிகமானதால் குடியிருக்க ஒரு குச்சில் இல்லை." அவர் வாழ்ந்த வாழ்க்கையின் உண்மையைப் பேசித்தானே ஆக வேண்டும். "கிலுக்க பாரு, என்னதாம் குண்டி கிண்டியின்னாலும் அவந் தோணியல நல்லா ரசிப்பாம். அந்த மாதிரி ஒரு ரசன வேணும் கேட்டியா. விரும்பறது கெடைக்கலியா, சவம் கெடைக்கிறது விரும்பிற்றுப்போ" தொம்மையின் நேர்மையான பதிவு. நாவலுக்குள் பாத்திரங்கள் பேசுவதைக் கேட்பதற்காகவே படிக்கலாம். ஆண்டாமணியார்... கிலுக்கு தண்டல்... தொம்மை... வெரெணிக்கா... சண்முக நாடார்... பீ வண்டித் தள்ளும் நரசம்மா... ராமுலய்யா...

தனம்மா ... இவர்கள் எல்லாருமே வாசிப்பில் ஒரு ருசியாக இறங்குவது ஆச்சரியம்தான்.

பாத்திரங்கள் ரகசியமற்று திரிகின்றன. நாவல் குறித்தும் இந்த இடமிருந்து உரையாடலாம். நிஜ உலகில் மனிதர்கள் உள் மறைத்து ரகசிய உருவாகவே வாழ்கிறார்கள். ஆனால் படைப்புலகில் பாத்திரங்கள் ரகசியங்களை உதிர்த்தபடி இருக் கின்றன. வாசகவெளியில் பாத்திரங்கள் நிர்வாண அழகில் சுடர்கின்றன. ஆடை போர்த்தியும் ஆடை விலகியும் நகர்கிற பாத்திரங்களின்மீது ஒருவித கலா வெளிச்சம் படிகிறது. இதுவே வாசகனை ஈர்க்கிறது. ஜானகிராமனின் ஒவ்வொரு பாத்திரங்களும் அப்படியானவை. அதனால்தான் நாவலின் பாத்திரங்கள் நெருக்கமாகின்றன. இதுவரை வாசித்த புத்தகங் களிலிருந்து பிதுங்கி ... பல பாத்திரங்கள் இப்போதும் நமது மனவெளியில் உயிர்கண்டு அதிர்கின்றன. இசையைக் கேட்பது போல பாத்திரங்களைப் பார்த்துக் கொண்டிருக்கிறோம். படைப்பாளியைப் பின்னுக்குத் தள்ளிவிட்டு பாத்திரங்கள் வாசகனோடு உறவுகொள்கின்றன. அவர்களோடுதான் எப்போதும் உரையாட முடிகிறது. பெருமாள்முருகனின் பெருமா... பொன்னா... ஜாகிர்ராஜாவின் அலிமா ... லா.ச.ராவின் அபிதா ... பசித்த மானிடத்தில் வரும் கணேசன் ... இப்படிச் சொல்ல நூறு பாத்திரங்கள் உண்டு. ஜோ.வின் கொற்கையில் சிறு பாத்திரங்களில் இப்படியான அழகு கூடுதலாக ஒளிர்கிறது.

கொடுப்பதற்கு வலம்புரிச் சங்கு மாதிரி அபூர்வமான ஒன்று படைப்பாளியிடம் இருக்க வேண்டும். அதை அறிந்து வாங்க ஒரு வாசக மனம் வேண்டும். இரண்டும் இணைகிறபோது நல்ல எழுத்து வசீகர அழகில் ஒளிரும். சு.ரா. சொல்கிறமாதிரி, படைப்பாளி இறந்தபின்பும் வாழ்வது மேலான அனுபவத்தைப் பகிர்ந்துகொள்வதால் மட்டுமே நிகழும்.

'கோபாலன் பஸ்ஸில் ஏறி திருநெல்வேலி வந்து கொற்கை செல்லும் புகைவண்டியிலேறி அமர்ந்திருந்தான் பிலிப்...' என்று 9வது அத்தியாயம் தொடங்குகிறது. அதிலிருந்து பிலிப்பை வாசகன் பின்தொடர்கிறபோது, வாழ்க்கையின் வலியும் மனிதர் களின் உள்ளடுக்குகளில் மறைந்திருக்கும் முகம்காட்டாத முகங் களும் பார்வைகொள்கின்றன. பிலிப் பார்த்துப் பிரமித்த பல பர்னாந்துமார்கள் வீழ்ந்த கதைகள் புரியத் தொடங்குகின்றன.

இறைமகன் யேசுவை இடது கரத்தில் சுமந்தபடி கொற்கை மாதா பவனி வரும் தங்கத் தேர் பெரும் கலைப் பொக்கிஷமாய்க் காட்சி தருகிறது. அத்தியாயம் 54ல் 21 ஆண்டுகள் கழித்து மண் போட்டால் மண் விழாதக் கூட்டத்தில் தங்கத்தேர் நகர்கிறது.

ஏழு கடற்துறை பர்னாந்துமார் கூடி ஆனந்திக்கும் அன்னையின் திருநாள். உலகின் எந்தப் பகுதியிலிருந்தாலும் வந்து கூடும் பரதவ கத்தோலிக்கக் கிறுத்துவர். சிதிலமாகும் பாண்டியபதி அரண்மனை, வசீகரம் இழக்கும் பண்டியபதியின் நிலை, வெள்ளையர்களோடு போட்டி போடும் நவநாகரிக உடையில் லெம்பர்ட் தல்மெய்தா குடும்பம். நூற்றுக் கணக்கான பர்னாந்து செல்வந்தக் குடும்பங்கள். அப்போது சேசு பட்டங்கட்டி மனதில்... பிலிப், சலோமி இருவரையும் பார்த்து ஓடும் எண்ணங்கள் எல்லாமும் நாவலின் இறுதியில் நினைவில் வருகின்றன.

ஒரு மதம். ஆனால் ஆயிரம் பிரிவினைகள். ஒன்றுபடாத பர்னாந்துமார்கள். "அது என்னவே ஒரே சாதிக்குள்ளயே இப்புடி ஏத்தம் எறக்கம் பாக்குறது. பொண்ணு குடுக்காத எடுக்காத, ஏன்னா நாங்க ஏழ எளியதுவ. இவரு போற தெருவுல நாங்க போவக் கூடாதாம் இவுங்கள்வ வூடுவ இருக்க எடங்கள்வ கலியாண ஊர்வலங்க வரக் கூடாதாம். மையங்கள கோயொலுக்கு எடுத்திற்று போவக் கூடாதாம்..." சுசமுத்துவின் இந்த வார்த்தைகள் அன்றைய எதார்த்தம். மாதா முன்பு மூன்று குழுக்களாகப் பிரிந்து கிடக்கும் பர்னாந்துமார்கள். இந்த இடத்தில் முடி துறந்து நகரும் பண்டியபதி. அத்தியாயம் 54 இறுதியில் மகிழ்ச்சி பொங்க ஆரோக்கியசாமி நாடார் பாடுகிறார். "யார் வாரா தெருவுல... எங்க மாதா வாரா தெருவுல..." இப்படி நீளும் பாட்டில் பாண்டியபதியின் முடி துறப்பின் வலியும் சேர்ந்து ஒலிக்கிறது.

சந்தனமாரி கொற்கை நகரிலேயே கோட்டையுள்ள ஒரே கோயில். கோவிலைச் சுற்றி நாற்புரமும் ரத வீதி. வீதியெங்கும் பரதவக் குடில்கள். ஐநூறு வருடங்களுக்கு மேலாகக் கம்பீரமாக நிற்கும் தலவிருட்சத்தின் கீழே "ஆத்தா..." என்று அமர்ந்து ஓடும் ஆண்டாமணியின் சிந்தனை... "புண்ணியம் பண்ணுனா வுட்டுறுவானா... பாவத்தையும் புண்ணியத்தையும் கழிக்கத்தான் பெறவி... பெறவிப்பெருங்கடல் நீந்தித்தான் ஆவணும்... வள்ளுவம் ஞானி மாப்புள... சமநெல வந்தாத்தாம் முக்தி..." இந்த இடத்தில்தான் பிலிப் ஆண்டாமணியைச் சந்திக்கிறான்.

கிலுக்கின் முகத்தில் சிந்தனை ரேகைகள்... "சந்தனமாரி எங்கள எப்படியாவது கர சேத்திரம்மா... கடல்ல கெடக்கும்போது மட்டும் சந்தனமாரி, கரைய வந்திற்றா மரிய மாதாவா? ஒன்னய ஒஞ்சன்னதியில நா வந்து பாக்கறம்..." பொய்யில்லாத மனதின் ஒளியில் மங்கிப்போகிறோம். ஆதியில் வேர்விடும் ஜோ.வின் மனம்.

"புள்ளையிள அங்கனயிங்கன போவ வுடு. அப்பத்தாம் ஒலக நடப்பு தெரியும்... ஆயிர ஆயிரமா சம்பாதிச்சு வச்சாலும் அவங்

கையில கெடச்சது வாயில கெடக்காம போயிறும். மொதலாளி மொதலாளி என்று சொல்லியே ஊத்தி மூடிறுவானுவ. கண்ணு முன்னால பர்னாந்துமாரு கடையள்ல நடக்குயத பாக்கத்தாம் செய்யிதம் . . .” முத்துலிங்க நாடாரின் வெபரமான பேச்சு. பரதவர்களிடம் பணம் சேரும்போது நடப்பதைக் கணக்கிட்டு வைத்திருக்கிறார் நாடார்.

“வெள்ளைக்காரன் ஆண்டாளும் தொறமுகம் என்னமோ அந்தக் காலத்துல யிருந்தே பர்னாந்துமார் கையிலதாம் இருக்கு. கோவக்காரங்க. கோவம் உள்ள இடத்திலதாம் கொணம் இருக்கும்.” பரதவ மக்களின் கெட்டிக்காரத்தனத்தை பல இடங்களில் சுட்டிக் காட்டுகிறார்.

“மேசைக்காரவுக தனியா ஒரு சங்கம் . . . மெனக்கம்மாரு இன்னொரு சங்கம் . . . கம்மரமாரு எங்கள மெனக்கடமாரு சேர்க்கமாட்டாங்க . . .” தஸ்நேவிஸ் மகன் சந்தக்குருஸ்.

“அழுகிய சதைக்குளிருந்து முத்துக்கள் . . . குழியோடிகள் . . . தோடை. பால்சங்கில் வளையல் மோதிரம் கம்மல் மாலை அது இதுன்னு . . . கூட ஒரு சங்கு . . . கூட ஒரு சிப்பியின்னு ஆச வுடாது . . . கூட ஒரு சங்கெடுக்கிற அந்த சொடக்கு போடுற நேரம், உசுரக் குடிச்சிபோடும்” வாசிப்பில் அதிர்ந்து போகிற இடங்கள். மனித ஆசையின் விபரீதம். “எண் ஜான் உடம்புக்கு சிரசே பிரதானமின்னு எவஞ்சொன்னான் . . . என்னய கேட்டா . . . வவுறுதாம் பிரதானம்” தஸ்நேவிஸ் சொல்லும் பட்டறிவு.

“மில்லர் சொல்றபடிபாத்தா மொத்த வழக்குல பாதிக்கு மேல ஒங்க கம்யூனிட்டியில ஒருத்தர்மேல ஒருத்தர் போட்ட வழக்காத்தாம் இருக்காம். பட் நாட் ஈவன் அ சிங்கிள் கேஸ் ரெஜிஸ்டர்டு இன் நாடார் டூ நாடார், சர்ப்பிரைசிங்” டக்ளஸ் சொல்கிறார். ஆங்கிலேயர்கள் பர்னாந்துமார்களின் வாழ்க்கையை அறிந்திருக்கும் உண்மை.

ஆண்டாமணியார் மருமகன் குழியோடி இறப்பு . . . கையில் பிடித்திருக்கும் வலம்புரிச் சங்கு. “எந்தச் சபயில என்னய சேப்பாவ . . .” சலோமி ஆற்றாமையோடு பேசுவது. மக்களின் துயரமான இடங்களை அடுக்கிக்கொண்டே போகலாம். மரணம் எப்போதும் யாதவர் வாயிலருகில் உள்ளே நுழைவதற்காகக் காத்திருக்கிறது. அதை ஒதுக்கிவிட்டுத்தான் பரதவ ஆண்கள் தொழிலுக்குப் போகிறார்கள். காணும் ஒவ்வொரு சங்கிலும், ஒவ்வொரு முத்திலும் பரதவ மக்களின் உயிரின் வலி ஒலிக்கிறது. நகர்கிற தோணி கடலையும் சேர்த்துக்கூட்டிப்போவதாக வாசிப்பில் உணர்கிறோம். முழுக்கடலையும் தோழனாகக்

கூட்டிப்போகும் நெருக்கம் நாம் அறியாதது. தோணிக்குள் கடலும் சேர்ந்தே பயணிக்கும் பேரழகு. மரணத்தை வென்று நகரும் கடலோடிகள்.

ஆண் பெண் சார்ந்த பாலியல் ஒழுக்க மீறல்களே ஒழுக்கமாக நாவலுக்குள் இறைந்து கிடக்கின்றன. குருஸ் பல்டோனாவின் நாற்றமடிக்கும் பேச்சு... மெல்கியாஸ் மனதில் ஓடும் எண்ணமாக அத்தியாயம் 78ல் வரும் இடம்... ஆண்கள் பெண்களின் அதீத காமக் களியாட்டங்கள். வாழ்வின் அந்தரங்கத்திற்குள் வெளிச்சமாக நுழைகிறது ஜோ.வின் எழுத்து.

"அரசாங்கம்தான் சிங்களவன் கையில... ஆனா ஆட்சி பூதாவும் யாழ்ப்பாணத்தான்வதாம். வெள்ளைக்காரனா கொக்கா? இந்தியாவுல எப்படி இந்து முஸ்லீமுன்னு பிரிச்சி வுட்டான்வளோ அதே மாதிரி இங்கயும்..." சுதந்தரத்துக்கு முன்னால வெள்ளக்காரனோடு ஒட்டி உறவாடியது கொற்கை பர்னாந்துமார் அல்லது யாழ்ப்பாணத் தமிழர்கள். கால ஓட்டத்தில் எல்லாமும் மாறுகிறது. "வெள்ளயர்களிடமிருந்து சுதந்திரம் கிடைத்தாலும் தமிழர்களிடமிருந்து கிடைப்பது மிக அரிது என்று படித்த சிங்களர்கள் உணர்ந்ததால் அங்கங்கே மோதல்களைத் தூண்டிவிடுவதாக" வரும் வரிகள் கவனம்கொள்ளத்தக்கவை.

"கொற்கையும் நம் மண் அல்ல... எவன் நம்ம மதிப்பான்" புலம்பும் பர்னாந்துமார்கள். மருதானையில் கடை வைத்திருப்ப வர்கள் பெரும்பாலும் கொற்கைத் தமிழர்கள். தமிழர் கடைகளை சிங்களர் சூறையாடும்போது மனதில் ஓடும் எண்ணம். பர்னாந்துமார் சிங்களவர்களோடு கலப்பது... அடையாளங்களை இழப்பது... வியாபாரப்போட்டி... நாடார் பர்னாந்துமார் மோதல்... எல்லாமும் நாவலில் கவனிக்க வேண்டிய இடங்கள்.

தோணி ஓட்டத்தையும் காற்றையும் கடலையும் பேசுகிற அதே நுணுக்கமான பார்வையோடு பீ அள்ளுகிறவர்களையும் சொல்லும் அழகு. படைப்பாளியின் நுட்பமான பார்வைக்கு இந்த இடத்தைச் சுட்டலாம். "சமுகபுரம் பக்கத்துல எலாம் எவளும் இருந்துற்று சாம்பலப் போடுறதில்ல. சளசளன்னு தூமத் துணியயும் அதுலேயே போட்றுறாள்வ. சவங் கெடந்து மாய வேண்டியதாருக்கு." மலம் அள்ளும் பெண்ணின் இந்த அருவெருப்பு வெளியே மலங்கழிக்கும் மனிதர்கள்மீது நெருப்பாக விழுகிறது.

"காத்துபட்டாலே தீட்டுங்குற பயல்வளுக்கு இப்ப பெஞ்சிலம்மா மொவம் புடுக்கு மட்டும் இணிக்கோ" வாசிப்பில் சொடுக்கும் சாட்டை யார்மீதும் விழலாம்.

“யம்மா ஓம் பீக் கைய தலையில வைக்காத” பேன் பார்க்க வந்த நாசம்மாவிடம் மக தனம்மா. நமது மலத்தை அள்ளாத நாம்தான் இங்கே தீண்டத் தகாதவராகிறோம்.

“நமக்குத்தாம் நல்ல சோத்துக்கு வழியில்ல. ரண்டு காக்காவுக்காவது நல்லதினு கெடைக்கட்டும்” நாற்றமடிக்கும் செத்த எலிய எடுத்துப்போட்டுப் பேசும் ராமுலய்யா. “சரி, அப்ப பந்தி வச்சி பறிமாறிகிட்டு இரு. எனக்கு சோலி நெறைய கெடக்கு” நரசம்மா. எவ்வளவு ரஸமான உரையாடல்!

பிலிப்பின் இறுதி நேரம்... அப்போது அவர் மனதில் ஓடும் எண்ணங்கள்... சண்முகவேலோடு உரையாடல்... மனதின் வலியோடு சென்னை வரும் நிகழ்வு... சென்னைத் தெருக்களில் நடக்கிற பிலிப்பின் மனதில் நேற்றும் இன்றும் பின்னிப்பிணைந்து ஓடுகின்றன. இதுவரை வாழ்ந்த வாழ்க்கைமீது குவியும் மனம். எல்லாமும் வீணா? மகன் அடித்துவிட்ட வலியிலிருந்து மீள முடியாது தவிக்கிறார். கோபாலன் பஸ் ஏறி ரயில் பிடித்து கொற்கை வந்த காலத்திலிருந்து ஒவ்வொன்றாக மனம் அசை போடுகிறது. பெரும் சொத்து சேர்ந்துவிட்ட இன்றைய வாழ்க்கை அவருக்கு உவப்பாக இல்லை. எதுவும் சரியாக இல்லை என்று படுகிறது. சண்முகவேல் அலுவலகம். அந்நியப்பட்டு கூசும் பிலிப். அப்போது பேசும் சண்முகவேல் வார்த்தைகள் பிலிப் மனதில் ஆறுதலாக இறங்குகின்றன.

பரதவர் ஏன் தோற்றார்கள் என்பதற்கு சண்முகவேல் சொல்லும் காரணங்கள். “எல்லாருமே தலைமிக்குத் தகுதியா இருந்தா பிறகு என்ன ஆகும்? தகப்பன புள்ளைக்கி பிடிக்காமப் போயிற்று... கூடப்பொறந்த தம்பிய அண்ணனுக்குப் பிடிக்காம போயிற்று... பொண்டாட்டிய புருசனுக்கு பிடிக்காம போயிற்று” என்கிறார். “மாடு என்னைக்காவது மேச்சிருகியளா. அது ஒரு தனி சொகம் தண்டள்வாள்... நம்ம... நம்மங்கிறத வுட்டுட்டு அடுத்த உயிருக்காக அக்கற படுறது. சாதி சனம் மதம் மார்க்கம் ஒண்ணுமில்ல” நாவலின் இறுதியில் சண்முகவேல் சொல்வதாக வரும் சிலப்பதிகார வரிகளும் மதுரை காஞ்சி வரிகளும் மனதில் ஒட்டிக்கொள்கின்றன. இந்த நாவலைப் படித்தபின்புதான் அதற்குப் பொருள் புரிகிறது. ஜோ டி குருஸ் பெருமைப்பட வேண்டிய எழுத்து. கூடவே நாமும்.

(விஜயா பதிப்பகம் ஜோ டி குருஸ் சாகித்ய அகாதமி விருது பெற்றமைக்கு நடத்திய பாராட்டு விழாவின்போது வாசித்தது)

‘கொற்கை’ – ஜோ டி குருஸ்

பகடியின் கொண்டாட்டம்

ஜாகிர்ராஜா 'எழுத்தை' கொண்டாடி மகிழ்ந்திருக்கிறார். 'ஜின்னாவின் டைரி' நாவலை வாசித்தபோது மனம் அப்படித்தான் நினைத்தது. இது வேறுவிதமான கொண்டாட்டம். பகடியும் விமர்சனமும் கலந்த கொண்டாட்டம். கோபத்தைக் காட்டிவிட்ட கொண்டாட்டம். துணிச்சலான மனத்தின் வெளிப்பாடு. அருவியில் குளித்து முடித்து ஈரம் சொட்டச் சொட்ட மலை உச்சியில் நின்று பார்க்கிற கலாமுகத் தோரணை. பனுவல், முகுந்தன் இணை அற்புதமாக வந்திருக்கிறது. சராசரி மனிதனைவிட வேறானவன் என்று தன்னைக் கருதிக்கொள்ளும் எழுத்தாளன் பனுவலுக்கு ஏற்ற வாசக உதவியாளன் முகுந்தன்.

ஜாகிரின் முந்தைய நாவல்களிலிருந்து முற்றிலும் வேறான எழுத்தை வாசித்துக்கொண்டிருக்கிறோம் என்பதை முதல் அத்தியாயமே உரக்கச் சொல்லி விடுகிறது. சுவர்களை உடைத்துக்கொண்டு பரந்த வெளிக்கு வந்து விடுகிறது நாவல். மொத்த வாழ்வை யும் அறியத் துடிக்கிறது. சமூக வாழ்வில் பார்த்திராத இடங்களுக்கு வாசகனைக் கூட்டிப்போகிறது. பிச்சைக்காரனோடு புழுதியில் புரண்டு அந்த இடமிருந்து அதிர்கிறது. நாவலை வாசித்தபின்பு வழியில் காணும் பிச்சைக்காரர்கள் எல்லாரும் மதிப்பில் கூடிவிடுகிறார்கள். ஒவ்வொரு பிச்சைக்காரரும் அறிவுஜீவிகளைவிட உயர்ந்த பீடத்தில் அனுபவ ஞானத்தோடு காட்சியளிக்கிறார்கள்.

புத்தகம் களவாடும்போது நூலகர் பார்த்து விடுவதால் விரட்டுகிற கனவு. நூலகத்தில் புத்தகம்

களவாடியபின்பு பனுவல் படும் அவஸ்தை… களவாடிய புத்தகம் குறித்து முகுந்தனோடு மனம் திறந்து பேசுவது … புத்தகத் திருட்டைச் சொல்லித்தரும் லோகநாதன் … அந்த நேர மன நிலையை ஒளிவுமறைவில்லாது பனுவல் பேசுவது எல்லாமும் புதிய எழுத்தின் தெறிப்புகள். பனுவல் என்னும் பெயர் சுட்டுகிற பொருள் இந்த நிகழ்விற்கு மேலும் சுவை கூட்டுகிறது.

காடன் பெருமாள், முகுந்தன், பனுவல் இவர்களின் கூட்டு எழுத்துக்கு ஒரு காட்டு வாசத்தைச் சேர்க்கிறது. உப்புக் கண்டமிட்ட காட்டெருமைக் கறிபோல ஆண்டுகள் கடந்தும் பேரிஜம் ஏரி மனதில் சுவை ஏறிக்கிடக்கும். அடுத்தவர் எழுத்தைக் கூச்சமில்லாமல் களாவாடிவிடும் மனச்சாட்சி உள்ள எழுத்தாளர்களிடையே பனுவல் உயர்ந்து தெரிகிறார். வெறும் புத்தகத் திருட்டாக மட்டுமே வாசித்தாலும் ருசிகொண்ட எழுத்து. உதாரணம் “திருடியவன் உடனே உண்மையை ஒப்புக் கொண்டதாகச் சரித்திரமிருக்கிறதா முகுந்தன்?” எல்லாவகையான திருட்டின்மீதும் மனம் அலைந்து திரும்புகிறது.

அல்லாப்பிச்சை தமிழ் நாவல் பரப்பில் பார்க்காத பாத்திரம். எழுத்தில் பகடி இசையாக ஒலிக்கிறது. அதிகார வர்க்கத்தைச் சாடும்போது போராளியின் தொனிக்கு மாறுகிறது. லட்சம் பக்கங்களுக்கு எழுதக்கூடிய சுயமான அனுபவச் சேகரிப்பு அல்லாப்பிச்சையிடம் கொட்டிக்கிடக்கிறது.. அல்லாப்பிச்சையின் பிறப்பு கடவுளின் பிறப்பு போல அறியமுடியாத இடத்திலிருப்பது சிறப்பு. புத்தகத்தின் உயிர்நாடி விரிவான நேர்காணல்தான்.

முதல் கேள்விக்கு அ.பி.யின் பதிலே பாத்திரத்தை வடித்து விடுகிறது. கோபமும் ஏளனமும் கலந்த புதுமொழியாகப் பகடி வெகு இயல்பாக வெளிப்படுகிறது. இன்று எழுதவந்தால் புதுமைப்பித்தன் இப்படித்தான் எழுத வேண்டி வரும். ஜெயகாந்தன் இந்த நூலை வாசிக்க வேண்டுமென மனம் ஆசைப் படுகிறது. அதற்கான காரணங்களை வெளிப்படையாகப் பேச முடியாது. நான் ஒன்றும் அல்லாப்பிச்சையல்லவே. நாவலின் எழுத்து மனிதனைப் பன்முகப்படுத்திப் பார்க்கவைக்கிறது. அல்லாப்பிச்சை என்ற ஒரு மனிதனின் வழியே எண்ணற்ற முகங்கள் பார்வைகொள்கின்றன. அவரது சாட்டையின் சொடுக்கி லிருந்து வெளியேறும் ஓசை காற்றில் கலந்து மூச்சிழுக்கிற யாரையும் அச்சுறுத்தும். எழுதுவதாலேயே உயர்ந்தபீடத்தில் அமர்ந்துகொள்கிற எழுத்தாளர்களும் தப்பிக்க முடியாது.

சாட்டையின் சொடுக்கைத் தன்னிடமிருந்து தொடங்குகிற நேர்மைதான் அல்லாப்பிச்சை. சமூகத்திலிருந்து விலகி சமூகத்தைப் பற்றிப் பேசும் உரிமை பிச்சைக்காரனுக்கே உண்டு. நேர்காணல்

வழியாக விரிகிறவெளி மனித அந்தரங்கத்தைத் திறந்து காட்டுகிறது. உடமையற்றவன், வாழ்க்கை மறுக்கப்பட்டவன் சமூகம் குறித்துப் பேசுகிறபோது கிடைக்கிற வேறு அர்த்தம் நாவலின் புது மொழி. நேர்காணலில் அல்லாப்பிச்சை உதிர்க்கிற வார்த்தைகளை மீண்டும் மீண்டும் வாசித்துப் பாருங்கள். ஃபக்கீர் என்ற சொல்மீது மோகம் பிறக்கும். நாவலில் உருக்கொள்கிற உலகம் நிகழ் உலகின்மீது கேள்வியாகப் படிகிறது.

ஒரு கதையாக மாறிவிடும் 'நேர்காணல்' உருவமேறி வசீகரிக்கும்போது மனதைக் கலைத்துப்போட்டுவிடுகிறது. உருவம்கொள்கிற எழுத்தில் வாழ்வின் உருவம் குலைகிறது. சாதாரணப் பகடி மாதிரித் தோன்றும் தொடக்கம், மனித சமூகத்தை ... மனித வாழ்க்கையை வேறு யாரும் பார்க்காத கோணத்திற்குக் கூட்டிச்சென்று நிறுத்துகிறது. சுலோகத்தைத் திருப்பிச் சொல்லி மாட்டிக்கொள்கிற கேள்வியாளனின் இடம் ஜாகிரைக் கொண்டாடவேண்டிய இடம். பகடியின் உச்சம் என்று இந்த இடத்தைச் சொல்லலாம். சுய அனுபவத்தை அப்படியே கொட்டித்தீர்க்கவென்று நிறையவே எழுதுகிற படைப்பாளிகள் மத்தியில் தனித்த எழுத்தாக இந்த நாவல். அனுபவத்திற்கு பின்பு நடக்கிற மன வினைதான் முக்கியமானது. இந்த நாவல் அப்படியான இடமிருந்து எழுதப்பட்டிருக்கிறது.

நேர்காணலில் புனைவு எழுத்து சாத்தியமாகும் அதிசயத்தை வியக்காதிருக்க முடியாது. ஒவ்வொரு கேள்வியும் புதிய கதைக்குக் கூட்டிப்போகிறது. மேலுமான கேள்விகளுக்கும், மேலுமான பதில்களுக்கும் ஏங்குகிறது மனம். புனைவின் அழகியல் கூடும்போது உண்மையின் வீச்சு அதிகரிக்கிறது. வாசகப் பிரதிகளைக் குவிக்கிறது எழுத்து. அல்லாப்பிச்சையைப் பேட்டி கண்டது யார் என்ற கேள்வியின் தொடர்ச்சியாக நகரும் எழுத்து இன்னொரு பரிமாணத்தைக் காட்டி வியக்கவைக்கிறது. எழுத்தாளர் கூகை மீதான வாசகக் கருத்து எழுத்தின் ரகசிய இடங்களை அப்பட்டமாகக் காட்டிவிடுகிறது. பனுவலை ஆரம்ப அத்தியாயங்களில் வாசித்துவிட்டு ... அல்லாப்பிச்சையில் மூழ்கி எழுந்து ... கூகையை வாசிக்கிறபோது கிடைக்கிற அனுபவம் முக்கியமானது ... வேறானது.

"கண்ணாளரே ...வில் தொடங்கி அ.மு.அ. அப்துல்காதிறு நாவலரின் வம்சாவளியைக் குறித்தெல்லாம் உங்களிடம் கதைக்க நேர்ந்தது துரதிர்ஷ்டவசமானதுதான். இதை எல்லாம் நீங்கள் பொறுத்துக்கொள்ளத்தான் வேண்டும். வேறு வழியில்லை. பித்தும் பிரம்மையும் பீடித்தவளாக நான் தெருவில் பிதற்றித் திரிவதற்கு பதிலாக, உங்களை சாக்காகக்கொண்டு காகிதங்களில்

கொட்டித் தீர்க்கிறேன். வேறு வடிகாலற்ற அபாக்கியவதி நான். பொறுத்தருள்க." ஜெகபர்நிஸா ஆசையுடன் எழுதிக்கொண்டது என்று தொடங்கும் கடிதத்தில் வருகின்ற வரிகள். ஜெகபர் கண்ணாளருக்கு எழுதுகிற ஏழாவது கடிதம். இந்த அத்தியாயம் மனிதவாழ்வின் நுண்ணிய இடங்களுக்கு அழைத்துப்போகிறது. மறைக்கப்பட்ட வெளி பார்வைக்கு வந்தால் என்ன ஆகும் என்பதன் வெளிப்பாடு.

மகான்களை அறிந்து பயனேதும் இல்லை. மனிதர்களைப் புரிந்துகொள்ளாது வாழ்க்கை இல்லை. மனித மனங்களின் மறைக்கப்பட்ட பிரதேசங்களில் பயணிக்காது வாழ்க்கை ஞானம் கிடைக்காது. அன்றாட வாழ்க்கையைக் கடக்க இறைவன் உதவமாட்டான். நம்மை நாம்தான் கூட்டிப்போக வேண்டும். ஜெகபர்நிஸா அப்படித் தன்னைக்கூட்டிபோகும் வழித்தடம் இந்தக் கடிதம். மேலுமான 6 கடிதங்களில் அவள் என்ன எழுதியிருப்பாள் என்பதையும் சேர்த்தே ஏழாவது கடிதத்தை வாசிக்கிறோம்.

நேர்காணல் கதையாவதுபோல இங்கே கடிதம் கதையாகிறது. நேர்காணல் பகடியின் இசை. கடிதம் பெண்வலியின் ஆறாத் துயரம். தோழிகளின் கொண்டாட்டம். மன ஆசைகளை பகிர்ந்து மகிழும் கணங்கள். இரு வேறு குடும்பங்கள். அம்மாவுக்கு மறுக்கப்படும் வாழ்க்கை... பெண்ணுக்கும் தொடர்கிறது. அவள் விரும்பி வாசித்த இலக்கியத்தை விஷ ஜந்துவாகப் பார்க்கிற இடத்தில் வாழ்க்கை. இருத்தலே வலியாகிற வாழ்க்கை. வாழ்தலின் ஒவ்வொரு கண வலியையும் யாரிடம் சொல்வது. கண்ணாளரிடம் சொல்கிறாள். மனதின் ஆசைகளையும் வலியை யும் கண்ணாளரிடம் கொட்டித் தீர்க்கிறாள்.

வாழ்க்கையை வாழத்தான் எல்லோரும் விரும்புவார்கள். அது மறுக்கப் படும்போது, சிக்கலாகும்போது, துணையைத் தேடுவது மன இயல்பு. தேடும் துணையே பொறியாக மாறும்போது ..? பெண்களின் இந்த இடத்தை முன் வாசித்திராத வேறு மொழியில் பேசுகிறது கடிதங்கள் சொல்கிற கதை. இப்போது மீண்டும் முன் குறிப்பிட்ட பத்தியை வாசியுங்கள். இன்னொரு உயிரை நேசிக்கும் மனதிருந்தால் ஜெகபர்நிஸா பேசும் எல்லாமும் புரியும். முழு கடிதத்தையும் படிக்கத் தூண்டும் மனதை அடக்க முடியாது. அப்படி ஒரு எழுத்தைத் தருகிறது 'ஜின்னாவின் டைரி'.

எல்லாமும் மனம் ஆக்கிப் பார்ப்பது என்றே எனக்கு எப்போதும் தோன்றும். புத்தகத்தை அல்லது படைப்பாளியை உயர்ந்த இடத்தில் வைப்பதும், கீழே தூக்கி எறிவதும் மனம்

ஆக்கிப்பார்க்கும் வினையின் செயலே. தமிழ் எழுத்துச் சூழலில் நடக்கும் இப்படியான வினைகளின் ஊடாக ஒரு நீண்ட பயணமே போய் வரலாம்.

ஞானிகளுக்கெல்லாம் ஞானம் எப்படி? எங்கிருந்து? எவ்வாறாக வந்தது? என்ற குறிப்பிருக்கும். எல்லாருக்கும் ஞானம் கிடைக்க எளிய வழி "எனக்குப் பசிக்கிறது" அத்தியாயத்தைப் படிப்பதே.

ஜே. கிருஷ்ணமூர்த்தி எல்லாம் படித்துச் சிரமப்படத் தேவையில்லை. நாவலில் வருகிற பிச்சைக்காரனைப் பின் தொடர்ந்து போனாலே போதுமானது. புதுமைப்பித்தனும் மௌனியும் கலந்து பேசுகிற மொழி. இப்படி ஒரு கலப்பு வசீகரமாகத்தானே இருக்கும். எல்லாமும் "அல்லாப்பிச்சை"யோடு ஜாகிருக்கு இருக்கும் தொடர்புதான். முதல் வரியிலிருந்து தொடங்கி ஒவ்வொரு வரியும் வலியின் அதிர்வோடு நகர்கிறது.

நாம் உண்ணும் ஒவ்வொரு பருக்கையும், ஒவ்வொரு குளியலும், ஒவ்வொரு நாள் வாழ்க்கையும் இனி இந்தப் பிச்சைக்காரனின் நினைவின் ஈரத்தோடுதான் இருக்கும். இறுதியில் அவன் அடித்துத் துவைக்கும் அமனிதனை மறக்க முடியுமா? அவனை விடாது பின் தொடரும் அந்த மன ஒலியை அவனால் எப்படிச் சகிக்க முடியும். பிச்சைக்காரனை எல்லா நாளும் கூட்டிப்போகிற அந்த மனவோட்டம் நம்மிடம் பேசுவதை யாரோடும் பகிர்ந்துகொள்ள முடியாது. இந்த நாவலின் பாத்திரங்கள் இயற்கையாகப் படைக்கப்பட்டப் பாத்திரமாக சுயம்புவாகக் காட்சி தருகிறார்கள்.

பாவாவின் கால்நடைச் சுவடுகள் தரும் வலி எழுத்தில் ததும்பி வழிகிறது. 'எனக்குப் பசிக்கிறது' என்ற அத்தியாயத்தின் பக்கங்களைப் படித்ததற்கும் இந்தச் 'சுவடுகள்' தலைப்பில் படிப்பதற்கும் உள்ள வேறுபாடே இரண்டுக்குமான தொடர்பை யும் ஏற்படுத்துகிறது. சுவடுகள் தலைப்பில் விவரிக்கிற நடை நமது தினசரி வாழ்விலிருக்கிற நடை அல்ல. இது வேறு நடை. பிச்சைக்காரனின் நடை. அவனது குடும்பமும் சேர்ந்து நடக்கும் நடை. "பாவா, இன்னும் எவ்ளோ தூரம் ..." என்று கேட்டுவிட்டு நீண்டு செல்லும் தார்ச்சாலையை அச்சத்துடன் கவனிக்கிறான் சிறுவன். எல்லா நேரமும் நடை. ஊர் ஊராக நடந்தே கடக்கும் கால்கள். நெடுந்தூரம் போய்விடும் பாவா ... அவர் கிளப்பிச் செல்கிற பி.வி.எஸ். பீடியின் புகையும் நெடியும் பின்னோக்கி வந்து அவனை அழைத்துச் செல்கிற இருத்தல். அக்காவைப் பற்றி அவன் பேசுகிற இடங்கள் நாம் அறிந்திருக்கிற

பெண்ணின் வலி மட்டுமல்ல. நாம் அறிந்திராத உணர்ந்திராத ஒரு பெண்ணின் வலி. பிச்சைக்காரப் பெண்ணின் அன்றாடத்தை நாம் அறிந்ததுண்டா? ஜாகிரின் எழுத்து அதை ஒரு சிறுவனின் வழியாக நம்மிடம் பேசுகிறது.

“வயித்த வலிக்குதம்மா” என்று சொல்கிற அக்காவின் வயிற்றில் விளக்கெண்ணெய் தடவி விரட்டும் அம்மா... மஞ்சள் பையைத் தூக்கிக்கொண்டு கையேந்தும் அக்கா... பூப்பெய்ததைக்கூட சொல்ல முடியாது பாவாவோடு தேய்ந்த உடலில் நடக்கும் அக்கா... நீண்ட மண் தரையெங்கும் அக்காவின் குருதிச் சுவடுகள்... “எந்தத் தாயோளி இருக்கிறான் சொந்தம்னு சொல்லிக்க” கத்தும் பாவா... இப்படியான இடங்கள் ஜாகிரின் நாவலை நேற்றல்லாத எழுத்தில் நிறுத்துகிறது.

அத்தியாயம் ஒன்றிலிருந்து எட்டு வரை இணைத்துத் தனியாக வாசிக்கலாம். மற்ற தலைப்புகளைத் தனித் தனியாக வாசிக்கலாம். எல்லாமும் இரண்டாம் வாசிப்பில்தான். மீண்டும் எல்லாப் பக்கங்களையும் சேர்த்து மூன்றாவதாக வாசிக்கலாம். வாசிப்பு ஜாகிர் சொல்லும் தலப்பாக்கட்டு பிரியாணியாக மணக்கும். சைவன் எனக்கு கத்திரிக்காய் கலந்த அவரைக் கூட்டுக்கொழம்பாக மணந்தது. தொடர்ந்து இப்படியான நாவல் வந்தால் ஜாகிர்ராஜா எழுத்தில் எல்லாரையும் முந்திவிடுவார்.

(விஜயா பதிப்பகம் நடத்திய பாராட்டு விழாவில் வாசித்த கட்டுரை)

‘ஜின்னாவின் டைரி’ – ஜாகீர் ராஜா

அறிந்திராத பறவைகளின் கேட்டிராத ஓசை

பிறந்த கணத்திலிருந்து ஒருவரின் வாழ்க்கை அறைக்குள்ளேயே என்று வைத்துக்கொள்வோம். அறையைத் தாண்டி வெளியே வந்ததே இல்லை. இப்போது அவரின் உலகம் என்பது எது? அறை தான் அவரின் உலகம். அறைக்குள்ளிருக்கும் பொருள்களே மனதிலிருக்கும் பிம்பங்கள். அவரின் உலகம் அவரின் பிரபஞ்சம் எல்லாமும் அந்த அறைதான். அப்படி ஒரு அறைக்குள் வாழ்ந்து மடிய விருப்பமா? அல்லது முடிவில்லாத பிரமாண்ட பிரபஞ்சவெளியில் வாழ விருப்பமா? இப்படி ஒரு கேள்வி எழுந்தால் எல்லோரும் ஒரு பதிலைத்தான் சொல்லுவோம்.

விரிந்துகொண்டேயிருக்கும் இந்த உலகில்தான் வாழ்வேன் என்றுதான் சொல்லுவோம். உண்மையில் அப்படி வாழ்கிறோமா என்பது பெரிய கேள்வி. ஆனால் இந்த நாவலில் வரும் நம்பி அப்படியான வாழ்க்கையை வாழவே முயல்கிறான். வீட்டுச் சுவர்களில் சிறைபடாத மனம். தேடித் தேடி வாசித்து உலகை அறிய விழைகிற மனம். நம்பியைச் சுற்றி உள்ள எல்லோரும் அதற்கு உதவுகிறார்கள். படைப்பாளி பி.ஏ. கிருஷ்ணன் மிகவும் உதவுகிறார். நம்பியைப் பின் தொடரும் வாசிப்பில் நிகழ்கண சமூகத்தின்மீது கவிகிற இருளை நீக்க முடியவில்லை.

‘புலிநகக் கொன்றை’ நாவல் வெவ்வேறு மனங்களைப் பேசுகிறது. நம் செவிக்கு வராத மனங்களின் குரல்களையும் சேர்த்தே ஒலிக்கிறது.

குறிப்பிட்ட சமூகம் சார்ந்த ஒரு குடும்பத்தின் தலைமுறைகளின் கதையை நீலபத்மநாபன் எழுதிவிட்டார். பரதவ மக்களின் பல தலைமுறைகளின் கதையைக் கொற்கையில் வாசித்துவிட்டோம். பொய்த்தேவுக் கதையில் வரும் சோமசுந்தரத்தின் வழியாக வாழ்க்கையின் பல்வேறு பரிமாணங்களைப் பார்த்துவிட்டோம். புலிநகக் கொன்றை வேறு வகையான நாவல். வேறு எழுத்தே நாவலாக மாறவல்லது.

அய்யங்கார் குடும்பத்தைப் பேசும் கதைபோலத் தெரியும். ஆனால் நாவல் பேசும் கதை அதுவல்ல. வரலாற்றில் இணைத்துக் கொண்ட நேர்மையான ஒரு குடும்பத்தின் கதை. வானமாமலை மடப்பள்ளி சமையல்கார வீட்டுப் பெண் பொன்னா ... உண்டியல்கடை உரிமையாளர் வீட்டில் அடி எடுத்து வைத்த பிறகு, அந்த வீடு சமூகத்தோடு சேர்ந்து வாழ்கிறது. சுய வாழ்தலி லிருந்து குடும்பம் விடை பெறுகிறது. சமூகப் போராளிகள் ... விடுதலை வேட்கையாளர்கள் ... இலக்கிய மனங்கள் ... தத்துவப் பார்வைகள் ... என எல்லாமும் அந்த வீட்டில் நுழைகின்றன. மரபணுவின் மாயவித்தையோ? பொன்னாவின் தாத்தா மேலநீலிதநல்லூர்க்காரர். பதினாறு வயதிலேயே குமார சம்பவத்தையும் சிசுபால வதத்தையும் மனப்பாடமாகச் சொன்னவர். சமஸ்கிருதமும் ஸ்ரீவைஷ்ணவ சம்பிரதாயமும் அறிந்தவர். பொன்னா இதையும் சேர்த்துக் கூட்டிக்கொண்டே உண்டியல்கடை வீட்டில் நுழைகிறாள்.

அறிவும் ஞானமும் நம்மாழ்வார் குடும்பத்தைப் பாடாய்ப் படுத்துகிறது. “இந்தக் கிழட்டு நரி உனக்கு நல்லது செய்துருக்குன்னு நினைக்காதே. அந்த லேவாதேவிக்காரன் குடும்பமே அல்பாயுசுக் குடும்பம். அதனாலெதான் ஒருத்தரும் அவனோட பையனுக்குப் பொண்ணு கொடுக்கத் தயங்கறா” பொன்னாவின் பாட்டி உதிர்க்கும் இந்த வார்த்தைகளும் இணைந்தே நாவலின் கதையாடலைக் கட்டமைக்கிறது. பொன்னாவின் வீட்டிலிருந்து அறிவு ... ராமனின் வீட்டிலிருந்து சாபம் இரண்டும் சங்கமமாகிறது. ஆனால் புலிநகக்கொன்றை வாசிப்பின் முடிவில் பேசும் பிரதி வேறு.

வாசிப்பில் நாவல் நெருக்கமாக அமர்ந்துகொண்டு எதையோ பேச விழைகிறது. அந்தக் குரலை நான் கேட்டும் இருக்கலாம் கேட்காதும் இருந்திருக்கலாம். நாவல் பேசாத எதையோகூட நாவல் பேசுவதாக நான் நினைக்கலாம். அது ஒன்றும் முக்கியமானதல்ல. நாவல் என்னிடம் பேசியதாக நான் கருதுவதே முக்கியமானது. அப்படி நான் கருதும்படி இந்த நாவல் அமைந்திருக்கிறது. நாவலின் குரல் வலியதாக

இருக்கிறது. மனதில் மரபு வந்து தலைகாட்ட அஞ்சுகிறது. எழுத்து முழுமைகொள்ளுமிடமும் இதுதான். மீறலை மீறல் என்று உணராதே வாசகன் கடக்க வேண்டும்.

பொன்னாவும் ஆண்டாளும் காம வலியிலிருந்து விடுதலை பெறப் போராடுவது வாசிப்பில் வலியாக இறங்குகிறது. இந்த இடத்தில் மையம் கொண்ட மனதிலிருந்துதான் முழு நாவலையும் வாசித்தேன். பொதுவாகவே குடும்பங்கள் பெண்களின் வலியைத்தான் சக்தியாக எடுத்துக்கொண்டு வளர்கிறது. இந்த இலக்கணத்தை முழுதாக நமது எழுத்து இதுவரைப் பேசவில்லை. ஆண்டாளின் பாசுரங்கள் இந்த நாவலை வாசித்தபின்பு எனக்கு வேறு பொருள் தருகிறது. கதை சொல்வதைத் தாண்டுவதே நாவல். எந்த நாவலையும் இந்த இடத்திலிருந்தே வாசிக்க வேண்டும். எழுத்து நாவலாக முழுமைகொள்கிற இடம் இதுவே.

படுக்கையிலிருக்கும் பொன்னாப் பாட்டியின் முன்னும் பின்னும் நகர்கிறது கதை. பாட்டியின் இரண்டு பிள்ளைகளின் குடுபங்கள் மீதான கதையாடல் என்றாலும் இது குடும்பத்தின் கதையல்ல. மாந்தர்களை மையாமாக வைத்துக்கொண்டு சமூக வாழ்க்கையின் சகல பரிமாணங்களையும் பேசுகிற கதை. குடும்ப வாழ்க்கையும் இதில் உண்டு. இருத்தலின் சாராம்சத்தின்மீது கேள்விகளை எழுப்பும் எழுத்து. குடும்பம், சமூகம், சித்தாந்தம் என்று பின்னிப் பிணைந்த கதை. கதைக்குள் பேசப்படும் அறிவார்த்தமான பேச்சுகள் அதிகமோ என்று ஆரம்பத்தில் தோன்றலாம். நாவலை வாசித்து முடிக்கும்போது ஒவ்வொரு வார்த்தையும் நாவலின் அங்கமாக மாறிவிடுகிறது.

நம்மாழ்வாரின் பேரன் நம்பியே கதையின் மையம். இன்றைய சமூக அரசியல் சூழலில் நம்பியின் பாத்திரம் ஒரு விளக்கமாக மாறுகிறது. காவல் அதிகாரி சண்முகநாதன் நம்பியை கடுமையாக அடிக்கும்போது தரக்குறைவாகப் பேசும்போது சமூக மௌனம் ஓசையாகக் கேட்கிறது. அந்த ஓசைக்குள் நாமும் இருக்கும் அருவருப்பு. ஓடிப்போன மூத்த மகன் நம்மாழ்வார் தான் வந்திருப்பதை அம்மா பொன்னாவிடம் சொல்லும்போதுகூட பொன்னா நம்பியின் நினைவிலிருந்தே பேசுகிறாள். பாட்டியின் மனதில் எஞ்சியிருக்கும் ஒரே முகம் நம்பி மட்டுமே. நம்பியின் கொஞ்சமான வாழ்க்கையே நாவலின் உயிர்நாடி. அனாதையாக அப்படி மடிந்துபோக அவன் செய்த வினை என்ன? வாசிப்பில் பெருகும் வலியே பதிலாகிறது.

பொன்னாவின் பிள்ளைகள் எல்லாரிடமும் சமூகம் குறித்த அக்கறையிருக்கிறது. பட்சியும் திருமலையும் குடும்ப எல்லைக்குள் சித்தாந்த வெள்ளம் புகாதவாறு கவனமாக இருக்கிறார்கள்.

நம்மாழ்வாரின் பிள்ளைகள் அப்படியில்லை. நாவலின் இறுதியில் பட்சியின் குடும்பம் மட்டுமே சிதையாதிருக்கிறது. கண்ணனைப் பத்திரமாகக் கூட்டிப்போவதுதான் நாவலின் உள் வினையோ? நம்பியோடு நெருக்கமாகப் பழகியும் சமூக அக்கறையுள்ள விசயங்களில் ஈடுபாடிருந்தும் கண்ணன், நம்மாழ்வாரின் பிள்ளைகள்போல மாட்டிக்கொள்ளவில்லை. நாவலில் அது வலிந்து செயல்படுவதாகத்தான் தோன்றுகிறது. அறத்தோடு வாழ்வது அவ்வளவு எளிதல்லவே. நவீன வாழ்வில் எது அறம் என்பதும் கூடவே எழுகிறது. ஆக நாவல் வாசக மனதில் எழுப்புகிற கேள்விகள் அல்லது அதிர்வுகள் முக்கியமானவை.

நாவலில் வரும் பெண் பிள்ளைகளில் ஆண்டாளே அதிக வலிக்கு ஆட்படுகிறாள். அவளின் தந்தை ராமன் ஆண்டாளின் மனதை அறிந்தே ஜீயரிடம் அவளுக்கு மறுபடியும் திருமணம் செய்ய விரும்புவதாகத் தெரிவிக்கிறார். நாவல் இயங்கும் காலகட்டத்தில் அதுவும் தென்கலை அய்யங்கார் குடும்பத்தில் மடத்தைமீறிச் செயல்படுவது எளிதில்லாமல் போகிறது. மீதி வாழ்க்கையை சந்திக்கும் ஆண்டாளுக்கு ஒவ்வொரு நொடியும் வலிதான். ஆண்டாளின் கோபம்தான் நியாயமான கோபம். உரிமையுள்ள காமம் மறுக்கப்படுவதால் அவள் எதிர்வினையாற்றுகிறாள். தாய்மீதும் சுற்றம் மீதும் எல்லாக் கணமும் எரிந்து விழுகிறாள். காமத்தை அணைக்கமுடியாது எழுகிற கோபம் மனதைக் கலைத்துப் போடுகிறது. மனம் அவளது கட்டுப்பாட்டிலிருந்து விலகும்போது வீட்டிலிருக்கும் சமூக அக்கறை சார்ந்த மனிதர்கள்கூட மதிப்பிழக்கிறார்கள்.

நம்மாழ்வாரை ஊரைவிட்டு விரட்டியது பயமா? ஆன்மீகத் தேடலா? ஒருவேளை பயத்தில் அவர் பதுங்கிய இடமாக ஆன்மீகம் இருக்கலாம். அதனால்தான் 60 ஆண்டுகள் கழித்து பேரனைத் தேடி வருகிறார். குடும்பம், பேரனின் மனைவி, பேரனின் பிள்ளையென்று சுருங்கிக்கிடக்கிறது. நம்மாழ்வார் இதை எதிர்கொள்கிற விதம் கவனிக்கத்தக்கது. தாத்தாவைவிடப் பேரனின் சமூக அக்கறையே மிகவும் நேர்மையானது. வீடும் சமூகமும் அவனுக்கு வேறல்ல. சந்திக்கிற மரணத்தைப் பொன்னாவும் பிள்ளைகளும் மற்றவர்களும் இன்னொரு உறவுபோல ஏற்றுக்கொள்கிறார்கள். அதனால்தான் “மரணம் நமக்குப் புதிதா?” என்று பொன்னாவால் கேட்க முடிகிறது.

காந்தியடிகள் தொடங்கிப் பல தலைவர்கள் நாவலில் வருகிறார்கள். நம்மாழ்வாரை வாஞ்சியின் கூட்டத்தோடு இணைத்தது நாவலில் ஒரு திருப்பம். போராளியாக பாவித்துக் கொண்ட மனதிலிருந்து விடுதலை பெற முடியாது தவிக்கும்

நம்மாழ்வார் ஆன்மீகக் கரங்களில் சரணடைகிறார். மனதை மீட்டெடுக்க 60 ஆண்டுகள் கழிகின்றன. விடுதலைப் போராட்டங்களிலும் புரட்சிகர சிந்தனைகளிலும் குடும்பத்தில் உள்ளவர்கள் நேரடியாக ஈடுபடுகிறார்கள். திருநெல்வேலியைச் சுற்றி விரியும் இவர்களது வாழ்க்கை இந்திய வரலாற்றோடும் கலந்திருப்பது நாவலுக்கு வண்ணம் சேர்க்கிறது. இலக்கியமும் இதில் விதிவிலக்கல்ல. நம்பியும் கண்ணனும் தோழர்கள் போல உரையாடுகிறார்கள். நம்பியின் மனைவி சித்தாந்தங்களின் சிறையில் மாட்டிக்கொண்டதாகவே வாசிப்பில் உணர்கிறோம். சுயப் பாதுகாப்பு இல்லாத சமூக வாழ்தலுக்கு அவளை நகர்த்தியது எது?

ஐங்குறுநூறு பாடலை நம்மாழ்வார் பொருத்திப் பார்ப்பதும்... மதுரகவி பார்ப்பதும்... வாசிப்பில் நாம் உணர்வதும் ஒன்றே போலத் தோன்றினாலும் வேறானதே. அவர் அவர்கள் பார்க்கும் மரங்கள் வேறு... பூக்கள் வேறு... பறவைகள் வேறுவேறு. மரம் இருப்பதையும் பூப்பதையும் பறவைகள் கூச்சல் இடுவதையும் அறியாத மக்களே வாழ்க்கையை அதிக வலியில்லாது கடக்கிறார்கள். வலியை வாழ்க்கையின் அங்கமாகவும் ஏற்றுக் கொள்கிறார்கள். மனக்கூச்சலை அறிய வந்த பொன்னா வெகு சீக்கிரமே தனது காதைப் பொத்திக்கொள்கிறாள். பொத்திய கையைத் துளைத்துக்கொண்டு உள்ளே விழுந்த சப்தங்களைப் பாசுரங்களின் ஓசையால் அழிக்கிறாள். அவளது தலைமுறை தப்பித்து வளர்கிறது. மரம் இருப்பதை அறிந்தவர்கள்... பூக்கள் பூத்துக் குலுங்குவதை உணர்ந்தவர்கள்... பறவைகளின் கூச்சலுக்குக் காதுகொடுத்தவர்கள் மன உளைச்சலின் அதீத எல்லையைத் தொடுகிறார்கள். மரணமே அவர்களுக்கு அமைதியைத் தருகிறது. நாவலின் சாரமாக இதுவே தோன்றுகிறது.

புலிநகக் கொன்றை வாசிப்புக்குப் பின்பு வாசகனிடம் தனது இருப்பை உணர்த்திவிடுகிறது. பறவைகளின் கூச்சல் இப்போது நமது காதிலும் விழுகிறது. இந்த மனஒலி ஐங்குறுநூறு காதலி பார்த்த புலிநகக்கொன்றையில் ஒலித்த ஒலி அல்ல.

பாசுரங்களைத் தமிழில் பாடியே கேட்க வேண்டும். “என்னைத் தன்னாக்கி என்னால் தன்னை இன் தமிழ் பாடிய ஈசன்” என்கிறபோது புலிநகக்கொன்றை எழுத்து தமிழில்தானே ஒளிரும். ஒளிர்கிறது. தனது நாவலை தமிழாக்கிய பி.ஏ.கிருஷ்ணன் அவர்களுக்கு நன்றி.

‘புலிநகக் கொன்றை’ – பி.ஏ. கிருஷ்ணன்

புனைவில் மறைந்திருக்கும் அக அரசியல்

மொழிபெயர்ப்பு நூல்கள் குறித்த அரங்கு இது. மொழிபெயர்ப்பு குறித்து இந்த இடத்தில் சொல்லாதிருக்க முடியாது. சொல்லாதிருக்கவும் கூடாது. நாவலை மொழிபெயர்க்கும்போது அந்த நாவலை மூலப்பிரதிக்கு இணையாக மொழி பெயர்க்க முடியாது என்பது காலந்தோறும் பேசப் படுகிற கருத்து. எனக்கு அதில் அவ்வளவு உடன்பாடு கிடையாது. நாவலை அந்த மொழியில் வாசிக்கிறவரும் அவரது பிரதியைத்தான் வாசிக்கிறார். இந்த இடத்தி லிருந்து பார்க்கிறபோது மொழிபெயர்ப்பும் ஒரு வாசகப்பிரதிதான். அக்கறை கலந்த வாசகப்பிரதி என்று கூடுதலாகச் சொல்லலாம்.

மொழி பெயர்ப்பு நிகழ்வில் மிக முக்கியமான பலன் நாவல் விரிக்கும் இடமும் இடம் சார்ந்த அதிர்வுமே. மொழி பெயர்க்கப்பட்ட நூலில் பேசப்படுகிற மண்ணும் மக்களும் வாசிப்பில் பழக்கமாகிறார்கள். இந்த அடிப்படை மொழி பெயர்ப்புக்கு போதுமானது. கிடைக்கும் மற்றதெல் லாம் மேலும் மகிழ்வதற்கானவை. தமிழில் எழுதப் பட்ட நாவல்போல ஜி. குப்புசாமியின் ‘பனி’ மொழி பெயர்ப்பை வாசிப்பில் உணர்ந்தேன். காரணம் அவரது அக்கறையும் ஈடுபாடும் கலந்த வாசிப்பு.

கா.ஸ்ரீ.ஸ்ரீ நமக்குத் தெரியாது. காண்டேகர்தான் வாசிப்பில் நிற்கிறார். ஆனால் நாம் வாசித்தது கா ஸ்ரீ ஸ்ரீ யின் வாசகப் பிரதியே. ஆக மூலப் பிரதி எவ்வளவு அக்கறையோடு மொழிபெயர்க்கப்பட்டாலும் அதிலிருக்கும் வாசிப்பு வாசனையை நீக்க முடியாது.

ஓரான் பாமுக் எழுத்து தமிழ் வாசகன்/வாசகி அறிந்திராத எழுத்து. பொதுவாக வாசகி/வாசகன் முன்வாசித்திராத எழுத்தைத் தேடியே புத்தகத்தில் நுழைகிறார்கள். புதிய எழுத்தைக் காணும்போது புத்தகம் நெருக்கமாகிறது. தமிழ் வாசகர்களுக்கு இந்தப் புத்தகம் தற்போது மிகத் தேவையானதாகத் தோன்றுகிறது. காரணம் பாமுக் இதில் பேசும் அரசியல். ‘பனி’ முன்வைக்கிற அரசியல் மிகவும் வேறானது. நமக்குப் பழக்கமான புற அரசியல் அல்ல. இந்த நாவல் பேசுகிற அரசியல் அகவயமானது. புற அரசியலின் வேரே அக அரசியல்தான்.

சமூகம் எண்ணற்ற மனங்களால் ஆனது. மனங்களை வெல்வதன் மூலம் சமூகத்தையே தன் கட்டுக்கு கொண்டுவருகிற அதிதீவிரவாதிகளின் அரசியல் அக அரசியல். பனி நாவல் வழியாக இந்த அரசியலைப் புரிந்துகொள்ள முடியும். மக்களின் மனங்களை இத்தகைய அரசியல் மூலம் வென்றெடுத்து தங்களின் ஆயுதங்களாக மாற்றிவிடும் நிகழ்வின் சாத்தியம் இதிலிருக்கிறது. மனமே ஆயுதமாவதை வாசகவெளியில் அதிரவிடுகிறது நாவல்.

மனதை ஒருவர் அல்லது ஒரு அமைப்பு வெளியிலிருந்து ஆள்வதே அக அரசியலின் முடிவான வினை. மதம், இனம், மொழி சாதி ஆகியவற்றின் வழியாக உள்ளே நுழைகிற இந்த அரசியல் மிகவும் ஆபத்தானது. மனித முழுமையைச் சிதைக்கவல்லது. இறைவனின் பேரில், நம்பிக்கைகளின் பேரில், சுயநலமிகள் நடத்துகிற அரசியல். பனி நாவலில் வரும் இளைஞர்கள், யுவதிகள் இந்தக் கண்ணியில் சிக்குண்டு தவிக்கும் அவலம் நாவல் பரப்பில் நம்மையும் அலைக்கழிக்கிறது. மனம் அவர்களின் கட்டுப்பாட்டில் இல்லை. மனநிலை பாதிக்கப்பட்டவர்களைவிடக் கொடுமை யானது.

அக அரசியல் புற அரசியலைவிடத் தீவிரமானது. வாழ்க்கையை மறு பரிசீலனை செய்யத் தூண்டுவதாகத் தோற்றம் காட்டி செம்மறியாடுகளாகப் பின்தொடர வைப்பது. அறுக்கப்படுவதை அறியாது பின்தொடர்கின்றன ஆடுகள். இங்கு அறுக்கப்படுவதை அறிந்தே பின்தொடர்கின்ற கொடுமை. இந்த இடத்திலிருந்து நாவலை வாசிப்பது நிகழ் உலகை அறிந்துகொள்வதற்கும் உதவக் கூடியது. ஈவு இரக்கமற்ற இந்த அரசியல் நாம் அறிந்திராதது. ஆனால் இத்தகைய அரசியலில்தான் நாம் சமீபகாலமாகச் சிக்கிக்கொண்டிருக்கிறோம். நாமே அறியாது நமக்குள் ஒரு உருமாற்றத்தை ஏற்படுத்திவிடுகிற பயங்கர அரசியல் இது. கார்ஸ் நகரத்தின் பனிப் பொழிவுபோல இந்த அரசியலின் ஊடாகத்தான் பயணிக்கிறோம். இளையரை வசீகரிக்கும் இந்த அரசியலின் ஆபத்தை இந்திய மக்கள் அறிந்துகொள்ள வேண்டிய

அவசியத்தில் இருக்கிறார்கள். பனி நாவலை வாசிக்கும்போது இப்படியான எண்ணங்கள் தவிர்க்கமுடியாதவை.

காணாதுபோன அல்லது மீட்கமுடியாதுபோன கா' எழுதிய கவிதைகளின் எதிரொலியே 'பனி' நாவல். கடும் பனியும் எதிர்பாராத நிகழ்வுகளும் கா.வை அலைக்கழிக்கின்றன. அனுபவங்களின் தீவிரமும் சிறுவயது அனுபவங்களின் எச்சமும் கா.வின் மனத்தில் கவிதையைப் பெருக்குகிறது. இடைவிடாது பொழியும் பனியின் கடுமையை இபெக் வழியாகக் கடக்கும் கா.வின் மனஓட்டமாக ஓரான் பாமுக் விவரிக்கும் எழுத்தில் அவரே வியந்துபோகும் இடங்கள் புதிய எழுத்தைத் தருகின்றன. கா.வின் அனுபவங்களாக அறியவரும் பாத்திரங்களோடு ஓரான் பேவின் சந்திப்பு ஒரே நிகழ்வை இருமுறை வாசிக்கவைக்கிறது.

நெஸிப் கா.விடம் படித்துக் காட்டுகிற விஞ்ஞானப் புனை கதை இளைஞர்களின் மதரீதியான சிக்கல்களை வாசிப்பில் உணர்த்துகிறது. முக்காடு இந்த நாவலில் ஒரு குறியீடாக வெளிப் படுகிறது. இபெக்கின் சகோதரி கடீஃபே, *secularist* ஆகத் தன்னைக் காட்டிக்கொள்ளும் சுனை சயீம் இவர்கள் இருவரும் இறுதியில் நிகழ்த்தும் உரையாடல் . . . கல்வி இயக்குனரைக் கொலை செய்வதற்குமுன்பு குள்ளமான அந்த இளைஞனின் உரையாடல்... ஷேக் முன்வைத்துப் பேசும் மதவிசயங்கள் . . . இஸ்லாமிய அரசியலாளன் நீலம் சொல்லும் கதை... கடீஃபேவின் தோழி ஹண்டேவின் பேச்சு . . . நீலத்தின் வாயிலிருந்து வெளிப்படும் எல்லா வார்த்தைகளும் அக அரசியலின் வெளிப்பாடுகள்தான். கடவுளின் பெயரைச் சொல்லி சாதாரண மனிதர்கள் அவர்களை ஆள்கிறார்கள். அந்த மனிதர்களின் வார்த்தைகளை மீறுவது கடவுளை மீறுவதாக எண்ணுகிறது மனம். பிறப்பில் ஒட்டிக் கொண்ட இனமும் இப்படியாகத்தான் மனத்தை ஆக்கிரமிக்கிறது.

தற்கொலையை எளிதாக மேற்கொள்கிற பெண்களின் மன நிலைகண்டு பதறுகிறோம். ஆனால் அவர்களுக்கு வேறுவழி யில்லை. அவர்களின் மனம் கட்டமைக்கப்பட்ட விதம் அப்படி. 1959 ல் அயானஸ்கோ எழுதிய '*Rhinoceros*' நாடகம் நினைவில் வருகிறது. இன்றைய இஸ்லாமிய தீவிரவாதச் செயல்களுக்கு இந்த நாவல் மூலமாகப் புதிய விளக்கம் கிடைக்கிறது. புற அரசியலுக்கு மாறுபட்ட அக அரசியலைப் பேசும்போது இளையரின் வாழ்க்கை மீது வேறுபார்வை கிடைக்கிறது. இளையரின்மீது நமக்கு ஏற்படும் பரிவு உண்மையானது. தீவிரவாதச் செயல்களையும் வேறு இடமிருந்து பார்க்கத் தூண்டுகிறது.

மீட்கமுடியாத இடத்திற்கு இளைஞர்களை வழி நடத்தும் இந்த அக அரசியலை யார் திணிக்கிறார்கள் என்பதற்கு விடையை

யாரும் கூற முடியாது. இதை வழிநடத்தும் மனிதர்களையும் தாண்டி வினைபட வல்லது அக அரசியல். ஒரு முறை பற்றிய நெருப்பு எப்போதும் அணையாதிருக்கிற ஆபத்து அதிர்ச்சி தருகிறது. வாசிப்பின் மூலமாக இதன் தீவிரத்தை மேலும் உணர முடியுமெனத் தோன்றுகிறது.

துருக்கிய வரலாற்றை கார்ஸ் வெளிச்சத்தில் வாசிக்கத் தூண்டும் நாவலாகத்தான் பனியைப் பார்க்கிறேன். துருக்கிய வரலாற்றையும் ஐரோப்பிய வரலாற்றையும் வேறு பரிமாணத்தில் காட்டும் ஜன்னலாக விரிகிறது கார்ஸ். மக்கள் தங்களின் மரணத்தையும் கூடவே கூட்டிப்போகிற நிர்பந்தத்தை வரலாற்றில் தொடர்ந்து அறிய வருகிறபோது நாம் உணர்கிற உண்மையைப் பேசப் பயப்படுவதும் கூடவே நிகழும். அதைத் தனது எழுத்துச் சாதுரியத்தில் ஓரான் கடந்துவிடுகிறார். நமது தமிழ்ப்படைப்பாளிகள் இந்த இடத்தை புரிந்துகொள்வதற்காகவாவது இந்த நாவலை வாசிக்க வேண்டும்.

நாவலின் கடைசிப் பக்கங்களில் நவீன நாவலின் பன்முக வீச்சை வாசிப்பில் நுகர அதற்கு முந்தைய பக்கங்களைக் கவனமாக வாசிக்க வேண்டும். நெஸீப் வழியாக கா அறிந்து சொல்லும் ஃபாசிலைவிட ஓரானை சந்தித்துப்பேசும் ஃபாசில் நாவலுக்கு வண்ணம் சேர்க்கிறான். நாவலில் வரும் மற்ற பாத்திரங்களுக்கும்கூட இது பொருந்தும். இபெக் பற்றி கா அறிந்துவைத்திருப்பதை விட வாசக அறிதலை கூடுதலாக்குவது கடைசிப் பக்கங்கள்தான்.

கா.வின் கவிதைகள் எல்லா வலியையும் தாண்டி வாழ்க்கையை அழகாக்க முயல்கின்றன. கா.வின் தனிமை பனியில் மோதி மோதி கவிதைகளைத் தோற்றுவிக்கின்றன. கா.வின் அனுபவ எச்சங்கள் நிகழ்காலத்தில் கரைந்து கவிதையாக மலரும்போது காலத்தை தற்கணத்தில் நிறுத்தி வியப்பூட்டுகின்றன. கா.வுக்கு அந்தரங்கமாகக் கிடைக்கும் இந்த லயிப்பு நமக்கும் கிடைக்கிறது.

மொத்த உலகமும் மறந்துபோய்விட்ட ஒரு இடமாக கார்ஸை கா உணர்கிறான். வாசிப்பில் விரிகிற கார்ஸ் அப்படித் தோன்றவில்லை. வசீகர அழகிலிருக்கும் பெண்மீது மோகம் கொண்ட ஆண்களின் வக்கிர வெறிக்குப் பலியான ஒரு பெண் போலத்தான் கார்ஸ் நகரத்தோற்றம் மனதில் விரிகிறது. முடிவேயில்லாத போர்களுக்கும், கலகங்களுக்கும், படுகொலைகளுக்கும், அட்டூழியங்களுக்கும் பிறகு கார்ஸ்... ஆர்மீனிய ராணுவத்தாலும் ரஷ்ய ராணுவத்தாலும் மாறி மாறி ஆக்கிரமிக்கப்பட்ட காயங்களை வேறு எப்படி உணர்வது?

கார்ஸ் நகரில் வாழ்ந்த எண்ணற்ற இனங்கள்... துரத்தப்பட்ட அழிக்கப்பட்ட இனங்கள்... அவர்களின் தொலந்துபோன வாழ்க்கையின் புற அடையாளங்கள் என கார்ஸில் காண ஏராளம் உண்டு. சிதிலமடைந்த கட்டிடங்கள்... மனிதர்கள் வசிக்காத ஆர்மினியர்களின் வீடுகள் எவற்றின் குறியீடு? "என்னை இறைவனுக்கு அருகில் கொண்டு செல்வது எதுவென்றால் பனிப் பொழிவின் மௌனம்தான்" இபெக்கின் கணவன் முக்தாரிடம் கா சொல்லும் இந்த வரிகள் கார்ஸில் கா இருக்கும்வரையிலும் அவனைப் பின்தொடர்கின்றன. மௌனம் கேள்விகளற்றது அல்ல. பதில்கள் அற்றது.

கார்ஸில் பெய்துகொண்டிருந்த பனியின் தீவிரத்தை கா நேரடியாக உணர்கிறான். அந்தநேர அரசியல், அப்போதைய ஆளுமைகள், நிர்ப்பந்தங்கள், நெருக்கடிகள், தெரியவராத உண்மைகள்... இவைதான் பனியாக கார்ஸில் பெய்துகொண் டிருந்தன. இந்தப் பனியில்தான் கா தனது ஒவ்வொரு மணித் துளியையும் கடந்து செல்கிறான். நிற்காத பனிப்பொழிவு நாவலுக்குள் பெறுகிற உருவம் வாசக மனம் சார்ந்து மாறிக் கொண்டே இருக்கிறது.

இறுதியில் கா தனது வாழ்க்கையின் ஒரே நம்பிக்கையையும் கார்ஸில் தொலைத்துவிட்டு ராணுவ நிர்ப்பந்தத்தால் வெளியேறு கிறான். நாடக அரங்கில் சுடப்படுகிற நஸீப், தான் எப்போதும் காணும் கனவில் உறைந்துபோகிறான். "உலகம் முடிவடைகின்ற அந்தச் சாலையின் கடைசி முனை மேல் வைத்த கண்ணை என்னால் எடுக்க முடிவதில்லை" என்று அவன் விவரிக்கும் நிலப்பரப்பின்மீது மனம் குவிகிறது. நெஸிப்பிற்கு வரும் சந்தேகம் நம்மையும் பற்றிக்கொள்கிறது. 'கடவுள் இல்லாத இடம்' என்று பிறகு கா எழுதும் கவிதைக்குள் நமது அடையாளங்களும் தொலைந்துபோகின்றன.

14ஆம் அத்தியாயத்தின் சில வரிகள் நாவலை கட்டுடைக் கிறது... "இங்கே வாழ்க்கையே மிகவும் வரியதாக இருக்கிறது. அவநம்பிக்கையால் பீடிக்கப்பட்ட இந்த மக்களுக்கு, ஏன் உன்னைப் போன்றவர்களுக்குக்கூட எப்படி எதையாவது விரும்புவது என்பதுகூட மறந்துவிட்டிருக்கிறது," என்கிறான் கா. "வாழ்வதைப்பற்றியே இங்கே நினைக்க முடியவில்லை... மரணத்தைப்பற்றி மட்டும்தான் பேச்சும் நினைப்பும் இருக்கிறது... நீ என்னோடு வந்துவிடுகிறாயா?" இபெக்கிடம் ஒரு இடத்தில் கா இப்படிப் பேசுகிறான். கார்ஸின் எல்லை முடிவில்லாது விரிந்து மனித வாழ்வெளிமீது படிவதாக அப்போது மனம் நினைத்து பதறுகிறது.

இந்த இடத்தில் படைப்புலகம் நிகழ் உலகின்மீது வினை படுகிறது. நாவலின் எழுத்து புனைவிலிருந்து நிகழ் உலகை எட்டிப்பார்க்கிறது. இந்த நிகழ்வே நாவல். கதை சொல்வதல்ல நாவல் என்பதன் பொருள் இதுதான். வாசிக்கிற ஒவ்வொரு நாவலிலும் இப்படியான உள் வினை நிகழ வேண்டும். கலையின் முழு ஆற்றலும் இந்த இடத்தில்தான் மறைந்திருக்கிறது. நாவலுக்குள் இதை நிகழ்த்திக்காட்டுவது அவ்வளவு எளிதல்ல. புனைவிலிருந்து நிகழ் உலகை எட்டிப்பார்க்கிற தருணம் மிகச் சரியாக நிகழ வேண்டும்.

“மெழுகுவர்த்திகளை நான்தான் ஊதி அணைப்பேன்” என்று போட்டிபோட்டுக்கொண்டு ஓடுகிற குதூகலம் யாரிடமும் இல்லை. கண்ணுக்குத் தெரியாத கயிறுகளால் கார்ஸ் மக்கள் கட்டப்பட்டிருப்பதையும் புலப்படாத கயிற்றிலிருந்து விடுவித்துக்கொள்ள முடியாத அவலமும் நாவலின் வார்த்தைகளில் உலராதிருக்கிறது. கார்ஸ் அசாதரணமான அமைதியில் இருக்கும் நகரம் என்று கா அந்தப் பெண்களிடம் கிசுகிசுத்தான் “அதற்குக் காரணம் எங்கள் குரலைக் கேட்பதற்கு எங்களுக்கே பயம்” என்கிறாள் ஹண்டே. நாவலில் வரும் மேலுமான வரிகளின்மீது கவனம் குவிகிறது.

“அது பனியின் நிசப்தம்” இது இபெக். அப்படியானால் பெண்கள் பேசும் எல்லாப் பேச்சும் பயத்தினால் பேசுவதோ! மனம் ஒன்று நினைக்க வார்த்தை வேறாக வெளியே வருகிறதோ! பனியின் நிசப்தம் ஓசைகளுக்கு மத்தியிலும் கார்ஸில் ஓங்கி ஒலிக்கிறது. பனியில் மறைந்திருக்கும் அரசியலை வாசகச் சூடுதான் வெளிக்கொண்டுவர வேண்டும். விடாது பொழியும் பனியில்... சூறாவளியில் அந்த அரசியலை கண்டடையும் உத்திதான் நாவல் வாசிப்பு.

கார்ஸ் நகரம் கடவுளால் கைவிடப்பட்ட நகரம். கடவுளின் வருகைக்கு எல்லா நேரமும் மக்கள் காத்திருக்கிறார்கள். கடவுள் என்று சொல்லிக்கொண்டு கடவுள் அல்லாதன... கடவுளாக நகருக்குள் வந்துகொண்டே இருக்கின்றன. கார்ஸ் நகரம் முடிவில்லாத போரில் மாட்டிக்கொண்டு... ஒரு பெண்ணின் வாழ்க்கைபோல அவல நிலையில் காவின் கவிதைக்குள் தஞ்சமடைகிறது. எல்லா நேரமும் நகக்குறியோடும் குதறியெறிந்த காயங்களோடும் வாசிப்பில் முடிவில்லாது விரிகிறது.

கடவுளை வெளியே எறிந்துவிட்டு மதத் தலைவர்கள் மக்களை வழி நடத்தும் அவலம் இன்றைக்கும் பொருந்துவதாக இருக்கிறது. நாவலின் பிரதி கார்ஸின் எல்லைகளைத் தாண்டி உலகின் விளிம்புவரை நீள்கிறது. என்ன நடக்கிறது என்பதை

அறியவராதே மக்கள் அன்றாட வாழ்க்கையில் திணிக்கப்படும் இருத்தலின் அதிர்வு வாசிப்பில் பிரக்ஞை பூர்வமாகத் தீண்டுகிறது.

ஒரு எழுத்து நாவலாக முழுமைகொள்கிறபொழுது அதற்குள் படைப்பாளியே அதுவரை அறியாத வாழ்க்கை பற்றிய உண்மைகள் பேசப்பட்டிருக்கும். நாவலின் எழுத்து அதற்காவே படிக்கப்படுகிறது. மிகப் பெரிதாக இப்போதும் நாம் பேசும் நாவல்கள் அப்படியான கோணத்திலிருந்துதான் மீண்டும் மீண்டும் வாசிக்கப்படுகின்றன. சமீபத்திய தமிழ் நாவல்கள் மீண்டும் மீண்டும் படிக்கத் தூண்டுபவையாக இல்லாதிருப்பது ஒருவேளை வாழ்க்கையைப் பற்றிய உண்மைகளை அவை பேச வில்லையோ என்ற சந்தேகம் இந்த நாவலை வாசிக்கும்போது தோன்றியது. படைப்பாளியின் கருத்துகள் அல்ல. நாவல் முன் வைத்து இயங்கும் மறை உண்மை.

“வாழ்க்கையின் அதிஉன்னதமான சந்தோசம் எதுவென்றால் ஓர் அழகிய, அறிவார்ந்த பெண்ணை ஆரத்தழுவிக் கொள்வதும் ஒரு மூலையில் அமர்ந்து கவிதை எழுதுவதும்தானென்று தோன்றியது” என்ற வரிகள் வாழ்க்கையின்மீதிருக்கும் அளவுகடந்த பிரியத்தைத்தான் சொல்கின்றன.

கடிஃபே, நீலம் இருவரின் காதல்... கா, இபெக் இவர்களின் காதல்... முக்காடு அணிவதை விலக்க மறுக்கும் பெண்களின் மனம் தூண்டும் தற்கொலை எண்ணங்கள் எல்லாமும் ஆண்களின் எல்லைக்குள் வாழும் நிர்பந்தத்திலிருக்கும் பெண்களின் இடத்தையே விரிக்கிறது. ஆண் அரசியலில் பெண்களுக்கு என்ன வேலை இருக்கிறது, கீழ்ப்படிவதைத் தவிர அல்லது காதல் வயப்பட்டிருப்பதாக நம்புவதைத் தவிர?

(13 9 2014 அன்று ஈரோடு இலக்கிய சுற்றமும் காலச்சுவடும் இணைந்து நடத்திய மொழிபெயர்ப்பு நூல்கள் கருத்தரங்கில் வாசித்த கட்டுரை)

‘பனி’ – ஓரான் பாமுக்

பிரதிகளைத் தரும் குவி மையம்

இலக்கியம் குறித்துப் பேசுவது ஒரு போதும் முழுமையைத் தருவதில்லை. போதாமையில் தோய்வதால் மீண்டும் மீண்டும் அது பற்றிப் பேசுகிறோம். ஆனால் ஒவ்வொரு முறையும் இதன்மீது சொல்ல முயல்கிற எதுவும் புதிதாக ஒரு பரிமாணத்தைக் காட்டுகிறது. அதனால் ஆர்வம் கூடுகிறது. இப்படி பலரும் முயல்வதால் பெருகும் பரிமாணங்களால் உருவம் கொள்கிற வடிவில் மனம் லயித்திருக்கும்போது வேறு ஒருவர் இன்னொன்றைப் புதிதாகச் சொல்ல உருமாற்றம் நிகழ்ந்துகொண்டே இருக்கிறது. இந்தத் தொடர் நிகழ்வே இலக்கியத்தை உயிரோட்டமாக வைத்திருக்கிறது.

இலக்கியமும் கடவுள் போல பிடிபடாத மறை இருள் போல, விளங்காமெய் போல அர்த்தம் பொதிந்து சுடர்கிறது. எனவேதான் ஒவ்வொருவரும் புதிதாக ஒன்றைச் சொல்லி மகிழ்கிறோம். இந்த மகிழ்ச்சி தான் இலக்கியத்தின்மீது இத்தனை ஈர்ப்பை ஏற்படுத்துகிறது. இப்படியான இலக்கியத்தில் நாவல் ஒரு அங்கம். நாவல் என்ற சொல்லே முன்னிலிருந்து வேறானது என்று பொருள் தருவதால் புதிதாகச் சொல்ல வேறு ஏதோ நிகழ வேண்டியிருக்கிறது. நிச்சயமாக அது வெறும் அனுபவம் மட்டுமல்ல. அனுபவம் ஒரு வாயில்தான். வாயிலைப் பார்த்தே பிரமித்து நின்றுவிடக்கூடாது. உள்ளே ஒரு பயணம் நிகழ வேண்டும்.

எண்ணம்தான் பயணம். எண்ணம் எல்லாமும் செய்யும். மனவெளி விரிய எண்ணம்தான் ஊற்று. அது ஒரு காட்டாறு. முடிவில்லாத மழையில் பெருக்கெடுத்து ஓடும் ஆறு. அப்போது ஜனிக்கும் மனவெளிக்குள் பிரபஞ்சமே பம்பரமாய்ச் சுழலும். ஆக முதலில் அனுபவம்... பிறகு எண்ணம்... அடுத்து எண்ணம் கூட்டிச் செல்லும் இடம். எண்ணம் கூட்டிச் சென்ற இடமிருந்து அப்போது பார்க்கின்ற வெளி. ஆக அனுபவத்திற்கு பின்பு நடக்கிற இந்த மன வினைதான் முக்கியமானது.

நிலவைப் பார்க்கும் அனுபவம் எல்லாருக்கும் உண்டு. நிலவைப் பார்த்த எல்லாரும் கவிதை எழுதுவதில்லை. அப்படி எழுதினாலும் எல்லாமும் கவிதையாவதில்லை. அனுபவத்திற்குப் பின் நிகழ்கிற பயணம்தான் இதை முடிவு செய்கிறது. பயணத்தின் வேகம் தன்மை எல்லாமும் அனுபவம் மென்று விழுங்கும் சாறோடு தொடர்புடையது. அன்னதா சங்கர் ராயின் எழுத்தில் சொல்வதானால் 'ரஸானுபவம்' என்று சொல்லலாம். இந்த நிகழ்வின் பின் உள்ள எல்லாமும் மனத்தின் வினையே. காந்தியின் மனம் கவிதை எழுதாது. தாகூரின் மனம் கவிதை எழுதுகிறது. ரஸானுபவம் மட்டுமல்ல உள் நிகழும் பயணமே பிரதானமானது. ஆக அனுபவம் மென்று விழுங்கும் சாறும், எண்ணமும், பயணமும், உருவம் காணும் வேட்கையும் கலையின் ஆதார வினைகள். இப்படியான இடமிருந்து பிறக்கும் எழுத்தே உன்னத இலக்கியமாகிறது. எழுத்துக்கு முந்தைய மன வினைதான் முக்கியமானது.

கருத்து வேறு கவிதை வேறு என்று அவர்களுக்குத் தெரியும். இது நாவலுக்கும் சிறுகதைக்கும்கூட பொருந்தும். இப்படியான உள்வெளிப் பயணம்தான் வேறு ஒரு உலகத்தைப் படைத்துக் காட்டுகிறது. எதிர்வினை செய்யாது அது தூண்டும் வழி செயல்பட வேண்டும். கலையின் சிருஷ்டி மையம் இந்தப் புதிய வெளிதான். அந்த வெளி வேறு யாரும் பார்க்காத வெளி. படைப்பாளி மட்டும் பார்த்த, பார்க்க முடிகிற வெளி. இந்த இடமிருந்து பார்த்தவற்றை உணர்ந்தவற்றை எழுதுவது நாவல் எனத் தோன்றுகிறது. அந்த வகையில் எழுதப்படும் நாவல்தான் முன் சொல்லப்பட்டவைகளிலிருந்து வேறாகவும் தனித்தும் இருக்கும். அப்படியான ஒரு உள் மன நிகழ்வு தமிழவனுக்கு ஏற்பட்டுள்ளதாகக் கருதுகிறேன். நாவலை அக்கறையோடு வாசிக்கும் யாரும் இதில் உள்ள புதுமையைக் கண்டிப்பாக உணர்வார்கள். அனுபவத்தை அப்படியே எழுத்தாக்க முயன்றவர் களிடம் நாவலை / கலையை பார்க்க முடியாது.

தமிழவன் நீண்டகால விமர்சகர். தற்பொழுதுள்ள விமர்சகர்களில் மிக முக்கியமானவர். ஜே.ஜே. சில குறிப்புகளின்மீது அன்று அவர் வைத்த விமர்சனம் முற்றிலும் வேறானது. விமர்சனம் குறித்த இலக்கணமாகவே கருதலாம். நாவலும் விமர்சனமும் இரு நிகழ்வுகள் என்கிறார். ஒவ்வொரு நாவலுக்கும் அதற்கேயான தனி விமர்சனம் வேண்டும் என்கிற அவரது பார்வை கவனிக்கத்தக்கது. அவரின் இந்தப் பார்வைதான் 'வார்ஸாவில் ஒரு கடவுள்' நாவலை ஆவலாகப் படிக்கத் தூண்டியது.

கனவு வெளியை, ஒரு மாயத்தோற்றத்தைக் காட்ட முயல்கிற இடங்கள் இந்த நாவலில் நிறைய உள்ளன. விஜயாவோடு சந்திரன் சேர்ந்திருக்கும் பல இடங்கள் குறிப்பாக அந்தக் குகை, உடலும் மனமும் சேர்ந்து விரியும் வெளியாக அற்புதமாக தோற்றம்கொள்கிறது. சந்திரனின் மனோரதத்தின் பாத்திரமாக வந்துபோகும் மாக்தா ... இவர்கள் இருவரின் நெருக்கத்தில் அப்போது விரியும் உடல்வெளி ... நண்பன் வீட்டில் வசித்த உயரமான பொட்டு வைத்த அடிக்கடித் துப்பும் பெண் ... சிறு வயதில் சிவப்பு ஊற்றைக் காட்டுவதாகச் சொல்லி சந்திரனை அழைத்துச் சென்று காட்டுகிற இடங்கள் ... லிடியா தன் பத்தொன்பதாவது வயதில் இருபத்தி நான்கு வயது இளைஞனை சந்திப்பதும் அவன் அவளிடம் கூறும் இந்தியப் பழமும் அப்படியான இடங்கள்தான்.

நாவலில் விவரிக்கப்படும் நிலப்பரப்பு முக்கியமானது. இதிலுள்ள ஒவ்வொரு மண்ணும் தமிழவனின் சுயம். நாவல் முற்றிலும் படைப்பாளி முன்வைக்கும் உலகம் சார்ந்தது. நிகழ் உலகத்தின் *photo print* என்பதாக நாவல் அமையக்கூடாது. தமிழவன் இதில் மிகவும் கவனமாக இருக்கிறார். மொத்த நாவலிலும் இந்தக் கவனத்தைப் பார்க்கிறேன். முன் வாசித்திராத எழுத்தாக நாவல் உருக் காண்பதற்கு இந்த அக்கறை பெரிதும் உதவுகிறது. புனைவும் புனைவின் எல்லையும் தெரிந்தவர் தமிழவன். ஆற்றிலேயே இருக்க முடியாது. ஆறோடு பயணித்து கரையேற வேண்டும்.

உடலின் கொண்டாட்டம் நாவலின் மொழியோவென வாசிப்பில் ஒரு எண்ணம் நம்மைப் பின் தொடர்வதை உணர முடிகிறது. "யாருமில்லாதபோது இரண்டு மனித உயிர்கள் ஒன்றை ஒன்று அணைக்கும்போது இரண்டு உயிர்களின் முழு ஆற்றலும் எழுந்து வெளிப்படுவதை நானும் விஜயாவும் உணர்ந்தோம்" குகைக்குள் இருக்கும்போது விஜயாவின் நெருக்கத்தை சந்திரன் இப்படி உணர்கிறான். "இந்த இடத்திலேயே செத்துப்போகலாம்

போல் சந்தோஷமாக இருக்கிறது" இது விஜயா. இதையே பிறகு சந்திரனும் கூறுகிறான்.

சந்திரன், விஜயா, அமலா, அஷ்வினி, பிரதாப், அன்பழகன் (ராஜேஸ்) சந்திரனின் பர்மியத் தாய் அன்னா மாலினோவ்ஸ்கா, லிடியா, பியோத்தர், சந்திரன் சிறு வயதில் சந்திக்கும் அக்கா, வார்ஸா, மியான்மர், சந்திரனின் கிராமம் இவை யாவும் நாவலில் கட்டுமானப் பொருள்களாகக் குவிந்துள்ளன. இவற்றிலிருந்து வாசகன் தனக்கான ஒரு வடிவத்தைக் கட்டமைத்துக்கொள்ள முடிகிறது. வடிவமின்மைதான் இதில் வடிவம். வடிவமின்மையே வடிவங்களுக்கான சாத்தியம் என்ற தத்துவம் நினைவில் வருகிறது.

சந்திரனின் தாத்தா இரண்டாம் உலக யுத்தத்தின்போது பர்மாவிலிருந்து வெளியேறுகையில் வழியில் சேகரித்த பல பொருட்களோடு உயிருள்ள ஒரு நாய்க்குட்டியைத் தூரத்திலிருந்து பார்த்துத் தூக்கிக்கொண்டு வந்ததாகச் சந்திரன் லிடியாவிடம் தன் வாழ்க்கையைச் சொல்லத் தொடங்குகிறான். அந்த உயிருள்ள நாய்க்குட்டி என் அம்மா என்கிறான். அப்போது அவன் அம்மாவுக்கு மூன்று வயது. இந்த இடம் நாவலை வேறு ஒரு தளத்திற்கு நகர்த்துகிறது. புதிய அதிர்வுகள் பிறக்கின்றன. வரலாறு பேசும் யுத்தமும் இலக்கியம் பேசும் யுத்தமும் வேறானது. வாழ்வின் நுண்ணிய வெளிகளை இலக்கியம்தான் பார்க்கத் தூண்டுகிறது. இலக்கியத்துகேயான தனித்த செயல்பாடுகளை உணர்த்துகிற நாவல் 'வார்ஸாவில் ஒரு கடவுள்'.

லிடியா சந்திரனிடம் இவ்வாறு பேசுகிறாள். "சரித்திரம், மரபணு, வம்சம் ரத்தம்... இப்படி... இப்படி... சொல்லி இரண்டாம் உலக யுத்தத்திற்கு இடப்பட்ட அத்தனை தத்துவரீதியான அடிப்படைகளையும் தென்னிந்தியாவில் ஒரு மனிதன், மனித அன்பால் உந்தப்பட்டு ஒரு குழந்தை பரிதாபமாக சாகக்கூடாது என்ற ஒரே எண்ணத்தில் உதறி எறிந்திருக்கிறார்." லிடியாவின் இந்த கூற்று ஏனோ நம்மை ஒரு குற்ற உணர்வுக்குத் தள்ளுகிறது. சமீபத்தில் இலங்கையில் நடந்த படுகொலையில் அனாதைகளான குழந்தைகள் நினைவில் வருகிறார்கள்.

அந்த மூன்று வயதுக் குழந்தை இந்த நாவலுக்கு ஒரு உலகலாவிய பரப்பைத் தருகிறது. பர்மிய ரத்தமும் தமிழ் ரத்தமும் எந்தவித எதிர்ப்பும் இல்லாது இணைந்த அதிசயத்தை லிடியாவோடு நாமும் வியக்கிறோம். இந்த சங்கமம்தான் நீரையும் நெருப்பையும் இணைக்கிறது. சந்திரன் லிடியாவிடம் கூறுகிறான் "நான் நெருப்பாலும் நீராலும் செய்யப்பட்ட மனம்கொண்டவன்."

நெருப்பு பற்றுவதை முன்கூட்டி அறிவது அம்மாவிடமிருந்தும், நீர் இருக்கும் இடத்தை அறிவது அப்பாவிடமிருந்தும் சந்திரன் பெறுகிறான்.

இந்த நாவலின் பாத்திரங்கள் எல்லாமும் தனித்து ஒரு தனிமம் போல் இயங்குகின்றன. யாரும் யாருக்காகவும் இல்லை. அவ்வப்போது சேருவதும் விலகுவதுமாக இயங்கி புதுப்புது வெளிகளை உருவாக்கி சற்றே வாசகனை அலையவிட்டுப் பிறகு தங்களுக்கேயான பிரத்யேகக் குணங்களை இழக்காது சுயத்தோடு செயல்படுகின்றன. பாத்திரங்கள் வாசக உணர்வுகளுக்கு ஏற்ப வடிவங்களைக் காட்டும் கட்டுமானப் பொருள்களாகத் தோற்றம் கொள்கின்றன. அவரவர் திறக்கும் ஜன்னல்களின் வழி பார்வை கொள்ளும் அம்சம் நாவலின் சிறப்பாகும்.

கும்மாங்குத்து, மதன், ஹுசைன், செக்சனியாவிலிருந்து வந்த இரண்டு இளைஞர்கள், உக்ரைனியர் எல்லோரும் தேசமில்லாதவர்கள். இவர்கள் யாரும் விரும்பி வேறு நாட்டிற்குச் செல்லவில்லை. உயிர் பிழைக்க ஒரு காலடி மண்ணிற்கு அலை கிறார்கள். ஒவ்வொரு அகதிக்குப் பின்னாலும் மனித சமூகத்தின் வக்கிரம், அழுக்கு, மிருகவெறி, சுயநலம், வஞ்சகம் இன்னும் இப்படியான நூறு சொற்களைச் சொன்னாலும் கொடூரத்தின் கொஞ்சமான முகத்தைத்தான் காட்ட முடியும்.

தமிழவன் விவரிக்கும் இந்த இடம் நாவலின் மிக முக்கிய மான பகுதி. வேன் ட்ரக்கில் தட்டுமுட்டுச் சாமான்கள் போல கேவலமாகத் திணிக்கப்பட்டு நாடு தேடி அலைகிற மக்களின் அவலம் மனித நாகரீகத்தின்மீது தேசபக்தியின் மீது ஏன் நம்மீதே மலத்தைக் கொட்டத் தோன்றுகிறது. காலூன்ற மண் தேடி அலைகிற பரிதாபம் நெஞ்சில் நெருப்பாய் இறங்குகிறது.

இதில் வரும் அகதிகள் யாரும் பயங்கரவாதத்திற்கு துணை போனவர்கள் அல்ல. தீவிரவாதத்தை உடும்புப் பிடியாகப் பிடித்துக்கொண்டிருந்தவர்களும் அல்ல. மிகச் சாதாரணமான மக்கள். அதுவும் மிக இளையர். உயிரை தக்கவைத்துக்கொள்ளப் போராடும் அப்பாவிகள். இந்த இடங்களில் எல்லாம் தமிழவன் ஒரு வார்த்தையும் பேசாது பாத்திர அதிர்வுகளின் வழியாக வாசக மனத்தில் நிரந்தர அலையத் தோற்றுவித்து விடுகிறார். புனைவு வழியாக வாழ்வைச் சந்திக்கிற மேன்மையான எழுத்து.

மதன் என்று அழைக்கப்படும் குலசிங்கம் தனக்கான ஒரு இடம்தேடி அலைகிறான். மதனின் அக்கா ஜெர்மனியிலிருக்கும்

அவளது கணவனின் தம்பிக்குச் சொல்லி தன் தம்பிக்கும் ஒரு வேலை வாங்கிக்கொடுத்து தம்பியைப் பார்த்துக்கொள்ளச் சொல்லி ஏற்பாடு செய்து அவளது ஆபரணங்களைத் தன் கணவனுக்கும்கூட தெரியாமல் அடகு வைத்துப் பணம்கொடுத்து கொழும்பில் உள்ள ஒரு ஏஜெண்டு மூலம் அனுப்பிவைக்கிறாள். கும்மாங்குத்துவைப் போல அவனும் மாஸ்கோவில் இறங்கி ஆடுமாடுகள் போல அடைக்கப்பட்டு ரகசிய பயணம் மேற்கொள்கிறான்.

பயண இறுதியில் பனி கட்டிக்கிடக்கும் ஒரு மைல் தொலைவு ஆற்றில் இறங்கிக் கடக்கும் முயற்சியில் மதன் என்று அழைக்கப் பட்ட குலசிங்கம் பனி இளகி இழுத்துப்போக இறக்கிறான். காலூன்ற மண்தேடி அலைந்த தமிழ் அகதியின் முடிவு மனதில் நிரந்தர வலியை ஏற்படுத்திவிடுகிறது. கொஞ்சமான தூரத்தில் அவன் இனத்தின் மண் இருந்தும் அவனுக்கு வாழ்வு தராத அவலம்தான் அந்த வலி. தமிழவன் எழுத்து அதைச் சரியாகச் செய்திருக்கிறது.

கும்மாங்குத்து சிவனேசனாக வளர்ந்து வார்ஸாவில் ஒரு கடவுளாக உருகொள்கிறபொழுது தன் சிருஷ்டி சக்தியை மெய்ப்பிக்கும் வகையில் ஒரு உயிரைப் படைக்கிறார். கேன்வாஸில் தீட்டப்படும் ஒரு ஓவியத்தின் வழியாக இறந்த மதன் அதாவது தமிழ் அகதி மீண்டும் உயிர் பெற்று சிவனேசனைத் தேடிப் பலமுறை வந்து போகிறான். மனதில் ஒரு நம்பிக்கை வேரூன்றுகிறது. இலங்கைத் தமிழர்களுக்கு வார்ஸாவில் ஒரு கடவுள் என்பதாக. அப்போது நாவல் நம்மிடம் மேலும் நெருங்குகிறது. நிகழ் உலகில் உயிர்கண்டு அதிர்கிறது புனைவின் உருவம்.

லிடியா, அன்னா இருவரும் சந்திரனைத் தேடி வர ஒரு முகாந்திரமும் இல்லை. ஆனால் வருகிறார்கள். மிக நெருக்கமாகப் பழகுகிறார்கள். தங்களைப் பற்றி அவன் கேட்காதே எல்லாமும் சொல்கிறார்கள். லிடியா சொல்கிறாள் "ஸாரி, ஒரே ஒருநாள் பழக்கத்தில் என் வாழ்க்கையில் இப்படித் தொடர்ந்து பாதுகாத்துக் கொண்டிருப்பதும் அந்தரங்கம் மிக்கதுமான பல விஷயங்களை உங்களிடம் சொல்லும்படி ஏன் என் உள்குரல் தூண்டியது?"

அன்னா மாலினோவ்ஸ்கா மூலமாக சந்திரனின் கதை ஏன் சொல்லப்பட வேண்டும்? நாவலில் இந்தப் பாத்திரங்கள் எப்படி முளைத்தார்கள்? இந்த கேள்விகள்தான் நாவலை மேலும் நவீனமாக்குகிறது? நாவலின் வடிவம், வடிவமின்மையின் மீது கட்டமைக்கப்படுவது இதனால்தான் நிகழ்வதாகப் படுகிறது. அஷ்வினி அன்பழகனை ராஜேஸாகப் பார்ப்பதும், அமலா எழுதிய கடிதத்தை ஒரு ஆண்டு கழித்து வாசிப்பதும், சிவனேசன்...

ஃபோனில் அந்தக் கடிதம் குறித்துப் பேசுவதும், அதற்கு முன்பாக விஜயா நினைவாக ஒரு கனவு வருவதும் புனைவின்மீது படிகிற வசீகர வண்ணம்.

இரு வேறு உலகங்களின் நிகழ்வுகளை ஒரு தளத்தில் பார்க்கவைக்கும் முயற்சியில் தமிழவன் வெற்றி கண்டுள்ளார். இதனால் காலவெளி அழிக்கப்பட்டு நிகழ்வின் கணம் உறைந்து ஒரு பாத்திரமாக உருக்கண்டு இயங்கி வாசகனைப் பரவசத்தில் ஆழ்த்துகிறது. வாசிப்பில் இதுவே ஒரு வாசனையாகி வார்த்தை களின்மீது ஒருவித மோகத்தைத் தூண்டுகிறது. வார்ஸாவில் இறங்கும் சந்திரனுக்கு பிரக்ஞை தட்டுகிறது அல்லது அதைக் கொஞ்சநேர மரணம் என்று சொல்லலாம். இந்தச் சிறு மரணம் நாவலில் சொல்லப்படும் பல நிகழ்வுகளை வேறுமாதிரியாக யோசிக்கவைக்கிறது. பாத்திரங்களுக்குப் புது வண்ணம் பூசுவதாக வும் சொல்லலாம்.

சிவநேசன், லிடியா, அன்னா, லிடியாவின் சகோதரன் எல்லோருமே இந்த மரணம் தோற்றுவித்த வெளியின் பிரஜை களாகத் தோன்றுகிறார்கள். மற்றவர்கள் சந்திரனின் பிரக்ஞையில் எப்போதும் இருப்பவர்கள். இந்த இரண்டின் கலப்பாக நாவலில் அவ்வப்போது காட்சியாகும் வெளிதான் நவீனத்தை எழுத்தில் இறக்குகிறது. இந்த ஈரம் தோயும்போதுதான் விஜயா வேறுவேறு பரிமாணங்கள் கொள்கிறாள். இது மற்ற பாத்திரங்களுக்கும் பொருந்தும். சாதாரண அன்பழகன் ராஜேஸாக மாறி ஹோட்டல் அறையின் கூரையைக் கிழித்து மாயமாவதும் இந்தக் கலப்பின் காரணமே. விஜயாவின் கிராமத்தில் விரியும் வெளி. அவள் அழைத்துப்போகும் இடங்கள். ‘அக்கா’ என்று சந்திரன் அழைக்கும் அந்த அமானுஷ்யப்பெண். விஜயாவின் மரணம் எல்லாமும் இதை வலுப்படுத்துகின்றன.

சந்திரனின் கூற்று இதை மேலும் தெளிவாக்குகிறது. “நான் தனியாக எந்தக் குறிக்கோளுமின்றிக் கடந்த ஒரு வருடமாய் எதிலிருந்தோ தப்பவோ, எதையோ கண்டுபிடிக்கவோ எந்தக் காரணகாரியத் தொடர்புமின்றி எந்த முன் திட்டமுமின்றி யார் யாரையோ சந்திக்கிறேன். எதை எதையோ பேசுகிறேன். எதிலும் எந்தத் தொடர்புமில்லை. அல்லது ஏதோ தொடர்பு இருக்கிறது. எனக்குத் தெரியாதவிதமாய்... நானும் ஒரு பேயோ என்ற நினைப்பு வராமலில்லை.” நாவலின் இறுதி அத்தியாயத்தில் மும்பைக்குச் செல்லும் விமானத்திலிருக்கும் போது சந்திரனுக்கு ஒரு மறதி பீடிக்கிறது. வார்சாவில் நடந்த எல்லாமும் நினைவிலிருந்து விடைபெற்றதாக அவன் கூறுவதும் கவனிக்கத் தக்கது. இந்த

மறதி சந்திரனுக்கு ஏன் ஏற்பட வேண்டும்? அப்படியானால் வார்ஸாவில் முன் நடந்த எல்லாமும் என்ன? ஆவலைத்தூண்டும் கேள்விக்குப் பின் நகரும் வசீகரம் நாவல்.

அன்னா சந்திரனோடு கொண்டிருந்த உறவை முன் அறிந்திராத வேறு ஒரு உறவாக மதிக்கிறாள். "நாம் தகப்பன் மகள் அல்ல. காதலன் காதலி அல்ல. கணவன் மனைவி அல்ல. ஆனால் இந்த மூன்று உறவுகளுக்கும் இருக்கும் சக்தி மிக்க அந்நியோன்யத்தை ஆழமாக நான் உங்களிடம் உணர்ந்தேன். இது புது உறவு. இத்தனை நூற்றாண்டுகளில் மனிதகுலம் புதிய உறவை ஸ்தாபிக்காதது பரிதாபம் என்றே நினைக்கிறேன். இந்த உறவு மிகப் பலமானது என்பதால் இந்த உறவை முறித்துக்கொள்கிறேன். அந்தப் பலம் தான் எங்கிருந்தோ என்னையும் உங்களையும் இணைத்தது. முதலும் முடிவும் இல்லாத கதை, இனிவரும் காலத்தில் இலக்கியவகையாக ஏன் ஆகக்கூடாது" அன்னாவின் இந்த வார்த்தைகள் இந்த நாவலின் உள்ளீட்டைத் தெளிவாக விளக்குகிறது. நடுவில் புகுந்து எதுவும் செய்யாதீங்க என்ற சிவனேசனின் வார்த்தைகளை வாசகன் தன்னிடமும் சொல்லப் பட்ட வார்த்தைகளாக உணர்ந்து நாவலை வாசித்தால் புதிய எழுத்தை, புதிய நாவலை வாசிக்க முடியும்.

(*சிற்றேடு* இதழில் வெளியான மதிப்புரை)

'வார்ஸாவில் ஒரு கடவுள்' – தமிழவன்

எழுத்தின் உள் முகப் "பயணம்"

நாவல்கள் நிறையவே வந்துகொண்டிருக்கின்றன. மரபான வார்த்தைகளும் புதிய வார்த்தைகளும் சேகரமாகும் இடமாக மாறுகிறது நாவல். மொழியின் பல்வேறு சாத்தியப்பாடுகளை அரங்கேற்றுகிற தளம் இலக்கியம். நம்மிடம் ஒரு பழக்கம் இருக்கிறது. நல்ல நாவல்கள் என்று சிலவற்றையே திரும்பத் திரும்பச் சொல்வது. பிரமிக்கவைக்கும் அறிவியல் மாற்றம்... தீவிரவாதம்... சமூக நெருக்கடிகள் என்று வாழ்வெளி மாறிக்கொண்டே இருக்கிறது. சந்திக்கிற பிரச்சனைகளும் வேறு வேறாக இருக்கிறது. எல்லாவற்றையும் விழுமிய சிந்தனைகளால் மட்டுமே சந்திக்க முடியாது. விடுதலை கிடைத்தால் "ஆனந்த சுதந்திரம் கிடைத்துவிட்டதாக" ஆடிக்களிக்க முடியாது. இன்றைய வாழ்வை எதிர்கொள்கிற எழுத்து வாசக தேவையாகிறது.

காலத்தின் பிரச்சனையை காலமற்ற வெளியில் சந்திப்பது நாவலின் எழுத்து. இந்த இடத்திலிருந்து ஒரு படைப்பு உருவாவது அவ்வளவு எளிதானதல்ல. எழுதப்பட்ட எல்லா நாவல்களையும் புதிதாக வருகிற நாவல் சந்திக்க வேண்டும். அப்படியான எழுத்து தேடியே வாசக மனம் பயணிக்கிறது. போதாமைதான் எழுத்தின் ஊற்று. ஆக புதிதாக வருகிற நாவல் இந்த இடத்தை எப்படி சந்திக்கிறது என்பதே எனது நாவல் வாசிப்பு.

நான் மட்டுமா உலகம்? நானும் நான் அல்லாத எல்லாமும் சேர்ந்ததுதானே உலகம். உடலின் ரூப

அரூப விளிம்பிலிருந்து முடிவில்லா எல்லை வரை விரியும் மனமே கலையை, எழுத்தை, தத்துவங்களை நாடுகிறது. 'பயணம்' நாவலில் வரும் ராமநாதன் விவேகானந்தரை வாசித்தவன். யோகாசனம், சமூக அக்கறை சார்ந்த சிறு தொண்டுகள் என்று தனது அன்றாடத்தை அமைத்துக்கொண்டவன். ஸ்வாமி சிவானந்த சங்கர யோகி சென்னையில் நடத்தும் சாந்தி யோக முகாமில் கலந்துகொள்கிறான். மூச்சுப் பயிற்சி, உடற் பயிற்சி, விளையாட்டு, சமூக சேவை, யோகாசனம், பஜனை, பிரார்த்தனை, தியானம், தத்துவப் பாடம் எனப் பல வகையான பயிற்சிகளை உள்ளடக்கியது சாந்தி யோகம் என்பதை அறிந்த வியப்பே அவனை முகாமிற்குக் கூட்டிப்போகிறது. ஒரு வார கால வகுப்பில் மூன்றாம் நாளில்தான் ஸ்வாமிஜியைத் தனியே சந்திக்கும் வாய்ப்பு கிடைக்கிறது.

ராமகிருஷ்ணரை விவேகானந்தர் சந்தித்த தருணம் அவனுக்கு நினைவில் வருவதாக நாவலில் ஒரு வரி தெறிக்கிறது. அப்படியான எண்ணம் ராமநாதனுக்கு ஏன் வர வேண்டும்? இந்த வரிதான் அரவிந்தனின் நாவலை ஆவலாக வாசிக்கத் தூண்டுகிறது. நவீன வாழ்தலில் இப்படியான எண்ணம் ஆச்சரியமானதுதானே? இந்த வரியின் கவனத்தோடுதான் நாவலை வாசித்தேன். உண்மையில் அப்படி இருக்க முடியாதுபோனாலும் அந்த இருவரும் அப்படி இருக்க முயல்வதே இன்றைய வாழ்தலில் நினைத்துப் பார்க்க முடியாதது. முடியவில்லை என நேர்மையாக ராமநாதன் நினைப்பதே போதுமானது.

முதல் சந்திப்பில் ஸ்வாமிஜியோடு ராமநாதன் உரையாடும் போது அவரிடம் இப்படிச் சொல்கிறான், "எனக்கு எல்லாரையும் போல வாழப் பிடிக்கல. ஒவ்வொருத்தருக்கும் தன்னையும் தன் குடும்பத்தையும் பாத்துக்கிறதே பெரிய வேலையா இருக்கு. எனக்கு அது பிடிக்கல. தன்னைப் பாத்துகறதுன்னா தன்னோட லௌகீக விஷயங்களைப் பாத்துக்கறதுதான் எல்லோருக்கும் முக்கியமா படுது. தன்னைப் பத்தி யாரும் தெரிஞ்சிக்கிறதில்ல. எனக்கு என்ன பத்தி தெரியணும். இந்த சொஸைட்டி பத்தி தெரியணும். என் கண்ணுல படற இந்த சொஸைட்டி அழுக்கா இருக்கு. இங்க ஈக்வாலிட்டி இல்ல. எல்லாரும் ஒண்ணாதான் இருக்காங்க. ஆனா தனித்தனியா வாழறாங்க. மத்தவங்கள பத்தி உண்மையான அக்கறை இல்ல. தனக்குக் கீழே இருக்கவங்களைப் பத்திக் கவல இல்ல. அது அது அவன் அவன் தலையெழுத்துன்னு நெனைக்கறாங்க. அப்படி என்னால விட முடியல. என்ன மாதிரிதான் மத்தவங்களும், மத்தவங்க மாதிரிதான் நானும். என்ன பத்தி நான் கவலைப்பட்டா மத்தவங்களும் அதில் அடக்கம். அப்படித்தான் இருக்கணும். இந்தக் கவலைதான்

எனக்கு முக்கியம். வேலைக்கு போறது, சம்பாதிக்கறது எல்லாம் எனக்குப் புடிக்கல. எல்லாரும் பண்றத நானும் ஏன் பண்ணனும்?”

ராமநாதனின் இந்த மனம்தான் அவனை ஒரு இடத்திலும் தங்கவிடாது அலைக்கழிக்கிறது. ஸ்வாமிஜியிடம் இப்படி ஒரு இளைஞன் பேசுவதை இன்றைய இளையரிடம் கடத்துகிறது நாவல். பெரும்பாலான இளையரின் வாழ்க்கை எதில் மையம் கொண்டிருக்கிறது? அதிகமான சம்பளத்தை நோக்கி எந்நேரமும் நகர்வது, வீடு வாங்குவது, நவீன வாழ்தலின் எல்லா விதமான வகைகளையும் வாழ்ந்து பார்க்க விழைவது, சுய வாழ்தல் சார்ந்து மட்டுமே யோசிப்பது. இப்படியான மனம் இளையரிடம் மட்டுமல்ல. எல்லாரிடமும் இருக்கிறது. நவீன வாழ்க்கையில் ‘சுய வாழ்தல் வெறி’யைக் குற்றம் என்று கருதாத இடத்திற்கு நாம் நகர்ந்துவிடோம். இதுவல்ல வாழ்தல் என்று அவர்களிடம் சொல்லும் தகுதி நம்மில் யாருக்கும் இல்லை என்பதுதான் முக்கியமானது. அரசியலோ மதமோ கல்வியோ எதுவும் உதவாத இடத்தில் இருக்கிறோம். இந்த இடத்தில்தான் கலை இலக்கியம் செயல்படுகிறது. அரவிந்தனின் நாவலுக்கு அத்தகைய தகுதி இருக்கிறது. இலக்கியப் படைப்பிற்கே அந்த உரிமை இருக்கிறது. எந்த அளவுக்கு படைப்பு வெற்றி அடந்திருக்கிறது என்பதைவிட முயற்சி இருக்கிறதா என்பதே போதுமானது. இப்படியான முயற்சிகள் நாளை புதிய நாவலைத் தரக்கூடும்.

சமூக மாற்றங்களை எந்த இலக்கியமும் பெரிதாக ஏற்படுத்திவிட முடியாது. மனதில் ஒரு அதிர்வு தோன்றினாலே போதுமானது. ‘பயணம்’ நாவலை வாசிக்கும்போது மனம் அறிந்துகொண்டது இது ஒரு இந்திய நாவல் என்று. சரியான நேரத்தில் வெளிவந்திருக்கும் இந்திய எழுத்து. பாராம்பரியமான நமது வாழ்தலில் நாம் சேகரித்து வைத்திருக்கும் பல விழுமியங்களை அடுத்த சந்ததிக்குக் கொண்டு செல்ல வேண்டிய கடமை எழுத்தாளனுக்கு இருக்கிறது. விழுமியமாகத் தோற்றம் காட்டும் போலிகளைப் பிரித்துத் தனியே அடையாளம் காண வாசகனைத் தூண்ட வேண்டிய அக்கறையும் கூடவே தேவைப்படுகிறது. நாவல் இந்த இரண்டையும் கவனத்தில் கொண்டிருக்கிறது.

கதையாடலின் வழியே விழுமியங்களைச் சொல்லிச் செல்லும் பாத்திர ஒழுங்கு வியக்க வைக்கிறது. ஆஸ்ரமம் குறித்த விவரணைகள், ஸ்வாமிஜியின் பேச்சு, பிரபுவின் பாத்திர எல்லை, மாதவ யோகி, கருணாகரன், சதாசிவம், பாஸ்கரன், முருகானந்தம், மகாதேவ யோகி, இப்படியான மனிதர்களினூடே கட்டமைக்கப்பட்ட ஸ்வாமிஜியின் ஆஸ்ரமம்... எல்லாமும் கவனமாகத் தேவையான அளவில் நாவலில் அதிர்கின்றன. எல்லாமும் ராமநாதனை மையம் கொண்டே நகர்கின்றன.

சென்னையில் நெருக்கடியான சூழலில் வாழ்கிற இளைஞனை சிவானந்தரின் ஆஸ்ரமித்தை நோக்கி நகர்த்திய உள் மன வினை எதுவென அறிய நாவலுக்குள் அலைகிறோம். அலையும் மன நீட்சியில் சட்டென்று பிடிபடுகிறது ராமநாதனை உந்தியது சிவானந்தர் அல்ல அவனுள்ளிருக்கும் அறமே என்று.

அறம்தான் அவனைப் பாடாய்ப் படுத்துகிறது. காமத்தைத் துய்க்கும்போதும் தவறுகளைக் காணும்போதும் அவன் அற நெருக்கடிக்கு ஆளாகிறான். அரவிந்தன் தனது எழுத்து வழியாக இளையரிடம் கொண்டு செல்ல விரும்புவதும் இந்த மனம்தான். இன்றைய நவீன வாழ்தலில் அறத்தின் இடம் குறித்தும் அதற்கான நெருக்கடிகள் குறித்தும் வாசகனை யோசிக்க வைக்கிற எழுத்து. அறத்திற்கு இன்றைய நவீன வாழ்தலில் உள்ள இடம் அச்சம் தருவதாக உள்ளது. அறத்தைப் புறம் தள்ளி நகரும் நவீன வாழ்தலை வாசிப்பில் உணர்த்துவதே இந்த நாவலின் எழுத்து. ராமநாதனின் மனஓட்டம் இதை வாசக மனதிற்கு எளிதாகக் கடத்திவிடுகிறது. பாத்திர ஒழுங்கால் இதைச் சாதித்துவிடுகிறார்.

இந்தியப் பண்பாட்டு மரபையும் இந்தியத் தத்துவ மரபையும் எழுத்தின் ஊடாக உறுத்தாத மொழியில் சொல்லுகிறார். நவீன வாழ்தலில் மெல்ல அழிந்து வரும் மரபின் மேலான சிந்தனைகளை இளையர் அறிந்துகொள்ள மிகவும் சரியான தருணத்தில் இந்த நாவல் வந்திருக்கிறது. மனிதனைச் சமமாகப் பாவிக்கிற மனவெளியில் ராமநாதன் இயங்குவது நாவலுக்குள் சிதையாதிருக்கிறது. மத நெருக்கடி இல்லாத வாழ்வியலை நோக்கி நகர்கிறது நாவல். அதனால்தான் இதை இந்திய நாவல் என்கிறேன். மொழியின் எல்லைகளைக் கடந்து வினைபடுகிறது நாவல். வாழ்வின் சிக்கல்களை மேலான சிந்தனை வழியாக எதிர்கொள்வது போதுமானதா என்ற கேள்வியும் எழுகிறது. ராமநாதன் இந்த இடத்தையும் புரிந்திருப்பதாகவே படுகிறது.

ராமநாதனைச் சரியாக அறிந்து வைத்திருக்கும் சிவானந்தர் அவனிடம் புது ஆஸ்ரமங்களைத் தொடங்கும் பணிகளை ஒப்படைக்கிறார். ஒரு தேர்ந்த நிர்வாகியாக ஸ்வாமிஜியை வடிக்கும் அதே நேரத்தில் மனித உணர்வுகளை மதிக்கிறவராகவும் அவரைக் காட்டுவது நாவலின் கதையாடலுக்கு உதவுகிறது. சிவானந்தர் உயிரோடு இருக்கும்வரை ஆசிரம அரசியலைத் தாண்டியும் ராமநாதனால் இயங்க முடிகிறது. புனைவும் எதார்த்த வாழ்வும் சந்திக்கிற வெளி நாவலில் உருவாக வேண்டும். இந்த வெளிதான் நாவலுக்கு பிரதிகளைத் தருகிற இடம். படைப்புலகம் நிகழ் உலகைச் சந்திக்கிற புள்ளி. இந்த வெளியைக் கண்டடைவது வாசிப்பில் நிகழ வேண்டும்.

மாதவ யோகியின் தலைமையில் செயல்படும் ஆசிரமத்தை ராமநாதன் இப்படி நினைக்கிறான்: “இதுபோன்ற சோம்பேறிக் கிழட்டுச் சாமியார்களை வைத்துக்கொண்டு என்ன செய்ய முடியும். எந்த மாற்றத்தையும் ஏற்க மறுக்கும் இவர்களை வைத்துக் கொண்டு சமூகத்தில் அடிப்படையான எந்த மாற்றத்தையும் கொண்டு வர முடியாது.” இந்த எண்ணம்தான் ராமநாதனை ஆஸ்ரமத்திலிருந்து வெளியேற்றுகிறது. ஆசிரமத்துச் சாமியார்கள் தன்னைத் திரும்பத் திரும்ப அலைக்கழிப்பதை நினைத்து அவன் மனம் கொதிக்கிறது. பொன்னம்பட்டியிலும் கொல்லிமலையிலும் தான் ஆற்றிய பணிகளைக் கண்டுகொள்ளாத மாதவ யோகியை ஸ்வாமிஜியின் இடத்தில் வைத்துப் பார்க்க முடியவில்லை. சிவனூர் கிராமத்து காலனி பற்றி மாதவ யோகியுடன் ராமநாதன் நடத்தும் உரையாடல் நாவலில் முக்கியமானது. ஆசிரமம் மெல்ல மெல்ல மாறி வருவதையும் மாதவயோகி சிவானந்தர் அல்ல என்பதையும் ராமநாதன் அறிந்துகொள்கிறான். கதை சொல்வது நாவலில் ஒரு சாக்குதான். கதை வழியாக அடைகிற புதுவெளிதான் நாவல். இந்த வெளி ராமநாதனால் உருவாகிறது. இந்தவெளி நவீன வாழ்தலோடு தொடர்புகொள்கிறது.

ராமநாதன் தன்னைக் கூட்டிப்போவதில் இரண்டு வகை யான சிக்கல்களைச் சந்திக்கிறான். சமூகப் பணிகளைத் தான் நினைக்கிற மாதிரி செய்ய இடம்தராத ஆசிரம விதிகள், காயத்ரி யோடு உள்ள உறவு. காயத்ரியைக் கல்யாணம் செய்துகொண்டு ஆலப்புழாவிலேயே தங்கி அங்கேயே சேவை செய்யலாமா என்ற எண்ணம் பளீரென்று தோன்றுகிறது. சட்டென்று உடல் முழுவதும் ஒரு பரவசம் ஓடுகிறது. அடுத்த வினாடியே இந்த எண்ணத்தைத் தாங்க மாட்டாது உடல் நடுங்குகிறது. இல்லற வாழ்க்கை எனக்கு ஒத்து வராது. என்னால் ஒரு கிரகஸ்தனின் அன்றாட வேலைகளில் மூழ்க முடியாது. நான் அப்படி வடிவமைக்கப்படவில்லை. என்னால் முடியாது என்று அந்த எண்ணத்தை விரட்டுகிறான். இந்தச் சிக்கல்கள்களே அவனை இன்னொரு பயணத்துக்குத் தூண்டுகிறது.

சமூகத்தோடு முரண்படுவதும்... சமூகத்தைச் சந்திக்கும் மன வலிமையைக் கற்றுக்கொள்வதும் கூடவே நடக்கிறது. வெளியேறி எங்கே போவது என்ற கேள்விக்கு அவனிடம் பதில் இல்லை. சாதாரண வாழ்க்கையில் தன்னை மீண்டும் பொருத்திக்கொள்வதில் ஈடுபாடு இல்லை. சமூகத் தொண்டு, யோகா, தியானம், ஆகியவற்றை விட்டுவிட்டு வாழ்வதை அவனால் நினைத்துப் பார்க்கவே முடியவில்லை. இந்த மன வலி அவனைச் செதுக்குகிறது. மனம் செப்பமாகிறது. தனக்கான இடம் தன்னைத் தேடி வராது. நாம்தான் அந்த இடத்தை உருவாக்கிக்

கொள்ள வேண்டுமென முடிவு செய்கிறான். இந்தப் பொறி மனதில் தெறிப்பது இயல்பாக உள்ளது. காயத்ரியைத் தனக்குள் அனுமதிப்பது நாவலை அதீத புனைவாக்காது தடுக்கிறது.

அவனை அவனுள் கண்டுகொள்ள வைத்த பெரும் சக்தி காயத்திரிதான். ராமநாதன் காயத்ரியைச் சந்திக்காதிருந்திருந்தால் சராசரி சேவாத்ரியாகத்தான் வாழ்ந்திருப்பான். காயத்ரியைச் சந்திப்பதும் அவளின் நினைப்பிலிருந்து விடுபடாதிருப்பதும் அதே நேரத்தில் ஆஸ்ரம வேலைகளில் அக்கறையோடு இருப்பதும் நாவலை நவீனமாக்குகிறது. மரபின் விழுமியங்களை நவீன வாழ்தலில் சந்திக்கிற சிக்கலின் வழியாகவே நாவல் பேசுகிறது. தனி மனித வாழ்தலையும் சமூக வாழ்தலையும் கேள்விகளோடு நகர்த்துகிறது நாவலின் எழுத்து. ராமநாதன் அப்படியான சிக்கலை எதிர்கொண்டே பயணிக்கிறான். புற நிகழ்வுகளை அக வழிப்பயணத்தின் மூலம் அவன் கடப்பதற்கு ஸ்வாமிஜியும் காயத்ரியும் ஆரம்ப நிலையில் பெரிதாக உதவுகிறார்கள்.

அந்த வயதுக்கான மனப்போராட்டத்திலிருந்தே அவனது குறிக்கோளையும் அடைகிறான். காம இச்சை தவறானது என்ற குற்ற உணர்விலிருந்து விடுபடுவது அவனுக்குள்ளாகவே நடப்பது, நாவலை இளையருக்கானதாக ஆக்குகிறது. அவள் ராமநாதனுக்கு ஒரு பலமாக இருக்கிறாள். மனதை அமைதிப்படுத்துகிறாள். அவன் அவளின் தனிமையைப் போக்குவதற்கு உதவுகிறான். இருவரும் தங்களின் வேலைகளில் முன்பைவிடத் தீவிரமாக ஈடுபடுகிறார்கள். காயத்ரியைச் சந்திக்கும் ஒவ்வொரு முறையும் ராமநாதன் புத்துணர்வு பெற்றே திரும்புகிறான். இந்த இயல்பு வாசிப்பில் ஈர்க்கிறது.

"உடல்களின் ஆவேசமான உரையாடல் முடிந்ததும் உதடு களின் அமைதியான பேச்சு தொடங்கியது" என்ற வரி நாவலின் அழகியல். ராமநாதனை இயக்கும் காயத்ரியின் மனதையும் அறிய முடிகிறது. மனதிற்குப் பொய்யில்லாதிருப்பதே ஒழுக்கம் என்பதை இளையரிடம் கொண்டு செல்லும் முக்கியமான இடமாக இருவரின் நட்பு அமைகிறது. அந்த இடத்தில் நாவலின் வரிகள்: "இந்த உறவைப் பற்றியும் இருவரும் பரஸ்பரம் தவிர்க்க இயலாதவர்களாகிப் போவது பற்றியும் பேசினார்கள். இந்த உறவைத் துறக்காமல் தொண்டாற்றுவது பற்றிப் பேசினார்கள். செயல்களில் குறை வந்தால் இந்த உறவைப் பாவமாகக் கருத வேண்டியிருக்கும் என்றாள் அவள். செயல்களில் எந்த வகையிலும் குறை வைக்காமல் இருத்தலே இந்த உறவைப் புனிதப்படுத்தும் என்றான் அவன்."

அடுத்த வரி நாவலின் கதையாடலுக்கு வலு சேர்க்கும் வரி. "நானும் உன்னோடு சேர்ந்து பணிபுரிய வேண்டும் என்றாள்

அவள். காலம் வரும்போது அது நடக்கும் என்றான். எலும்புகள் நொறுங்கிவிடுமோ என்னும் அளவுக்கு இறுக்கமான அணைப்புடன் அந்தச் சந்திப்பு முடிந்தது. அந்த இணைப்பின் இதம் உடலில் ஒவ்வொரு அணுவிலும் தங்கியிருந்தது. இது எப்போதும் என்னுடன் இருந்தால் நான் எடுத்த காரியமெல்லாம் வெற்றி என்று ராமநாதன் நினைத்துக்கொண்டான்.” நாவலின் இறுதியில் வாசகன் காணவிருக்கும் ராமநாதனுக்கு அடித்தளம் இங்குதான் கட்டமைக்கப்படுகிறது. இளையரின் மன அவஸ்தையை மறைக்காமல் உரையாடுகிறது.

தன்னளவில் முழுமையானதாகவும் முன் வாசித்திராத அனுபவதைக் கொடுப்பதாலுமே ஒரு நாவல் வாசிக்கப்படுகிறது. இதில் அரவிந்தன் கவனமாக இருக்கிறார். அவர் காட்டும் படைப்புலகம் நிகழ் உலகோடு எதிர்வினையாற்றுகிறது. ஆஸ்ரமங் களின் செயல்பாட்டை, கட்சிகளின் மத ரீதியான அணுகு முறையை, இளையருக்கு வழிவிடாத முதியவர்களின் நிர்வாக இருப்பை வாசக மனத்திற்குக் கடத்துகிறது. ராமநாதனை அயோத்திக்கு அனுப்பும் அரவிந்தன் கூடவே வாசகனையும் அனுப்பி வைக்கிறார். காசியில் அவனோடு வாசகனும் அலைந்து நதியில் மூழ்கி ராமநாதனோடு சென்னை திரும்புகிறான். இளையரை சாதியின் பெயரால் மதத்தின் பெயரால் மொழியின் பெயரால் அணுகி அவர்களின் மனங்களை ஆக்கிரமிக்கும் ஆபத்தான அக அரசியல் நடக்கிறது. இந்த நேரத்தில் இப்படி யான நாவல் இளையர் மத்தியில் வாசிக்கப்படுவது இன்றைய தேவையாகிறது. ராமநாதன் கட்டமைக்கிற ஆசிரமம் இளையருக் கான ஆசிரமம். ராமநாதனின் நண்பர்கள் நவீன வாழ்தலில் இருக்கும் இளையரின் நலம் விரும்பிகள். நாவலின் இறுதியில் ராமநாதன் பேசும் எல்லாவற்றையும் ஸ்வாமிஜியின் இன்னொரு வடிவமாகவே உணர முடிகிறது.

நாவலில் வரும் ஆங்கிலக் கலப்பு ஒரு நவீன வாசிப்பை ஆன்மிக சிந்தனைக்கு வழங்குகிறது. ராமநாதனின் ‘நான்’... சமூகத்தை எதிர்கொண்டு ஒரு பொது ‘நான்’ காண முயல்கிறது. அறத்தின் ஊடாக வினைபடும் ராமநாதனோடு வாசகனும் பயணிக்கிறான். அறச் சிக்கலையும் ஆபத்தான அக அரசியலையும் சுட்டிக்காட்டித் தனது கதையாடலை அமைத்திருப்பது நாவலை நவீன வாழ்வெளியில் வாசிக்க வைக்கிறது.

காலச்சுவடு 2015

‘பயணம்’ – அரவிந்தன்

நவீன வாழ்க்கையின் யுத்தபூமி

அறம் சார்ந்து வாழ்கிற யாருடைய வாழ்க்கையும் போராட்டமாகவே இருக்கிறது. போராடிக் கொண்டே இருப்பதுதான் விதிக்கப்பட்டதா? அறம் குறித்த சிந்தனையே இல்லாத இடத்தில் எனக்கான வாழ்க்கை எது? இந்த வாழ்க்கையின் பொருள் என்ன? நவீன வாழ்வு மனதிற்கு பொய்யில்லாத வாழ்வா? அறத்திற்கு, அன்புக்கு, நேர்மைக்கு, சமூக வாழ்தலிலும் தனி மனித வாழ்தலிலும் உள்ள இடம் எது? கேள்விகளுக்கு விடை இல்லாது போகலாம். ஆனால் கேள்விகள் உருவாக்கும் வெளி பதிலைவிட மேலானது.

'அஸ்தினாபுரம்' நவீன வாழ்க்கையின் யுத்த பூமி. இந்த யுத்தம் மறைமுகமானது. ஆகவே சிக்கலானது. யுத்தம் யாரோடு அல்லது எப்போது? தெளிவாகக் குறிப்பிட்டுச் சொல்ல முடியாது. எதிரியைத் தனித்து அறிய முடியாத இடத்தில் நடக்கிற வேறு யுத்தம். வெற்றியும் தோல்வியும் யுத்தத்தில் தவிர்க்க முடியாதவை. அதுபோல அழிவும் ஆக்கமும் உண்டு? யாருக்கு வெற்றி? யாருக்கு வாழ்வு? என்பது தான் அடிப்படையான கேள்வி. நவீன வாழ்க்கைமீது நாவலின் எழுத்து வெளிச்சமாகப் படிகிறது. அரசியல் சமூகம் தேசம் பண்பாடு எல்லாமும் இந்தப் புதிய வெளிச்சத்தில் மீண்டும் பார்க்கப்படுகிறது.

துறைமுகம் என்ற தலைப்பிலேயே நாவல் வந்திருக்கலாமோ என்று எண்ணத் தோன்றுகிற கதையாடல். துறைமுகத்தின் புறஅக கட்டுமாணங்களை இந்த நாவல்போல விரித்துச் சொல்கிற எழுத்து தமிழில் இல்லை. கப்பலுக்கு சரக்குகளை ஏற்றுவது

கப்பலிலிருந்து சரக்குகளை இறக்குவது என்ற வார்த்தைகளுக்கு பின்னால் விரிகிற வெளி முடிவில்லாதது. நம் கண்படாதா அந்த உலகம் அதிர்ச்சியூட்டுகிறது. தேசம் யாருக்காக என்ற கேள்வியில்... வலி வளர்கிறது. மரணத்தைச் சுமந்துவரும் கிரனைட் கற்களை கப்பலின் தளத்தில் பணியாளர்கள் அடுக்குவதை புத்தகம் வாசிக்காது துளி உணர்வையும் பெற முடியாது. ராட்சத இயந்திரங்கள் தொழிற்சாலைகளுக்கு துறைமுகங்களுக்கு வந்து சேர்வது... சாலைகளில் அவற்றின் பயணம்... ஒரு நாவலை வாசிப்பதைவிட சுவாரசியமானது. அங்கிருக்கும் அரசியல் நாம் அறிந்திருக்கும் அரசியலைவிட ஊழலைவிட பல மடங்கு என்பது சொல் வசீகரமல்ல.

நாவலில் விரிகிற உலகம் துறைமுகம் என்ற சொல் கட்டமைக்கிற உலகம். இதன் வாழ்வெளி புதிரானது. இந்தப் புதிர்வெளிதான் நாவலாகிறது. நாவலில் வருகிற அமுதன் பணத்தைப் புகழைச் சம்பாதிக்கிறான். பணம் அதிகாரம் அறிவு செல்வாக்கு இவை மட்டுமா வாழ்தல்? இது அமுதனின் கேள்விமட்டுமல்ல. வாசிக்கும்போது நம் மனதிலும் எழுகிற கேள்வி. நாவலின் இறுதியில் உள்ள பக்கங்கள் இன்றைய வாழ்தலில் உள்ள வலியை, மன அவஸ்தையைப் பதிவு செய்வதோடு இன்னொரு உயிரை எந்தச் சூழலிலும் வெறுக்காத அமுதனை நெஞ்சில் நிறைக்கிறது.

ஒழுக்கமற்ற பேராசியரிடமிருந்து விலகி ஓடும் அமுதனின் பயணம் மிக நீண்டது. பயணிக்கும் இருள்வெளியில் கையில்பிடித்த தீபத்தை கீழே வைப்பதே இல்லை. இது எப்படி இன்றைய சிக்கலான வாழ்தலில் சாத்தியம்? சாத்தியமாக்க விழைகிற மனவினை இங்கே எழுத்து. தனக்குள் ஒரு வெளிச்சத்தைக் கண்டறிவதுதானே வாழ்தல். குடும்பத்தையும் சமூகத்தையும் தனித்து பார்க்கவில்லை அமுதன். சந்திக்கிற ஒவ்வொரு மனிதனையும் அவனது குடும்பத்தோடுதான் பார்க்கிறான். இறந்துபோன ஊழியர்களுக்கு கம்பனி வில்லைகளை வைப்பது: பணியாளர்களுக்கு பொதுவான உடை: வேலைசெய்கிற இடத்தில் பாதுகாப்பு எல்லாமும் அப்படியானதே. தனது குடும்பத்தைக் கட்டமைக்கிறபோதும் இப்படியான ஒரு நேர்மையைக் கடைபிடிக்கிறான். உள்ளேயும் வெளியேயும் ஒரே மாதிரியான வாழ்க்கை. இன்றைய வாழ்தலில் இது அவ்வளவு எளிதல்ல. அவனது உள் மனம் அதற்காக எப்போதும் போராடுகிறது. இந்த மனவெளியை நாவலில் பார்க்க முடிகிறது.

அனுபவம் புனைவின் எழுத்தாக மாற விழைகிறது. கடந்துவந்த வாழ்க்கையின் எல்லாவித அனுபவங்களையும்

நினைவுகூர்ந்து பேசுவது நாவலின் எழுத்தாகாது. அதை வாழ்வின் நிகழ் கணமிருந்து பார்ப்பதுதான் படைப்புக்கான எழுத்து. அமுதன் பாத்திரம் அப்படியான இடமிருந்தே அதிர்கிறது. ஜோ.வின் அனுபவம் எழுத்தாகிற இடம். அம்மா எஸ்கலின், அப்பா அல்வாரிஸ், மனைவி ஆனந்தி, தாத்தா தெம்மந்திரை, பாட்டி பிரகாசி, முதல்மனைவி புனிதா இன்னுமான யாரை நினைவுகூர்ந்து சொல்லும்போதும் கடந்த காலத்திலிருந்து பேசுவதில்லை. அந்த நேர வாழ்வின் இடமிருந்து எல்லா அனுபவங்களையும் தனது மனஓட்டம் வழியாக அமுதன் பேசுவது தமிழ் நாவலில் அபூர்வம்.

வெட்டி வெட்டி வருகிற சிந்தனைகள் நூறு விசயங்களை இணைக்கின்றன. தனி மனித வாழ்வு, சமூக வாழ்வு இரண்டையும் ஒரே நேரத்தில் எதிர்கொள்கிற சொல்முறைதான் நாவலைக் கட்டமைக்கிறது. அமுதனின் உரையாடலைவிட மனஓட்டம் ஈர்க்கிறது. கதை சொல்கிற எளிய நிகழ்விலிருந்து நாவலை நவீன மாக்குகிறது. அமுதனை குடும்ப வாழ்விலும் சமூக வாழ்விலும் மோதவிட்டு புதிய எழுத்தை வாசகனுக்கு வழங்குகிறது. முதல் மனைவி குறித்த உரையாடல் கதைக்கு உதவலாம். நாவலுக்கு உதவாது.

அறச்சீற்றம் மைய இழையாக ஓடுகிற கதையாடல். மு.வ, அகிலன், நா.பார்த்தசாரதி கதைகளில் வருகிற கற்பனை மனிதன் அல்ல அமுதன். நிஜ வாழ்தலின் தெறிப்பு அமுதன். குடும்ப வாழ்தலும் சமூக வாழ்தலும் கலந்த புதிய வார்ப்பு அமுதன். அமுதனை மையமாக வைத்தே நாவல் தனக்கான உருவத்தைச் சமைக்கிறது.

அமுதனின் குடும்ப வாழ்வைப் பேசுவது நாவலாக முடியுமா? வேலை செய்கிற இடத்தின் சூழலை விவரிப்பது எழுத்தாகுமா? ஆகாது. ஆனால் அஸ்தினாபுரம் இந்த இரண்டை யும் செய்து நாவலாக உருவம் கண்டு வாசகனுக்கு நெருக்கமாகிறது. எப்படி இது சாத்தியமாகிறது? ஒன்று இதில் பேசப்படும் துறைமுகம் சார்ந்த எல்லாமும் தமிழ் நாவல் பரப்புக்கு புதிது மட்டுமல்ல அங்கு நடக்கும் அன்றாடத்தை சமூகவெளிக்கு கடத்துகிற நிகழ்வில் எழுத்து வாசகனோடு உரையாடுகிறது. இந்த உரையாடல் விழுமியங்களை முன் நிறுத்தவில்லை. மாறாக மரபான சிந்தனைகளைப் புதுப்பிக்கிறது. இரண்டாவது நவீன வாழ்க்கைக்கான வேறு அறம் இந்த நாவலில் வைக்கப்படுகிறது. இந்த வேறு அறம் எது என்பதை வாசகன் கண்டறிகிற வாசிப்பைக் கோருகிறது எழுத்து.

அனுபவம் மட்டுமே எழுத்தாகாது. அனுபவத்தை மென்று நகரும் மனதின் பயணம்தான் எழுத்து. அதற்கு ஒரு மனம் வேண்டும். அனுபவமும் அப்படியான மனமும் இணைகிறபோது படைப்பு சூல் கொள்கிறது. ஆழி சூழ் உலகு, கொற்கை எழுதியது அப்படியான மனம்தான். ஒரு நூறு குடும்பங்களின் வாழ்க்கையைப் பின்னி எழுத்தாக்கிய ஜோ, இதில் அமுதன் என்ற ஒற்றைச் சாளரம் வழியாக நவீன சமூக வாழ்வைக் காட்டுகிறார்.

அமுதனின் மனஓட்டம் அறச்சீற்றமுள்ள பொதுமனிதனின் பார்வையாக இருக்கிறது. இப்படியான மனஓட்டமே கதையை விரிக்கிறது. இந்த மனஓட்டம் வெகு இயல்பானதாக இருக்கிறது. ஒரு புள்ளியிலிருந்து விரியாது பல புள்ளிகளைக் கொண்டு கோலமாக விரிகிறது. வீடு, சுற்றம் என்பதாக ஓடும் எண்ணம் சமூகத்தின் மூலை முடுக்கெல்லாம் பயணித்து புத்தனாக ஒதுங்காது சிக்கல்களில் மோதி மோதிச் செப்பமாகிறது. அமுதனின் மனம் நூறு திசைகளில் பாய்கிறது. எல்லாமும் அறச்சீற்றமிக்க மனதின் போராட்டம்தான். ஒரு நேரத்தில் பல நூறு எண்ணங்கள். இது மனதின் இயல்பான போக்குதானே! வெளிப்படையான இந்த மனவெளிதான் மு.வ. கதைகளில் வருகிற பாத்திரமோ என்று எண்ணத் தோன்றும் அமுதனை ஜோ.வின் பாத்திரமாக்குகிறது.

ஜோ எப்போதும் தனது இனத்தின் பெருமையையே பேசுவதாகச் சொல்கிறார்கள். அவர் தனது அனுபவத்திலிருந்து எழுதுகிறார். அவரது அனுபவம் கடலும் கடல் சார்ந்த வெளியும் தான். பரதவ வாழ்க்கை மீதான பார்வை இயல்பானது. தவிர்க்க முடியாதது. வலியும் துயரமுமாக வாழ்கிற பரதவ வாழ்க்கையிலிருக்கும் தொழில் திறனையும் வீரத்தையும் பேசுவது நேர்மையானதே. கடலில் அலையும் உண்டு. அறியாத ஆழமும் கண்படாத வெளியும் உண்டு. மூன்றையும் உணரும் எழுத்து ஜோவிடமிருந்துதான் சமீப காலங்களில் பார்க்க முடிந்தது.

அனுபவம் கூட்டிப்போகிற மனவெளி சுயம்புவானது. சுயம்தான் முக்கியம். தான் உணர்ந்த, அறிந்த இடமிருந்து மனித வாழ்க்கையைத்தான் பேசுகிறார். துறைமுகம் சார்ந்த இந்த நாவல் பொது வெளியில்தான் பயணிக்கிறது. கடலில் எந்த நேரமும் தாங்கள் பயணிக்கிற படகு கவிழலாம் என்கிற நிலையில் தேசம் கைவிட்ட அகதிகள் எந்த நம்பிக்கையில் பயணிக்கிறார்கள்? அறவெளி எங்காவது தட்டுப்படாதா என்கிற நம்பிக்கைதான். ஜோவும் அப்படித்தான் பயணிக்கிறார்.

தமிழ் இந்து**வில் வெளியான கட்டுரையின் நீட்சி**

'அஸ்தினாபுரம்' – ஜோ டி குரூஸ்

கதைகளின் சாத்தியங்களை விரிவாக்கும் எழுத்து

சிறுகதையின் எல்லைகளை முடிவிலிக்கு நகர்த்துகிறது தமிழவனின் சமீபத்திய சிறுகதைத் தொகுப்பு. புரிந்தும் புரியாதும் இருக்கிற வாழ்வை புரிந்துவிட்டதுபோல எழுதுகிற பாசாங்கு இல்லை. வாசிப்புக்கு இந்த நேர்மையின் வெளிச்சம் போதுமானது. புத்தகத்தை வாசிக்கிறபோது கதையற்றவெளியில் மறைந்திருக்கும் கதையின் உருவம் தேடி அலைகிற மனதை வாசகனால் தடுத்து நிறுத்த முடியாது. தமிழில் வாசித்த எல்லாச் சிறு கதைகளும் மனதில் வந்து போகின்றன. காரணம் வாசிப்பில் கிடைக்கிற புதிய அனுபவம்.

ஒவ்வொரு வாசகனுக்கும் இதில் ஒரு கதை இருக்கிறது. ஆனால் பிரதியில் திரவமாகக் கிடக்கிறது கதை. இதை எதிர்கொள்வது ஆனந்தமாக இருக்கிறது. வாசகனே படைப்பாளியாகும் ஆனந்தம். தேர்ந்த வாசகன் மிக எளிதாக தனக்கான கதையைக் கண்டடைந்து கொண்டாட முடியும். அப்படியான இடத்திற்கு வாசகனை அழைத்துப்போகிற சொல் முறை வியக்கவைக்கிறது. புதுமைப் பித்தனின் சிறுகதை வசீகரம் ஒவ்வொரு கதையிலும். காரணம் கதை உடைந்து சிதறிக் கிடக்கிறது. ஒவ்வொரு வாசிப்பிலும் ஒரு கதை பிறக்கும் சாத்தியம். நீண்ட நாட்களுக்குப் பிறகு சிறுகதையை அதன் உச்சத்தில் படித்த உணர்வு.

சிறுகதை எழுதுகிற யாரும் படிக்கவேண்டிய தொகுப்பு. 130 பக்கங்கள். 22 வகையான கதைவெளி.

நவீன வாழ்க்கையின் அழகியல்... சிக்கல்கள்... புரியாமைகள்... விழுமியங்களின் தோல்விகள்... காலம் காலமாக இருந்துவரும் மதிப்பீடுகள் என எல்லாவற்றையும் சந்திக்கிற எழுத்து. காட்டில் ஒலிக்கிற பறவைகளின் ஓசைகள்போல கதை கண்ணுக்குத் தெரியாது அதிர்கிறது. சட்டென்று பார்த்துவிடுகிற பறவையாக முடிகிறது எல்லாக் கதைகளும். இந்தப் புதிய அனுபவம் ஒரு கதையைப் பலமுறைப் படித்துக் கொண்டாடச் செய்கிறது.

சிறுகதைகள் திறக்கிற வாயில்கள் ஒவ்வொன்றும் வாசகனைப் புதிர்வெளிக்கு அழைத்துப்போகிறது. சமூகம் என்ற சொல்லுக்கு வெளியேயும் உள்ள இன்னொரு வாழ்தலைக் கதையாக்கிப் பார்க்கிறது. உதாரணம் **“கணேசன் மனைவி பறந்துபோனாள்”**. “எதுவும் நடக்கலாம் போலுள்ளது” என்ற முதல் வரியை வாசிக்கும்போது பற்றிக்கொள்கிற தீ வாசித்து முடித்தபின்பும் அணைவதில்லை. அடுத்தவரி “பவுலோஸ் யாருக்கும் தெரியாதவர்”. இந்த இரண்டு வரிகளும் மேலுமான எல்லா வரிகளிலும் மர்மமான ஒரு வர்ணத்தைப் பூசி பூடகமாக ஒளிர்கின்றன.

ஜார்ஜ் ராஜ்நாதனைத் தேடி பவுலோஸ் வருகிறார். யாருக்கும் தெரியாத பவுலோஸ் ராஜ்நாதனுக்கு தெரிந்தவராக மாறுவது சிறுகதையின் சூட்சும அழகு. அதே அழகு கணேசன் என்ற பாத்திரம் பிறப்பதிலும் இருக்கிறது. விலா வழி குழந்தை பிறப்பது பற்றிய குறிப்பும், கணேசன் மனைவி பறந்து போனாள் என்பதும் கதைக்குள் வினைபடுகிற அழகு ஒரு கொண்டாட்டம்தான். சொற்கள் கட்டமைக்கிற உலகம் வாழ்கிற உலகமல்ல. அனுபவங் களின் வழியே பயணிக்கிற மனம், தனக்குள் அவ்வப்போது உருவாக்கிப் பார்க்கிற உலகமே நிஜமானது என்பதை அக்கறை யோடு பேசுகிறது தமிழவனின் புதியத் தொகுப்பு. வாசிப்பின் முடிவில் சொற்களால் கட்டமைக்கப்பட்ட சமூகம் மறைந்து அனுபவ வெளியில் காட்சியாகிறது வாழ்தல்.

புத்தகத்தில் உள்ள முதல் கதை ‘உங்களுக்குப் பாரம்பரியம் இல்லையென்பது உண்மையா?’ இந்தக் கதையில் இராமநாதன் வருகிறார். கோவையில் ரயிலேறி அவ்வப்போது பாலக்காடு போகிறார். மனைவி இருந்தபோதும் இல்லாத போதும். பாலாக்காடு ஸ்டேசனில் அமர்ந்து சப்தங்களையும் காட்சிகளை யும் மனதில் நிரப்புகிறார். இராமநாதன் தன்னை இவ்வாறாகக் கூட்டிப்போகிற விதம் வாசிப்பில் ஈர்க்கிறது. ரயில் பயணத்தில் சந்திக்கிற வெள்ளைக்காரர் ஜார்ஜ் மேயர் பேசிக்கொண்டிருக்கும் போதும் வெளியே ஓடுகிற காட்சிகளைத் தவறவிடவில்லை. பார்ப்பவராக, மனதை நிரப்புபவராக எப்போதும் இருக்கிறார்.

இருவரும் தங்களைப் பற்றிய சிறிய அறிமுகம் தருகிறார்கள். ஜார்ஜ் மேயரின் உரையாடலுக்கு இராமநாதன் அவ்வளவாகப் பதிலேதும் தருவதில்லை. மௌனம் உருவம் காட்டாது பின் தொடர்கிறது. இரண்டு தலைமுறை ஞாபகங்கள்தான் உங்கள் சொத்து என்று வெள்ளைக்காரர் சொல்லுகிறபோதும் அவரது மேலுமான கருத்துகளுக்கும் பதில் சொல்லலாமா என்று நினைத்தாலும் ஏதும் சொல்லாதே இருக்கிறார்.

“எதையோ தெரிந்தவர்போல் இரமாநாதன் மௌனமானார். அது வெள்ளைக்காரருக்கு புரிந்தது” என்று ஒரு வரி வருகிறது. ஜார்ஜ் மேயர் பேசுவதை நிறுத்தி மௌனமாகிறார். வெள்ளைக்காரருக்கு என்ன புரிந்தது? இதை அறிந்துகொள்வதைவிட அறியாதிருக்கவே மனம் ஆசைப்படுகிறது. வயதான காலத்தில் கோவையிலிருந்து அவ்வப்போது இரயிலேறி பாலக்காடு செல்வதே மனதில் பிரதானமாகிறது. இந்த இடம்தான் வாசகனுக்கான இடம். கதை வடிவமும் உயிரும் பெறுவதும் இங்குதான். வாசித்து முடிக்கும் போது திரவமாக இருந்த கதை சட்டென்று உருவம் கொள்கிறது. தமிழ்ச் சிறுகதையை நவீனவெளிக்கு அழைத்துப் போகிறார் தமிழவன்.

‘கதை சொல்ல வாய்ப்புக் கிடைக்கவில்லை’: சிறுகதை குறித்துப் பேச இந்த ஒரு கதை போதும். கதை இப்படித் தொடங்குகிறது ‘வீட்டுக்கு முன்பு வந்து நின்றவனை ராஜசேகரின் வயதான தாய் பார்த்தாள்’. இந்த முதல் வரியை வாசிக்கிற யாரின் மனதும் ராஜசேகரின்மீதுதான் கவியும். ஆனால் ராஜசேகரன் குறித்து எதுவும் பேசாதே கதை முடிகிறது. சட்டென்று ஒரு கதைக்குள் வழுக்கி விழத்தொடங்குகிற மனதைக் கட்டிப் போடுகிறது பிறகான வரிகள். வீட்டு முன்பு வந்து நிற்கிற கண்தெரியாதவன் மற்றும் ராஜசேகரின் தாய் இருவரின் உரையாடல் வாசக மனதில் ஒரு மறைவெளியைத் தோற்றுவிக்கிறது. ஒருபோதும் சந்திக்க முடியாத அந்த மறைவெளியின் இருப்பே இங்கு கதையாகிறது.

ராஜசேகரின் வயதானத் தாய்க்கும் பார்வையற்றவனுக்கும் நடக்கிற உரையாடல்... இருவரின் நகர்வுகள்... பார்வையற்றவன் கிணற்றைப் பார்ப்பது... பப்பாளி மரத்தைப் பார்வையற்றவன் தெரிந்துகொள்வது ... பழத்தை இருவரும் ஒருவருக்கொருவர் ஊட்டிவிடுவது. இதில் கதை ஒன்று வருமென ஒவ்வொரு வரியும் வாசகனிடம் சொல்வதான உரையாடல். இறுதி வரி... ‘ராஜசேகரின் தாய்க்குத் தன் மகனான ராஜசேகரின் கதையைப் பார்வையற்றவனுக்குச் சொல்வதற்கு வாய்ப்புக் கிடைக்கவில்லை’

என்று முடிகிறது. இதில் பேசப்படாத ராஜசேகரன் வாசித்து முடிக்கும்போது கதையாக அதிர்கிறான். சொல்லாத கதை வசீகர உருவில் வாசகனுக்கு காத்திருக்கிறது.

கதை சொல்லலை மறுப்பதே இங்கு எழுத்து. காரணம் முன்பே கூறியதுபோலக் கதை இப்புத்தகத்தில் திரவமாக இருக்கிறது. இரண்டு உயிர்களின் அந்த நேர நெருக்கம் மட்டுமே ஒரு வெளியாக விரிந்து வாசகனை அங்கிருந்து வெளியேற முடியாது கட்டிப்போடுகிறது. கண்களுக்கு அவசியமில்லாத ஒரு 'வெளி' ஜெனிப்பது தமிழவன் நிகழ்த்திக் காட்டுகிற புதிய எழுத்து. பார்வையற்றவன் சொல்கிற ஒவ்வொரு சொல்லும் முழுமையடைந்த கவிதைக்குள்ளிருக்கும் வார்த்தைகள்போல வசீகரிக்கிறது. அவன் சொல்கிறான்... 'நான் நாடகத்தில் நடிகன்'. இந்த வார்த்தைகள் இச் சிறுகதையில் வாசமாக மாறுகிற அதிசயத்தை உணர முடிகிறது. பார்வையற்றவனின் பிறகான உரையாடல் எல்லாவற்றிலும் 'நான் நாடகத்தில் நடிகன்' என்ற வார்த்தைகள் பட்டுத் தெறிக்கின்றன. பார்வையற்றவன் இக்கதைக்குள் ஒரு விழியாக மலர்கிறான்.

'பூதாகரமான மனிதர்' தமிழ்ச் சிறுகதை வார்ப்பில் புதிது என்று சொல்லத் தோன்றுகிற கதை. வாசித்திராத கதைப்பரப்பு. வார்ஸா நகரத்திலிருக்கும் பல்கலைக் கழக நூலகர் மார்த்தா மாக்கியோஸ்கி வீடு. பேராசியர்கள் சிலர் கலந்துகொள்கிற விருந்து. மது குடித்தபடி உரையாடுகிறார்கள். பொதுவான உரையாடல். அப்போது மெதுவாக நூலகரின் மகன் ஒரு வீல்செயரில் பெரிய உருவமுள்ள (ஏழு அடி உயரம் நான்கு அடி அகலம்) ஒரு மனிதரை அழைத்து வருகிறான். விருந்தினர்களிடம் தன்னை அறிமுகப் படுத்திக்கொள்கிறார் வீல்செயரில் வந்த நூலகரின் தந்தை. 'அவர் எல்லோரையும் போல் காட்சி தந்தார். ஆனால் அவர் பூதாகரமானவர்.' என்ற வரிக்கு பிறகு வாசிப்பில் கவனம் கூடுகிறது. மார்த்தா தன் தந்தையின் பெருமையை விருந்தினர்களிடம் சொல்கிறார். சமூக விசயங்கள் சிலதை அவர் தந்தைப் பேசுகிறார். எல்லோரது குடி அளவும் கூடுகிறது. நிறையப் பேசுகிறார்கள். பூதாகரமான மனிதர் தன் பேத்தியிடம் அவள் பாய் ஃப்ரண்ட் குறித்து ஏதோ சொல்ல அவள் அங்கிருந்து சற்றே நகர்ந்து கிடார் வாசிக்கிறாள்.

போதை கூடிக்கொண்டிருக்கிறது. பூதாகரமான மனிதர் சொல்கிறார். என் பெரிய பேத்தி ஒருவனுடன் ஓடிப் போய் விட்டாள். ஒரு வருடத்தில் தற்கொலை செய்துகொண்டாள் என்று சொல்லிவிட்டு குழந்தைபோல அழுகிறார். சிறியவளுக்கு

அப்படி ஏதும் நடந்துவிடக்கூடாது என்பதாகப் பொருள் கொள்கிறோம். சற்று நேரத்தில் அவரை அங்கிருந்து அழைத்துப் போய்விடுகிறார்கள். விருந்தினர்களிடம் தாய் சொல்கிறார்... 'என் தந்தைக்கு வயதான பிறகு பிறரைக் கண்டிக்க ஏதாவது ஒரு கற்பனைக் கதையைச் சொல்லி அழுவது பழக்கமாகிவிட்டது. எனக்கு ஒரு மகளும் மகனும்தான். என் தந்தை கூறியதுபோல் மூன்றாவதாக மூத்த ஒரு மகளும் இல்லை. அவள் தற்கொலை செய்யவும் இல்லை' என்று. இது கதையின் இறுதி வரிகள். வாசகன் மீண்டும் கதையை வாசிக்கத் தூண்டுகிறது இந்த வரிகள்.

வாசகன் நூலகர் சொல்வதையும் ஏற்க முடியாமல் பூதாகரமான மனிதர் சொல்லியதையும் நம்ப முடியாமல் இரண்டுக்கும் இடையே அலைக்கழிக்கப் படுவது கதையாகிறது. இந்தக் கதையின் அழகியல் பரப்பு நாம் எப்போதும் மறைக்கப்பட்ட நிகழ்வுகளின் பிரதேசத்திலும் இணைந்தே வாழ்கிறோம் என்பதே. இந்த இடத்திற்கு நகர்கிறபோது மீண்டும் இந்தக் கதையை வாசித்தால் பல வண்ணங்கள் இதன் மீது படிந்தபடியிருக்கும் மொழி ஒன்றை அறியமுடிகிறது. இப்படியான எழுத்து முறையைப் புத்தகத்திலிருக்கும் பல கதைகளில் காணலாம்.

'மெழுகுவர்த்தி எரிவதைப் பார்த்தேன்': 60 வருஷங்களுக்கு முன் நடந்த அல்லது தனது மனதில் சேகரமாகி இப்போதும் அழியாதிருக்கிற ஒரு அனுபவத்தை நினைவு கூர்வதாக அமைந்த எழுத்து. 40 அடிக்கு 80 அடி விஸ்தீரணம்கொண்ட இரு வீடுகள். அதில் ஒரு வீட்டிலிருக்கும் சிறுவன் வழியாகத்தான் கதையை வாசிக்கிறோம். இன்னொரு வீட்டில் ஒரு பாட்டி மரணத்திற்கு காத்திருக்கிறாள். அவளது கொப்புளில் பாதிரியார் வந்து மெழுகுவர்த்தியை ஏற்றி அவர்கள் வழக்கப்படிப் பிரார்த்தனைச் செய்கிறார். சிறுவனின் ஆர்வம் எரியும் மெழுகுவர்த்தியைப் பார்ப்பதில் தீவிரமாக இருக்கிறது. வீட்டில் உள்ளவர்கள் பற்றிய சிறு குறிப்பு. மரணத்திற்கு காத்திருக்கும் பாட்டியின் மகள் அனஸ்தாஸியா. அனஸ்தாஸியா மேரியின் சித்தி. வற்கீஸ்... மேரியின் தம்பி. அனஸ்தாஸியாவின் தம்பி ஒரு கடை வைத்திருக்கிறான். அந்தக் கடைக்கு வருகிற இளைஞன் ஒருவனோடு மேரி ஒரு நாள் ஓடிப்போகிறாள். நாம் அறிந்துகொள்வதற்காகச் சொல்லப்படும் செய்திகள் இவ்வளவே.

60 வருஷங்களுக்கு முன்பு நடந்த நிகழ்ச்சியை நினைவு கூர்வதில் கதை ஏதும் இல்லை. கடந்த கால அனுபவத்தை 60 வயது கடந்த ஒருவரின் தற்கணத்தில் அதிரவிடுவதால் எழுத்தாகிறது. இதில் வரும் ஒரு வரி... 'இருள் சூழும் உலகின்

நியதிகளும் நடவடிக்கைகளும் பார்க்க முடியாத விதமாய் நடந்தன என்பது மின்சாரம் அறிமுகமாகாத அந்தக் காலத்தில் சகஜம்தான். யாரும் அதை எதிர்த்து ஏதும் செய்ய முடியாது.' இந்த வரிதான் அனுபவம் கதையாகிற எழுத்து. அதனால்தான் மேரி பற்றி மேலும் பேசாது கதையின் இறுதி வரிகள் மெழுகுவர்த்தி எரிவதைப் பார்க்கிற சிறுவனின் ஆர்வத்தோடு முடிந்துவிடுகிறது. நவீன சிறுகதையின் மீதான ஆர்வமே வாசிப்பில் அந்த நேரம் பிறக்கிற கதைதான். மீண்டும் வாசிக்கிறபோது வேறு கதை. வேறு உணர்வு. பிடிபடாத உருவில் தோன்றி மறைகிற பரிமாணங்கள் தான் இதன் ஈர்ப்பு.

புத்தகத் தலைப்பிலிருக்கும் கதை 'நடனக்காரியான 35 வயது எழுத்தாளர்'. வாசிக்கிறபோதும் வாசித்து முடித்தபின்பும் ஒரு இசையாகப் பின்தொடர்கிற எழுத்து. சிறுகதைக்கானக் கச்சிதம் எல்லாவற்றிலும். உணர்வுகளின் அடர்த்தி. பதில்களால் நிரப்பப்படாத அற்புத எழுத்து. மூவர் சந்திக்கிற கதைவெளி. மூன்றுபேரும் எழுத்தாளர்கள். பிரகதி ரை 35 வயதுகொண்ட பழைய மொழியில் எழுதுகிற பெண் எழுத்தாளர். அவரது கதைகள் எல்லாமும் ஐரோப்பிய மொழிகளில் மொழி பெயர்க்கப் பட்டே வெளிவந்தவை. தான் வாசித்து வியந்த சிறுகதை எழுத்தாளரைச் சந்திக்க அவர் வீட்டுக்கு வருகிறார். அங்கே மகீமா பவார் என்ற மராத்தி எழுத்தாளரும் இருக்கிறார். இரண்டு நவீனக் காவியங்களை எழுதியவர் என்று அறிமுகம் செய்யப் படுகிறார். இந்த மூவருக்குமான உரையாடல் தோற்றுவிக்கிற பூடகவெளிதான் சிறுகதை.

இந்தக் கதையில் பிரகதி ரை விசாரிக்கிறார்... "காவியங்கள் என்னும் பிராணிகள் இன்னும் இந்தியாவில் உயிருடன் உலாவுகின்றனவா" என்று. ஒரு இடத்தில் பிரகதி ரை சொல்கிறார்... "நாம் மரபைத் தொலைத்துவிட்டோம்" என்று. இந்த இரண்டு வகையான வெளிப்பாட்டுக்கு நடுவே மகீமா பவார் தனது சொந்த வாழ்க்கையைச் சொல்லி வருத்தப்படுகிறார். 17 கதைகளே எழுதிய பிரகதி ரை சந்திக்க வந்த எழுத்தாளர் உரையாடலில் சில கேள்விகளோடு கலந்தும் ஒதுங்கியும் இருக்கிறார். மனித மனத்தின் மறைவிடம் பேசப்படாமலேயே பேசப்படுகிறது. முரண்பாடுகளைப் பற்றிப் பேசாமல் அவற்றை வாசகனே உணர்ந்துகொள்கிற வகையில் இருப்பது ஆழமான வாசிப்பைத் தருகிறது. "உங்கள் தந்தையைப் போய் அடிக்கடி கிராமத்தில் பார்த்துப் பேசுவீர்களா?" என்ற பிரகதி ரையின் கேள்வியின் பின்னணியில் மகீமா பவாரின் உரையாடலை மீண்டும் மீண்டும் படிக்க வேண்டும். கதையின் இறுதி வரிகள் பிரகதி ரை பதில்

சொல்லாமல் போன ஒரு கேள்வியோடு முடிவது வாழ்வின் புரிதலையும் புரியாமையும் கலா பூர்வமாக இணைக்கிறது. அதனால் சிறுகதையின் பேரழகு ஒளிர்கிறது.

அனுபவத்தைச் சொல்வது எல்லாரிடமும் இருக்கிறது. ஆனால் அனுபவம் இலக்கியமாவது எல்லாருக்கும் சாத்திய மாகவில்லை. தமிழவனின் ஒவ்வொரு சிறுகதையும் நவீன எழுத்துக்கான இலக்கணமாகவும் இலக்கியமாகவும் இருக்கிற அதிசயம் பிரமிக்கவைக்கிறது. சிறுகதைக்கும் கவிதைக்கும் இடையே மெல்லிய இழைதான் ஓடுகிறது. ஆனால் சிறுகதை கவிதை அல்ல. கவிதைக்கு மிக அருகில் இருந்துகொண்டு தனித்து ஒளிர்வது சிறுகதை. சில நேரங்களில் கவிதை சிறுகதை யாகவும் தோன்றலாம். ஆனால் சிறுகதை கவிதையின் அருகில் இருந்துகொண்டு கவிதையாகமல் தன்னைக் காப்பாற்றிக் கொள்கிறது. புத்தகத்திலிருக்கும் கதைகள் நம்மிடம் இந்த அழகியலைத்தான் பேசுகின்றன.

சிற்றேடு **2016**

'நடனக்காரியான 35 வயது எழுத்தாளர்' – தமிழவன்

வலியைப் பகடியில் கடக்கும் கதைகள்

நவீன வாழ்க்கை புற அக வெளியில் பல மாற்றங்களை ஏற்படுத்தியிருக்கிறது. மொழியிலும் அப்படியான மாற்றம் தவிர்க்க முடியாதது. கலையில் இம்மாற்றம் எப்போதும் நடந்துகொண்டேதான் இருக்கிறது. கடந்த 20 ஆண்டுகால அறிவியல் வளர்ச்சியோடு ஒப்பிட்டுப் பார்த்தால் இலக்கியத்தில் கலையில் அப்படி ஒன்றும் பெரிதாக நடந்துவிட் வில்லை. இலக்கியம் வாழ்தலிருந்தே தனக்கானதைப் பெற்றுக்கொள்கிறது. மனிதனின் மன வினை அதை வேறு வேறாக ஆக்கிக் காட்டுகிறது. அழகியல் சார்ந்தும் உண்மை சார்ந்தும் புனைவால் மயக்க வல்லது இலக்கியம். இந்த இடமிருந்து நவீன வாழ்க்கையை எழுதுகிற வெகு சிலரில் கவனிக்கத்தக்கவராக அ. முத்துலிங்கதை உணர்கிறேன். முத்துலிங்கம் அவர்களின் 'பிள்ளை கடத்தல்காரன்' சிறுகதைத் தொகுப்பு சொல் முறையாலும் உள்ளடக்கத்தாலும் புதிய எழுத்தைத் தருகிறது.

நவீனமாக எழுத முயன்ற சுஜாதா இலக்கியத் தில் தோற்ற இடத்தில் முத்துலிங்கம் வெற்றி பெற்றிருக்கிறார். முத்துலிங்கத்திடமிருப்பது பொது வான தமிழ் அனுபவமல்ல. அவரின் தனிப்பட்ட அனுபவம் மட்டுமல்ல. புலம்பெயர்ந்த மக்கள் கடந்து வந்த வாழ்க்கையின் சாறு கலந்த அனுபவம். இருத்தலே உள்ளீடு. இவரது நவீன மொழியாடல் சுட்டும் இடமும் இடம் சார்ந்த வினைகளுமே இவருக்கு இந்த வெற்றியைத் தந்திருக்கின்றன.

சுஜாதா எழுதும்போது செயற்கையான வண்ணம் அதில் ஏறிக்கொள்ளும். முத்துலிங்கம் கதை சொல்லும்போது மண்ணை இழந்த துக்கமும் வலியும் ஏக்கமும் வார்த்தைகளில் படிகின்றன. சுஜாதா வசீகரமான மொழி நடையைப் பயன்படுத்தினாலும் அவரது படைப்பின் எழுத்தை இலக்கியமாக யாரும் கொண்டாடவில்லை. இலக்கியம் குறித்த புரிதல் அவருக்கு பெரிதாக இருந்தபோதும் அவரால் தனது எழுத்தில் அதைக் கொண்டுவர முடியவில்லை. அவர் கண்டடைந்த மொழி நவீனமாக இருந்தாலும் எழுத்தில் வாழ்க்கையின் வேர்களைத் தீண்டியச் சுவடு இல்லை.

‘தமிழ்ஈழம்’, ‘அகதி’, ‘கள்ள பாஸ்போர்ட்’, ‘மரணம்’ இந்த வார்த்தைகள் தொகுப்பிலுள்ள பல கதைகளை முன் கேட்டிராத இடத்திற்கு நகர்த்துகின்றன. புத்தகத்தில் உள்ள மொழிதான் தமிழ். அவரது அனுபவம் முற்றிலும் வேறானது. புலம் பெயர்ந்த மக்களின் வலியில் வேரூன்றிய தமிழ். அதனால் இந்தச் சிறுகதைகள் பழக்கமான நமது தமிழ் வாழ்க்கையைப் பேசவில்லை. புலம்பெயர்ந்த தமிழர்களின் இருத்தல் சார்ந்த அதிர்வுகளே எழுத்தின் சக்தியாக மாறுகிறது.

போர்களால் குடும்பம் சிதைந்த இடமிருந்து தொடங்கும் கதையின் நிகழ்வுகள் முடிவில்லாத மாறுதல்களைத் தந்துகொண்டேயிருக்கின்றன. இலங்கை யாழ்ப்பாணம் ஆப்பிரிக்கா ஐரோப்பிய நாடுகள் மற்றும் தாய்லாந்து அமெரிக்கா கனடா ஆஸ்திரேலியா என்று காலூன்ற மண் தேடி அலைகிறார்கள். மாறிக்கொண்டே இருக்கும் வாழ்க்கையிலிருந்து ஜனிக்கிறது எழுத்து. இவரது சிறுகதையை வாசகன் இந்த இடமிருந்தே வாசிக்க வேண்டும்.

இறுதிப் போரின் கடைசி நேரத்து வாழ்க்கை... மரணத்திலிருந்து மீள்வது ... மரணம் பார்த்து ... மீண்டும் மரணம் தீண்டி ஓடுவது. இப்படியான இடமிருந்து பிழைத்து புதிதாக ஒரு வாழ்க்கையை அமைக்க எல்லா நேரமும் போராடுவது. இந்த இடங்களில் தத்துவம் சிந்தனைகளுக்கு வேலை இல்லை. இவரது கதைகள் அவற்றைத் தூக்கி வெளியே எறிகின்றன. வாழ்தலை மட்டுமே யாசிக்கிறது. வாழ்தலின் மேன்மையைப் பேசுகிற எழுத்தல்ல. எப்படியாவது உயிர் பிழைத்து வாழ்ந்தால் போதுமென ஓடுகிறவர்களின் துயரங்களையும் அவர்களின் நம்பிக்கைகளையும் பேசுகிற எழுத்து.

இவரது கதைகளை வார்த்தைகளால் கடந்து போக முடியாது. வார்த்தைகள் ஜனித்த மனதின் இடமிருந்தே வாசகன் கடக்க வேண்டும். அகதியாக வாழ்வதே கொடுமை என நினைக்கிறோம். அகதியாக ஏற்றுக்கொண்டாலே போதுமென ஆண்டுகள்

காத்திருக்கும் வாழ்க்கை. அப்படியான வாழ்தலிலிருக்கும் மனிதர்கள் அதை எள்ளல் தொனியில் கடப்பது உணர்வுள்ள வாசகனை அலைக்கழிக்கும்.

கள்ள பாஸ்போர்ட் வைத்திருபவர்களைத் தீவிர வாதியாகப் பார்த்தே பழகியிருக்கிறோம். அதுதான் நூற்றுக்கணக்கன ஈழத்தமிழர்களின் உயிரைக் காப்பாற்றும் கடவுளாக உருமாறுவது எழுத்தின் வெற்றி. கள்ள பாஸ்போர்ட் ஒவ்வொன்றிலும் வலியின் கதைகள் நிரம்பியிருக்கின்றன. இதனால் இவரது பல கதைகளில் வலியே எழுத்தாகிறது. முத்துலிங்கம் அந்த வலியை உரக்கப் பேசாது சம்பவங்களின் வழியாக வலியை வாசகனிடம் கடத்திவிடுகிறார். எழுத்து சிறுகதையாக மாறுகிற இடமும் இதுவே. மனதின் பல அடுக்குகளில் ஒரே நேரம் அதிர்கிற எழுத்து.

‘பிள்ளை கடத்தல்காரன்’ புத்தகத் தலைப்பிலிருக்கும் கதை. கதைக்கும் பிள்ளை கடத்தலுக்கும் சம்பந்தமே இல்லை. ஆனால் ஏதோ ஒரு தொடர்பு. மாலில் அழுது கொண்டிருக்கும் பிள்ளை சோமாலிய காவல்காரனிடம் ஒப்படைக்கப்படுகிறது. குழந்தையை சமாதானப்படுத்திவிட்டு அடுத்து என்ன செய்வது என்று யோசிக்கும்போது லோகநாதன் அங்கு வந்துசேர்கிறான். லோகநாதன் கனடாவில் காத்திருப்பு அகதி. குழந்தையை மையமிட்டக் கதையாகத் தோன்றினாலும் உண்மையில் அது அகதியின் கதையே. அகதியின் இடம் மனதில் மோதி மனம் கலைகிறது. சிறுகதை அதன் வேலையைச் செய்து முடிக்கிறது.

தங்கையைக் கணவன் மணந்ததால் தனித்திருக்கும் அமண்டா ஒரு நாள் சிங்கள அகதி ஒருவனைச் சந்திக்கிறாள். அவன் கனடாவில் அகதியாக வாழ அனுமதி கேட்டு காத்திருக் கிறவன். ‘கனடாவின் புதிய சட்டம் அமுலுக்கு வந்துவிட்டது. அது அகதிகளுக்கு எதிரானது. ஒரு வழக்கு அப்பீலில் இருக்கும் போதே அகதியை நாடு கடத்தலாம். வழக்கறிஞர் எனக்கு அச்சமூட்டுகிறார்’ என்று ஒரு கட்டத்தில் அவளிடம் சொல்கிறான். கதை முடிவதற்குள் ஒருவரை ஒருவர் அறிந்துகொள்கிறார்கள். இடையே இக்கதைக்குள் அவள் வாசித்த நாவலிலிருந்து கதை சொல்கிறாள். இதுவும் அவளின் கதையும் அகதியின் மனதில் மோதி உருவாகும் இன்னொரு கதையே ‘சூனியக்காரியின் தங்கச்சி’.

‘ரயில் பெண்’ தலைப்பில் ஒரு கதையை யோசியுங்கள். தமிழ் வாசக மனத்தில் பொதுவான கதையொன்று ஓடும். மனதில் ஓடும் கதைக்கும் முத்துலிங்கம் சொல்லும் ‘ரயில் பெண்’ணுக்கும் சம்பந்தமே இருக்காது. ஒரு நாள் ரயிலில் பயணம் செய்கிறபோது

ஒரு பெண்ணைப் பார்க்கிறான். ஒரு முறை கண்களை எறிந்து அவனைப் பார்த்தாள். அப்போது முடிவு செய்துகொண்டான் கனடாவில் தற்கொலை செய்துகொள்வதாக இருந்தால் இந்தப் பெண் பயணிக்கும் பாதாள ரயிலுக்கு கீழேதான் என்று. கொஞ்ச நேரமே பார்த்த பெண் அகதியாக ஏற்றுக்கொள்ளும் காத்திருப்புக்கு வலு சேர்க்கிறாள். அகதிக்கு ரயிலில் பார்க்கிற ஒரு பெண்ணின் முகம் போதுமானதாக இருக்கிறது. அவளை மனதில் நினைத்தபடியே துயரமான கணங்களை அவனால் கடக்க முடிகிறது. ரயில் பெண் அவனுக்கு கடவுளின் முகம். நம்பிக்கையின் இடம். அகதியின் வாழ்வெளி அறிந்தால் மட்டுமே இந்தக் கதை நம்மோடு உரையாடும். எழுத்தில் விரிகிற நிலப்பரப்பும் நிகழ்வுகளுமே கதையாகிவிடுகின்றன.

"உன்னுடைய கால அவகாசம் இப்பொழுது தொடங்குகிறது" கதையின் தலைப்பே வாசிக்கத் தூண்டுகிறது. கணவன் மனைவி இருவர்தான் கதைக்குள் இருக்கிறார்கள். சிறுகதையின் ஒழுங்கிற்கு தொகுப்பில் உள்ள இந்தக் கதையை முதன்மையாகச் சொல்லலாம். கணவன் இயல்பான மன நிலையில் இருக்கிறான். மனைவி புதிரில் மறைந்திருக்கிறாள். ரூபவதி புனைவின் உச்சமாகக் கதைக்குள் வருகிறாள். மூன்றாவது ஒரு ஆள் இக்கதையில் வருகிறான். அவன்தான் கதை சொல்லி. "ரூபவதியிடம் உனக்குப் பிடித்தது அவளுடைய சிரிப்புத்தான்" இப்படித் தொடங்குகிற வரியில் உனக்கு என்பதை கவனியுங்கள். கணவனைச் சுட்டிப் பேசுகிற கதை வாசிக்கும்போது நாமே அறியாது நம்மை கதைக்குள் தள்ளிவிடுகிறது. ரூபவதி கணவனிடம் எழுப்பும் ஒவ்வொரு கேள்வியிலும் புனைவின் ஈரம். அதனால் கதை முற்றிலும் புனைவின் தளத்திலேயே இயங்குகிறது. வாசித்து முடிக்கும் வரை புதிர் புனைவின் ஈரம் படிந்தே இருக்கிறது. தமிழின் கதைப் பரப்பை முன் வாசித்திராத இடத்திற்கு நகர்த்துகிறார். முத்துலிங்கத்தின் எப்போதுமான எழுத்தின் தனி அழகு இந்தக் கதை.

இலங்கை வாழ் தமிழ் மக்களின் 100 ஆண்டுகால வாழ்க்கையின் போக்கை ஒரு பாத்திர நகர்வில் அதிரவிட்டு நகர்கிற எழுத்து 'நிலம் எனும் நல்லாள்'. இந்த நூற்றாண்டின் தமிழ்க் கதை என்று இதை நான் தேர்வு செய்வேன். உலகச் சிறுகதைகளைத் தேடித் தேடிப் படிக்கும் நம் தமிழ் படைப்பாளிகளில் எவ்வளவு பேர் இந்தக் கதையைப் படித்திருப்பார்கள் என்று தெரியாது. போராளியாக வாழ்ந்து போரில் தப்பித்து வந்த சைமனின் மன அவஸ்தைதான் கதையின் கரு. காட்டில் மறைந்து போரில் வாழ்ந்து கழித்த நினைவிலிருந்து மீள முடியாத மனதின்

போராட்டத்தை முத்துலிங்கம் தனது சொல் முறையில் கலாரூபமாக்கி வாசக மனதிற்கு கடத்துகிறார். தமிழ் ஈழம் என்ற சொல்லின் பின் இருக்கும் பல்லாயிரம் குடும்பங்களின் நூறாண்டு வாழ்க்கை வேர்கொண்டிருந்த இடத்தைப் பேசுகிற கதை இது. போர் முடிந்ததும் நிறைய பணம் செலவு செய்து தாய்லாந்து வழியாக மகனை மீட்கிறார். கனடாவில் பெற்றோரின் செல்வச் செழிப்பான வாழ்க்கை. கடந்து வந்த வாழ்க்கையை மறந்தால் கிடைத்திருக்கிற வாழ்க்கையைக் கொண்டாடி மகிழலாம். அவனால் முடியவில்லை.

'பழைய ஞாபங்கள் தேடி வரும். பொருட்படுத்தக் கூடாது. புதிய வாழ்க்கைக்கு நீ தயாராக வேண்டும்' மகனிடம் அம்மா சொல்கிறாள். அவன் சொல்கிறான். 'தயாராவதா? நான் எவ்வளவு இழந்துவிட்டேன். நான் போர் செய்துகொண்டு இருந்தபோது கொசோவோ என்று ஒரு புதிய நாடு உண்டாகிவிட்டது. அது எனக்குத் தெரியாது. யாராவது 23 – 20 என்று சொன்னால் அது புரியாது. இங்கே நாலு மணி என்றால் உலகத்தின் வேறு எங்கே எங்கே நாலு மணி. அதுவும் தெரியாது. "வண்ணத்துப்பூச்சி காலிலே ஒரு காட்டை காவுகிறது" என்று ஓர் அருமையான கவிதை வரி நேற்று சொன்னீர்கள். நான் காலிலே எந்தக் காட்டைச் சுமக்கிறேனோ? 20 வருடத்துக்கு மேலாக ஒரு நிலத்துக்காகப் போராடிய பின்னர் என்னிடம் மிஞ்சியது இரண்டு பழைய உடுப்புகள், ஒரு சோடி சப்பாத்து, ஓடாத கடிகாரம் . . . புதிய எதிரிகள்.' என்கிறான். இறுதியில் அவன் வீட்டை விட்டு வெளியேறி இறந்து போகிறான். மரணத்தை பல முறை நெருங்கியவன் மரணமற்ற இடத்தில் இறந்து போகிறான். கதையின் தலைப்பு நம்மைவிட ஈழ அகதிக்கு மிகவும் பொருள் சார்ந்தது.

'கடவுச்சொல்' கதை. பாஸ் வேர்ட் என்று நாம் அறிந்திருக்கும் சொல் ஒரு சிறுவனின் பாட்டியோடு கதைக்குள் தொடர்புபடுத்தப் படுகிறது. இலங்கையில் சாதாரண வாழ்தலில் இருக்கும் பெண் அமெரிக்கா சென்று புலமைப் பரிசலில் படித்து ஒரு யூத வாலிபனை மணந்துகொள்கிறாள். ஆப்பிரஹாம் அவள் பேரனின் பெயர். கதை தொடங்கும்போது பாட்டி சிவபாக்கியம் நியூயார்க்கிலிருந்து 80 மைல் தொலைவில் உள்ள முதியோர் காப்பகத்தில் இருக்கிறார். இந்தக் கதை எதைப் பேசுகிறது என்பதே கதையின் அழகியல் புதிர். பாட்டியின் தனிமையா? மகளின் மரபு போராட்டமா? செல்வச் செழிப்பான வாழ்க்கையை இழந்துவிடும் மகளின் அச்சமா? கடவுச் சொல்லாகப் பாட்டியின் பெயரை வைத்திருக்கும் பேரனின் இடமா? நவீன வாழ்தலில்

எல்லாமுமே நவீனம்தானா? பணம் மனதில் எந்த எல்லைவரை ஊடுருவுகிறது என்பதையா? அல்லது வேறு எதையோவா? கேள்விகளே இந்தச் சிறுகதையின் சக்தி.

ரொறொன்ரோ சூரியனின் சாய்ந்த கிரணங்கள் கண்களில் கூச விமான நிலையத்தை நோக்கிக் காரில் பயணிக்கிறான் வசந்தகுமாரன். ‘அது நான்தான்’ கதை இப்படித் தொடங்குகிறது. மனைவி விநோதினி ரத்தினராசாவின் முகம் அவ்வளவாக வேரூன்றாத நினைவிலிருந்து அவளை அழைத்துப் போகக் காத்திருக்கிறான். சிறிது நேரத்தில் அவன் முன் ஒரு பெண் நிற்கிறாள். நிமிர்ந்து பார்த்து திடுக்கிடுகிறான். ஒன்றுமே பேசாமல் அவளுக்கு என்ன வேண்டும் என்பதுபோலப் பார்க்கிறான். அவள் சொல்கிறாள் “தெரியவில்லையா? நான்தான் உங்கள் மனைவி விநோதினி ரத்தினராசா என்கிறாள் அவனுக்கு நன்றாகத் தெரிகிறது இவள் அவள் அல்ல என்று. ஆனால் நான்தான் அவள்” என்கிறாள் தொடர்ந்து. மீள முடியாத சுழல் ஒன்றில் சிக்கிக்கொள்கிறான் வசந்தகுமாரன்.

ஒரு முடிச்சு விழுகிறது. அவன் எவ்வளவு முயன்றும் அந்த முடிச்சை அவிழ்க்க முடியவில்லை. அவிழாத புதிரில் வாசகனையும் மாட்டிவிடுகிற கதை. அவிழ்க்கப்படாத முடிச்சின் அதிர்வோடு கதை நகர்கிறது. இலங்கையிலிருந்து தொலைபேசி அழைப்பு வருகிறது. நான்தான் பேசுகிறேன். உங்களோடு மூன்று நாட்கள் வாழ்ந்தவள் என்கிறாள் வேறு ஒரு பெண். என்னைத் தேடி நீங்கள் வரலாம். வர வேண்டாம். நான் நிரந்தரமாக வெளிநாடு போகிறேன் என்கிறாள். அவன் பார்த்ததில் . . . விநோதினி ஆகப் பெரிய புதிராக உரு கொள்கிறாள். மின்னல் வேகத்தில் கதையை நகர்த்த மனதைத் தூண்டுகிற வார்த்தைகள். கதைக்குள்ளிருக்கும் அவள் நிதானமாகவும் தெளிவாகவும் அவசரமில்லாதும் இருக்கிறாள். இவரது பகடி முன் வாசித்திராத பகடி. பகடியல்ல என்று நினைக்கிற இடத்தில் நிகழ்கிற பகடி. இது முத்துலிங்கத்தின் முத்திரை.

தொகுப்பிலிருக்கும் பல கதைகள் ஈழத் தமிழரின் போராட்டத்தை விவரிக்கவில்லை. குடும்பம் சிதைந்த நாடிழந்த மக்களின் வலியைக்கூட உரக்கப் பேசவில்லை. முத்துலிங்கம் காட்டுகிற கதைமுக நிகழ்வுகள் பேசாமல் எல்லாவற்றையும் பேசிவிடுகின்றன. வலியை, துயரங்களை, மரணத்தை, இழிவை, பசியை எழுத்தின் ஊடாக வரும் பகடியால் கடந்து போகிறோம். வாசிக்கும்போது குற்ற உணர்வில் அலைக்கழிக்கப்படுகிறோம்.

முத்துலிங்கத்தின் எழுத்து வாசிப்பில் ஏன் ஈர்க்கிறது? 100 ஆண்டுகள் தீவிரமாகப் போராடி வாழ்ந்து சிதைந்த ஈழத்தமிழ் மக்களின் இன்றைய இருத்தலுக்கான அதிர்வாக அவரது எழுத்து வாசிப்பில் மாறிவிடுகிறது அதனால் ஒவ்வொரு வார்த்தையும் இலக்கிய மொழியாக மாறிவிடுகிறது. அவரது நவீன சொல்முறை சிறுகதைகளைத் தற்கணத்தில் நிறுத்தி வாசிக்க வைக்கிறது.

முத்துலிங்கத்தின் கதை சொல்லும் முறை தமிழ் வாசகனுக்கு புதிது. புதிதாகப் பலர் தமிழில் கதைச் சொல்லியிருக்கலாம். ஆனால் முத்துலிங்கம் ஒரு கதையை உண்மையான வாழ்க்கை அனுபவத்திலிருந்து எடுக்கிறார். அதன் சாறு வாழ்க்கையோடு தொடர்புடையது. தத்துவங்களையும் சிந்தனைகளையும் ஒதுக்கி வைத்துவிட்டு நகர்கிற கதை.

(காலச்சுவடு)

'பிள்ளை கடத்தல்காரன்' – அ. முத்துலிங்கம்

வாசிப்பில் பிறக்கிற உலகம் . . .

ஒரு புத்தகம் நம்மை நெருங்க நாம் அறியாத ஒரு காரணம் இருக்கிறது. வாசிக்காத, அறிந்திராத பல புத்தகங்கள் இப்போதும் நமது வாசிப்புக்கு வெளியே இருக்கின்றன. நல்ல புத்தகம் பார்வைக்கு வருவதை அற்புத நிகழ்வாகவே கருதுகிறேன். அந்த நேரம் பிறக்கிற உலகம் உண்மையில் இன்னொரு வாழ்தல். இந்த வாழ்தலுக்குத்தான் வாசகன் காத்திருக்கிறான். ஆக புத்தக வாசிப்பின் விநோத அனுபவம் என்பது அந்த நேரம் பிறக்கிற நான் ... அப்போது தோற்றம்கொள்கிற உலகம். ஆனந்தின் 'வேர்நுனிகள்' வாசிப்பு அப்படியான ஒரு நிகழ்வு.

எழுத்தின் மீது படிகிற புதுவெளிச்சம் முன் அறிந்திராத புதிய அனுபவத்தைத் தருகிறது. பழக்கமான இடத்திலிருந்து வாசகனை வேறு இடத்திற்கு மாற்றுகிறது. இந்த வேறு இடம் அன்றாட வாழ்வெளியின் இடமல்ல. முற்றிலும் புதியது. இந்த நகர்தல்தான் ஆனந்தின் எழுத்து. வாழ்கிற உலகத்தைச் சற்றே துண்டிக்கிற எழுத்து. துண்டிக்கப்படுகிற கணம் நீள்கிற இடத்தில் இந்தப் புத்தகம் நம்மோடு அதிகம் பேசும் ... உரையாடும்.

வாழ்வின்மீது ஆனந்த் கொண்டிருக்கிற அக்கறையின் வெளிப்பாடக இந்தப் புத்தகத்தைப் பார்க்கிறேன். நவீனக் கவிதையின் பேரழகு இதில் இருக்கிறது. புனைவும் நிஜமும் கலந்து மயங்குகிற ஒரு வெளியைக் கட்டமைக்கிறார். இவரது புனைவு

முற்றிலும் வேறானது. மனதை முடிவிலிக்கு நகர்த்துகிற அசாத்திய எழுத்தே இங்கு புனைவு. இந்தப் புத்தகத்தை வாசித்து முடித்த பின்பு தேர்ந்த வாசகன் தனது உடலுக்கு வெளியே உள்ள எல்லாவற்றோடும் உரையாட முடிகிற அதிசயத்தை உணர்வான்.

புத்தகத்திலிருக்கும் கதைகளைப் பேச வேண்டியதில்லை. படைப்போடு நாம் கொள்கிற அந்தரங்க உரையாடல்தான் முக்கியமானது. நம்மிடம் மட்டுமே பேசுகிற மாதிரியான தொனி மீது கவனம்கொள்ள வேண்டும். நல்ல புத்தகம் மட்டுமே அப்படியானக் குரலைத் தனக்குள் ஒளித்து வைத்திருக்கும். அக்கறையோடு புத்தகத்தை வாசிக்கிறபோது விரும்புவதும் விலக்குவதும் நிகழ்கிறது.

ஆறு கதைகளில் ஒரு கதை மட்டுமே பெண்ணோடு உரையாடுகிறது. அதனால் அந்தக் கதை மீது ஆர்வம் கூடுகிறது. ‘பவளமல்லிகை’ கதை மற்ற எல்லாக் கதைகளிலிருந்தும் வேறானது. கு.ப.ராவின் சிறிது வெளிச்சத்திலிருந்த பெண்ணை… நிரந்தர வெளிச்சமுள்ள அகன்ற வாழ்வெளிக்கு அழைத்து வருகிற கதை. பெண் தன் மன ஆசையை ஒளிக்காமல் பேசுகிற கதை. நாம் கொண்டாட வேண்டிய கதை. இதுபோன்ற பல சிறுகதைகளை ஆனந்த் எழுதியிருக்கலாம். இந்தக் கதை மீது அதிகம் பேசாது போனதால் விளைந்த இலக்கிய இழப்பாகக் கருதுகிறேன்.

ஆவணி அவிட்டத்திற்கு பூணூல் போட கணேச கனபாடிகள் வீட்டிற்கு ஹரியை அவன் அப்பா அனுப்பி வைக்கிறார். அந்த ஊர்… அந்த வீட்டிலிருக்கும் ஒரு பகல் நேரம்… கனபாடிகளின் மகளான விசாலத்துடனான உரையாடல். அவ்வளவுதன் கதைக்களம். எளிய ஒருநாள் நிகழ்வு. இதில் கதையாகிற அதிசயம் எங்கு நிகழ்கிறது? விசாலத்தின் ஒற்றைக் கேள்விதான் இந்த அதிசயத்தை நிகழ்த்துகிறது. மறக்கமுடியாத கதையாக வாசக மனதிலும் நிலைத்துவிடுகிறது. கூடவே வாழ்வின்மீதான பெரும் பயணம் மனதில். வாசகனிடம் சிறுகதை இதற்குமேல் செய்ய என்ன இருக்கிறது.

“என்னை உங்களோடு அழைச்சிட்டு போறேளா?” முன்பின் அறிமுகமில்லாத, தான் பார்த்திராத ஆணிடம் விசாலம் கேட்கிறாள். இப்படிக் கேட்பதற்கு அவளை உந்தியது எது? பெண்களின் நீண்ட வாழ்வெளி அனுபவத்திலிருந்து இந்தக் கேள்வியை வாசக மனம் சந்திக்கிறது. சந்திக்க வேண்டும். முன் திறக்காத ஜன்னல் ஒன்று திறந்துகொள்கிறது. அப்போது உள்ளே நுழைகிற வெளிச்சம் யாரிடமும் பகிர்ந்துகொள்ளாத கோடிப்

பெண்களின் மறைவெளிமீது கண நேரம் படிந்து மறைகிறது. இந்தக் கேள்வியைக் கேட்டுவிட்டு ... விசாலம் பதறவில்லை. வெட்கப்படவில்லை. சூழலை எளிமையாக எதிர்கொள்கிறாள். விசாலம் ஒரு குழந்தைபோலத் தெரிகிறாள். அவள் விரும்பும் எதுவும் நேர்மையானது என்று வாசகனை நம்பவைக்கிற நடை. பல்வேறு உணர்வுகளை அதிரவிடுவதால் சிறுகதையாகிறது. இந்தக் கதையில் அதிரும் சிறு வயது உலகம் உரையாடலில் இசையாகக் கலக்கிறது.

தொகுப்பு முழுவதும் ரூப உடலாகத் தீண்டுகிற வார்த்தைகள். உடல் வெளியேறி மனம் மட்டுமே சந்தித்து உரையாடுகிற வசீகர மொழி. ஒவ்வொரு கதையும் மனவெளிப் பயணம்தான். உள்முகமாகத் திரும்பி வாசிக்கிற புதிய அனுபவம். ஆனந்துக்கேயான தனித்த மொழியின் விளைவு. மலைகள் மீது பார்வை குவிந்தால் என்ன தெரியும்? மரங்கள், செடிகள், கவிகிற மேகங்கள் அல்லது அதன் பிரமாண்டம். ஆனால் தேனூத்து கதிரேசனுக்கு தன் கழனியிலிருக்கும் புளியமரத்தடியில் உட்கார்ந்து எதிரிலிருக்கும் மலைகளைப் பார்க்கிற ஒவ்வொரு நாளும் வேறு ஏதோ நிகழ்கிறது. அந்த வேறு ஏதோதான் கதை. முன் வாசித்திராத எழுத்து ஒன்று அறிமுகமாகிறது.

மூன்று மலைகளோடு கதிரேசன் உரையாடுகிறான். இது எப்படி நிகழ்கிறது? 'இரண்டு சிகரங்களின் கீழ்' கதையில் வருகிற ஜீவாவை சந்திக்கிறபோது வாசகன் அதற்கான விடையைத் தெரிந்துகொள்வான். இந்த அனுபவத்தை வாசிக்காமல் எப்படி அடைய முடியும்? உலகைத் தனித்துப் பார்ப்பதிலிருந்து விடுவிக்கிறான் ஜீவா. அவன் சொல்கிறான் ... "இந்த உலகத்தை முழுசா நாம உள்வாங்கிட்டா, எல்லாத்தோடவும் எப்பவும் இருந்துக்கிட்டுதான் இருப்போம். எதையும் விட்டுட்டு போறதுங்கற கேள்விக்கே இடமில்லே. மனசே ஆகாசம் மாதிரி எல்லாத்தையும் தனக்குள்ளே வெச்சிக்கிட்டு இருக்கும்." நண்பன் லோகுவிடம் வாழ்க்கை குறித்து ஜீவா சொல்கிற இந்த இடம் 'வேர்நுனிகள்' புத்தகதின் ஒவ்வொரு வார்த்தைகளிலும் பட்டுத் தெறிக்கிறது. வார்த்தைகள் மறைந்து உணர்வெளி மட்டுமே மிஞ்சுகிறது. கவிதை வாசித்த பின்பு நிகழ்வது போன்ற மனவெளி. விளிம்புடைந்து பெருவெளியில் விரிகிற உடல் வசமாகிற ரசவாதத்தை அடையத் துடிக்கிறது ஆனந்தின் எழுத்து. வாசக மனதிலும் அந்தத் தீயைப் பற்ற வைக்கிற முயற்சிதான் 'தேனூத்து கதிரேசன்'. நானும் நான் அல்லாத பிறவும் ஒன்றாகிற இடம். இந்த இரண்டு கதைகளையும் சேர்த்து வாசிக்கிறபோது முடிவிலியில் கலக்கிற ஆனந்தம். ருசியும் பசியும் மாறி மாறி விளைகிற எழுத்து.

'இரண்டு முகங்கள்' இந்தக் கதையை வாசித்து முடிக்கிற போது எல்லாத் திருவிழாக்களும் பன்முகம் கொண்டு அதிர்ந்தன. 'கோவிந்த பிள்ளை தன் பிரத்யேக அரங்கத்தில் புரியும் நர்த்தனம் அது' என்று கிருஷ்ண ஜெயந்தியின் உறியடி நிகழ்வை கலாமுகப் படுத்துகிறார் ஆனந்த். அதுதான் கிருஷ்ண ஜெயந்தியின் இன்னொரு முகம். இந்த நிகழ்வை பாட்டியின் வெல்லப் பாகோடு இணைக்கிறது வாசிப்பு மனம். சிறு வயதின் மனம் அழியாதிருக்கும் போதுதான் வளர்ந்த மனிதனால் கலையின் பேரழகைக் காண முடிகிறது. கோவிந்த பிள்ளைதான் பட்சணங்களுக்கும் திருவிழாவுக்கும் ருசி. இந்த ருசியை மனம்தான் தருகிறது. மனவிழிக்கு பார்வை தருகிற கதை.

இடம் பெயராது நிற்கிறது மரம். கட்டற்ற வெளியில் அலைகிறது பறவை. இந்த இரண்டையும் இணைக்கிறது 'வேர்நுனிகளும் வசந்தத்தின் கானமும்'. ஒற்றைப் பூவாக மலர்ந்து இடம் பெயராமலேயே நகர்கிறது மரம். பறவையும் மரமும் சந்திக்கின்றன. இரண்டும் தம் உடல் துறந்து அந்தக் கணம் பிறக்கிற ராகத்தில் திளைக்கின்றன. அதீத வாழ்தலின் ருசி உயிரில் கலக்கிறது. இந்த ரஸானுபவம் . . . அப்போது பிறந்த கானத்தில் கரைந்து வேர்நுனிகளில் காத்திருக்கிறது. இலைகள் இல்லாமல் திறந்துகிடக்கிறது மரம். வாசகன், மரம், பறவை மூன்றும் ஒன்றாகிப் பிறக்கிறது புதுவெளி. இந்த வெளிதான் ஆனந்தின் எழுத்து.

திண்ணையில் அமர்ந்து . . . காரை பெயர்ந்த சுவரில் தெரிகிற உருவங்களைப் பார்ப்பது சிறுவனின் அன்றாடம். அவன் ஆசைப்படுகிற உருவங்களும் அதில் காட்சியாவதால் சுவர் மீதான வசீகரம் கூடுகிறது. சுவரில் காட்சியாகிற உருவங்க ளோடு அந்த வழியாகக் கடந்துபோகிற எல்லாமும் சுவரின் சித்திரங்களோடு கலந்து ஒன்றாகிற அதிசயம் சிறுவனுக்கு பேரானந்தம் தருகிறது. "துரைராஜ் வாளிகளுடன் போகும் காட்சியைப் பார்க்கும்போதெல்லாம் நான் எதிர்ச்சுவரையும் சேர்த்துத்தான் பார்ப்பேன். எனக்குள் இரண்டும் ஒன்றாகச் சேர்ந்த ஒரே காட்சியாகத்தான் தெரியும்." இதுதான் கதையின் சரடு அல்லது மைய இழை.

சிறுவனின் அன்றாடத்தில் ஒருநாள் எழுந்த வேறு அலை அவன் மனோவெளியைச் சிதைத்துவிடுகிறது. மாலைகள் போட்டு இறந்த உடலாக . . . துரைராஜ் அந்தச் சுவரைத் தாண்டிப் போகிற கணத்தில் சிறுவன் பார்த்துக்கொண்டிருந்த சித்திரங்கள் கலைகின்றன. சுவரிலும் . . . சுவருக்கு வெளியேயும் ஒன்றாகப் பார்த்த சித்திரம் வேறாவதைத் தாங்க முடியாமல் தவிக்கிறான்.

இந்தத் தவிப்பின் அதிர்வே ‘எதிர்ச் சுவர்’. அக்கறையோடு வாசிக்கிறபோது சிறுவனோடு சேர்ந்து நாமும் சுவர்களில் உருவங் களைக் காணலாம். துரைராஜ் மடிகிறபோது சிறுவனோடு கலந்து கலங்கலாம். குழலூதும் கிருஷ்ணன், துரைராஜ் இருவரும் மாறி மாறித் தெரிகிற இடம் சிறுவனின் மனம் என்பதுதான் வாசிப்பில் அழியாது நிற்கிறது.

ஆனந்தின் கதைகளை ஏன் வாசிக்க வேண்டும் என்று யாராவது என்னிடம் கேட்டால்... சட்டென்று சொல்வேன். அக அழகை வீட்டிலிருக்கும் கண்ணாடி காட்டாது. ‘அகமுகம்’ மாறிக்கொண்டே இருப்பது. ஒவ்வொரு கணமும் புதுப்புது முகம் கொள்கிற ‘மனஉடலை’ப் பார்க்கிற கண்ணாடி ஆனந்தின் ‘வேர் நுனிகள்’. அகவெளியின் வண்ணச் சிதறல்களை கேன்வாஸ் பரப்பில் ஓவிய அழகில் அதிரவிடுகிற எழுத்தை யார்தான் விரும்பமாட்டார்கள்.

(‘வேர்நுனிகள்’ புத்தக முன்னுரை)

ஆனந்த்

வலியின் எழுத்து

சிறுகதைகள் மனதின் வடிவங்கள்தான். மனதின் பெருவெளியில் மறைந்து அலைகிற ரூபங்களைக் கைப்பற்றிக் காட்டுகிற ஜால வித்தை தான் சிறுகதை. மனத்தில் மறைந்து அலைந்து திரியும் உருவை ஒவ்வொருவரும் வேறு வேறு வழிகளில் கைப்பற்ற முனைவதால் எழுத்தும் வேறு வேறாக இருக்கிறது. அதனால் வாசிப்புக்கு சுவையும் கூடுகிறது. உள்ளே உருவமே ஜனிக்காமல் அலையும் போலிகளை வாசிப்பில் கண்டுகொள்ளலாம்.

இலக்கியத்தின் மீதான வசீகரம் அதன் உருமாற்றம்தான். மீண்டும் மீண்டும் பார்க்கத் தூண்டுகிற கலாமுகம் இலக்கியம். அது எப்போதும் தன்னைப் புதுப்பித்துக்கொண்டே இருக்கிறது. வளர்சிதை மாற்றம்தான் உடலின் மூல வினை. மெட்டபாலிசம் இல்லை என்றால் உடல் செத்து விட்டது என்று பொருள். செல்கள் அழிவதும் செல்கள் புதிதாகப் பிறப்பதும் உடலுக்குள் நடக்கும் தொடர் வினை. இதில் மரபணு முக்கியப் பங்கு வகிக்கிறது. இலக்கியத்திலும் இதுபோல நடக்கிறது. அதனால்தான் இலக்கியம் உயிரோடும் புதிதாகவும் இருக்கிறது. வாசிப்புக்கு வருகிற புத்தகத்தை இந்த இடமிருந்தே பார்க்கிறேன்.

அழகிய பெரியவனின் உள் மன வலிதான் அவரை படைப்பாளியாக்குகிறது. வாழ்தலில் பெற்ற அனுபவங்களை அவரால் சுமக்க முடியவில்லை. சுமையை இறக்கி வைக்க வழி தேடுகிறது மனம். எண்ணங்களால் மென்று கொஞ்சம் கொஞ்சமாகக்

கரைகிறது கன உரு. உணவு உட்கிரகிக்கப்படுவது போல வலி பெருக்கிய அனுபவம் எழுத்தாகிறது. வலியைப் போர்க்குரலாக மாற்றுகிறார். உரிமை சார்ந்த மொழியின் குரல் வாழ்க்கை மறுக்கப்பட்ட மக்களுக்கான சக்தியாக மாற்றம் கொள்கிறது. அதனால்தான் அழகிய பெரியவன் எழுத்தைச் சமூகம் மதிக்கிறது. மாயா ஏஞ்சலோவின் எழுத்துபோல ஒடுக்கப்பட்ட மக்களின் விடுதலைக்கான எழுத்தாகிறது. சிறுகதையின் வடிவம் சிதையாது மனதின் பெருவலியைச் சொல்ல முடிகிறது. கூடவே அழகியல் சார்ந்த கதைகளையும் தருகிறார். இவரது பார்வை விரிந்தும் ஆழமாயும் இருக்கிறது. தலித் எல்லையைத் தாண்டியும் வாழ்தலை உள்வாங்கி எழுதுகிறார். மண்ணும் மரங்களும் வானமும் பறவைகளும் இவரது எழுத்தில் கலந்திருப்பது வாசிப்பில் கவர்கிறது.

நல்ல வாசகராக இப்போதும் இருந்துகொண்டிருப்பதால் தனக்கான ஒரு நடையிலும் வெற்றி பெற்றிருக்கிறார். எல்லா வாசகருக்குமான மொழி இவரது சிறப்பு. வட்டார மொழிக் கதைகள் திகட்டத் திகட்ட வந்து விட்டன. அழகிய பெரியவன் வட்டார மொழியை உள்வாங்கிய நவீன எழுத்தையே எழுதுகிறார். வட்டார மொழியில் தீவிரமாக எழுதிவருகிறவர்கள் அழகிய பெரியவனை கண்டிப்பாக வாசிக்க வேண்டும். எளிய வசீகர கவிதை மொழி. உரை நடையின் அழகு கெடாத கவி மனத் தெறிப்பு.

'மினுக்கட்டாம் பொழுது' இவரது தனித்த எழுத்தின் அடையாளம். வலியின் துயரங்களைப் பேசுகிற கதைதான். ஆனால் இவர் நின்று பார்க்கிற இடம் மற்ற எழுத்தாளர்களிடமிருந்து வேறுபடுகிறது. தேன்கூடு பள்ளி குழந்தைத் தொழிலாளர்கள் படிக்கிற பள்ளி. சூரவேல் பீடி சுற்றும் தொழிலிருந்து விடுவிக்கப் படுகிறான். சிறுவனின் உலகம் கொண்டாட்டமாக விரிகிறது. ஒரு பிரச்சனை எழுந்து மேலூர் ஆண்களும் சேரி ஆண்களும் சேர்ந்து கூடுகிற பஞ்சாயத்தில் விழுகிற கல் கலவரத்தை விதைக்கிறது.

கலவரம் நடந்தால் என்ன நடக்குமோ அவை எல்லாமும் நடக்கின்றன. சேரியில் 20 பேர் கைதாகி ஜெயிலில் இருக்கிறார்கள். சூரவேலின் தகப்பனும் அதில் ஒருவர். இந்த வலியும் துயரமும் சிறுவர்களையும் பாதிக்கிறது. மேலூர் மக்கள் மீதான அவர்களின் எதிர் வினை வாசகனுக்கு வாசித்திராத சிறுகதையைத் தருகிறது. கதையில் சிறுவர்கள் சிறுவர்களாக இருந்தே இதை நிகழ்த்துவதுதான் எழுத்தின் வலிமை.

சிறுவர்கள் கோடுகளால் ஒரு உலகைப் படைத்து விளையாடுகிறார்கள். தார்ச்சாலைகளில் மாலை வேளையில்

வெண்மிருகங்கள் வரைந்து வீடு திரும்புகிறார்கள். சூரவேலுக்கு இரவு ஒரு கனவு வருகிறது. அழகிய பெரியவன் அதை இப்படி எழுதுகிறார் ... "மாலையில் வரைந்து விட்டிருந்த தங்களின் மிருகங்களைக் கூட்டிக்கொண்டு கிளம்பினான் சூரவேல். தார்ச்சாலையிலிருந்து உயிர் பெற்று விழித்துக்கொண்ட வினோத மிருகங்கள், சிறுவர்களின் முன்னால் போய்க்கொண்டிருந்தன. யானைக்கு மூன்று கால்களே இருந்தன. காளைகளின் மணிகள் சப்தமெழுப்பின. புலியும் சிங்கமும் சீற்றத்தை நிறுத்தவில்லை. மேலூர் வழி திமிலோகப்பட்டது. ஊர் எல்லையிலிருந்தபடி மிருகங்களை ஏவல்விட்டான் சூரவேல். கூட நிற்கும் சிறுவர்களின் கும்மாளம் அடங்கவில்லை. மிருகங்கள் ஊருக்குள் நுழைந்ததும் ஊரே கதறிச் சிதறியது. ஒருவரையும் தப்பவிடவில்லை அம்மிருகங்கள்." மேலூர் மக்கள் மீதான சூரவேலின் கோபம் வாசிப்பில் கனக்கிறது. அழகிய பெரியவன் இந்த இரண்டு உலகங்களையும் இணை கோடாக்கிப் பயணிக்கிறார். தலித் மக்களுக்கேயான தனித்த வலியை எல்லாரும் பார்க்கும்படியான இடத்திற்கு நகர்த்துகிறார். கதை சொல்வதிலிருந்து விலகி உணர்வுகளின் வெளிக்கு வாசகனை நகர்த்துகிறார்.

அழகிய பெரியவன் கதைகள் மற்ற தலித்திய கதைகளிலிருந்து மாறுபடுகிறது. உரிமையோடு எல்லாரும் வாழ்கிற வாழ்க்கை தமது மக்களுக்கு மட்டும் மறுக்கப்படுகிறபோது நியாயமாக எழுகிற கோபத்தையும் கலா அதிர்வாக மாற்றியே இலக்கியவெளியில் அலையவிடுகிறார். கருத்தும் கலா முகமும் இணைந்த எழுத்தாகப் படைப்புகள் உயர்ந்து நிற்கின்றன. இதனால் இவரது எழுத்து தலித்திய எழுத்து அல்ல. தலித்திய எழுத்தாளர் என்று ஒரு எல்லையில் இவரைக் கொண்டு வருவது சரியல்ல. உள்ளடக்கம் தான் தலித்திய வாழ்தல். சிறுகதை வடிவ ஒழுங்கில் மிகக் கவனமாகச் செயல்படுகிறார். ஆழ்ந்த வாசிப்பு அனுபவம் இவரை இலக்கிய எல்லையில் நின்றே சாதிய எதிர்ப்பைச் சொல்லவைக்கிறது.

'குறடு' கதை தலித்திய வலியைத்தான் பேசுகிறது. ஆனால் வலியைப் பகடியாக்கி திருப்பி அடிப்பது இவரது எழுத்தின் வெற்றி. வீரபத்திரன் வழியாக செருப்பணிய முடியாத மக்களின் உள் மன வலியைக் காட்டுகிறார். "செருப்பப் போயி ராஜா ஒக்கார்ற எடத்துலயா வெக்கிறது?" பாட்டி ராம கதை சொல்லும் போது கேள்வி எழுப்புகிறான். செருப்பு ஏன் போடக்கூடாது என எல்லாரிடமும் கேள்வி எழுப்புகிறான். "நாம ஏன் செருப்பு போடறதில்லை?" பதில் இப்படி வருகிறது. "அவங்க போட உட்டாதானே?" கல்லுலயும் முள்ளுளயும் அலையறவங்களுக்குத் தானே செருப்பு வேணும் என்று மேல் தெரு ஆளிடம் கேட்கிறான்.

செருப்பு எல்லாருக்கும் கதையாகாது. செருப்பை காலில் அணிய பல நூறு ஆண்டுகள் காத்திருந்த மக்களைப் பேசும் போதுதான் கதையாகிறது. வளர்ந்த வீரபத்திரன் பட்டாளத்தில் சேர்ந்து பூட்ஸ் அணிந்து மேலூரில் நிலம் அதிர நடக்கிறான். அவனின் செருப்பு சத்தம் மேலூர் சனங்களின்மீது மோதி அதிர்கிறது. வீரபத்திரன் பூட்ஸ் காலை அழுத்தமாக வைத்து வெற்றிக் களிப்பில் நடக்கிறான். செருப்பின் ஓசை போர்க்கால ஒலியாகிறது. ‘குறடு’ கதை மனதின் வலியில் தொடங்கிப் பகடியாக முடிவது அழகிய பெரியவனின் தனித்த எழுத்து. சண்முகம் வாத்தியார் கூட்டும் பஞ்சாயத்தில் வீரபத்திரன் கைகளில் அவர்கள் பார்த்துப் பயந்தது செருப்பல்ல. ஆயுதம். முனிவரின் பாதக் குறடுவைவிட வீரபத்திரன் குறடுக்கு மதிப்பு கூடுகிறது.

பிறப்பால் ஒதுக்கப்படுகிற வலியின் துயர் தலித்துகளே அறிந்தது. நேற்றின் அழியாத வடுவும் இன்றின் காயமும் தலித்துகளின் மனதில் எப்போதும் இருக்கின்றன. இப்படியான அனுபவத்தை, அதன் வலியை ஒரு தலித்தால் மட்டுமே சொல்ல முடியும். மிருகங்கள் வாழும் காட்டை கொஞ்ச நேரம் பார்த்து வருவதல்ல. காட்டிலே முழுதாக வாழ்வது. தலித்துகள் வாழும் சமூகத்தில்தான் தானும் வாழ்வதாக எல்லோரும் சொல்ல முடியாது. அந்த இடங்களை ஒரு தலித்தே உணர்ந்து எழுத முடியும். கரையிலிருந்து கடலைப் பார்ப்பதல்ல. தினமும் தோணியிலேறி அலைகளுக்கு நடுவில் கடலுக்குள் சென்று மீண்டு வருவது. அதனால்தான் தலித்திய வலிகளை ஒரு தலித் எழுத வேண்டிய அவசியம் ஏற்படுகிறது.

அடித்தால் வலிக்கும் என்பது யாருக்குத்தான் தெரியாது. அடியின்வலி அடிபட்டவன் மட்டுமே உணர்வது. ஆகவேதான் அழகிய பெரியவன் போன்றவர்களின் எழுத்து இலக்கிய அவசியமாகிறது. துயரங்களையும் அவமானங்களையும் பேசுவது எழுத்தாகாது. அதை பொது அனுபவவெளிக்கு கடத்துவதற்கு உள்ளே ஒரு கலா வினை நடக்க வேண்டும். அப்படி ஒரு மனம் பிறக்காது போனால் ஒரு வேளை அது கதையாகலாம் ஒருபோதும் சிறுகதையாகாது.

சிறுகதையின் கச்சிதம் இவருக்கு எளிதாகக் கைகூடியிருக்கிறது. “வண்ணத்து பூச்சிகள் பறந்துவிட்டன” கதையில் மகளை கான்வென்டில் படிக்க வைக்க விரும்பும் பெற்றவர்களின் எளிய ஆசையில் கதை தொடங்குகிறது. இயற்கையின் பேரழகை அப்பாவோடு கற்று மகிழ்கிறது குழந்தை.

“அப்பா அந்த மரம் என்னப்பா?” கேட்கிறாள் மகள் யாழினி. அந்த இடத்தில் எழுதுகிறார்... ‘மகள் சுட்டிய இடத்தில் விஸ்வரூபம் எடுத்திருந்தது ஒரு மரம். அவள் விரல் நீட்டியவுடன் முளைத்ததாய் தெரிந்தது அந்த வெண்மட்டி.’ ஒவ்வொரு கதையிலும் இப்படியான சொல்லழகு.

“அது வெண்மட்டி மரம்டா. இதனோட கட்டைகள்ளதான் தீக்குச்சிங்க செய்யறது” அப்பா சொல்கிறார். கேட்டதும் மகள் வியந்து சொல்கிறாள்... “அப்பா. எவ்ளோ பெரிய தீக்குச்சி.” யாழினி வியப்பதை இப்படிச் சொல்கிறார்... ‘பச்சைத் தழல் களுடன் படபடவென எரிந்தது வெண்மட்டி. பெரும் பெரும் வேம்பிலைகளைப் போன்ற அதன் இலைகள் பார்வைக்கு அனல் வீசின. நான் யாழினியின் முகத்தைப் பார்த்தேன். இமைக்காத அவள் விழிகள் ஒரு தேவதையின் தீட்சண்யத்துடன் அவ்விடத்தை விழுங்கிக்கொண்டிருந்தது. அவள் முகத்திலிருந்து எழுந்த ஒரு வண்ணத்துப்பூச்சி என்னைச் சுற்றி பறந்து அந்த வெளியைத் தனது சிறகுகளால் சுவீகரித்தது.’ குழந்தையின் மனம் சுவர்களைத் தாண்டி விரிந்தபடியிருக்கிறது. அப்பாவும் பிள்ளையும் இயற்கையின் பேரழகில் திளைக்கிறார்கள்.

இக்கதையில் பெற்றவர்களின் விருப்பம்... பள்ளிகளின் நிலை... ஆசிரியர்களின் மனப்போக்கு... குழந்தைமையின் அழகியல்... கல்வியின் பேரழகு எல்லாமும் பேசப்படுகிறது. பரந்தவெளியை ரசித்துக்கொண்டிருந்த குழந்தை மனம் பள்ளியில் சேர்ந்த பிறகு சின்ன எல்லைக்குள் சிறைபட்டு போவதை வாசிப்பின்போது மனதில் விதைத்துவிடுகிற நடை. “என் வலது கையை வலுவாகப் பற்றியிருந்த விரல்களை மனமின்றி விடுவித்துச் சடாரென வெளியேறிவிட்டேன்” என்று எழுதுகிறார். தந்தை மனமும் குழந்தையின் பிடிமான இடமும் எவ்வளவு அழகாகச் சொல்லப்பட்டுவிடுகிறது. பள்ளிகள் பிள்ளைகளை சமூக மனிதர்களாக மேன்மைபடுத்தி அனுப்பியது அந்தக் காலம். இன்று ஹைடெக் மெசின்களை உற்பத்தி செய்கின்ற கூடமாக மாறிப்போய்விட்டன என்பதை பேசாமல் பேசுகிறது எழுத்து. இவரை எப்படி தலித்திய எழுத்தாளர் என்று சொல்வீர்கள்? எல்லாருக்குமான எழுத்து இவரிடம் இருப்பதை வாசிப்பில் உணர்கிறபோது அப்படிச் சொல்ல மனம் ஒப்பவில்லை. தலித்திய வாழ்விலிருந்து கூடுதலாக எழுதுகிறார் என்பதே சரி.

வாசிப்பில் அழியாது தங்கிப்போகிறது ‘மௌனச்சுழி’. கதையின் ஆரம்ப வரிகள் கவி அழகு. வசீகர மொழி நடை.

சூரியகலா அழகிய பெரியவனின் பெருமைமிகு படைப்பு. கருணையில்லாத உலகில் தனித்து விடப்படுகிறாள்.

“கூப்பிடு தொலைவில் சூரியகலாவின் இரவு மூச்சிறைக்க ஓட்டமும் நடையுமாக வந்துகொண்டிருக்கும்

“தனிமையின் புதைசேற்றில் சிக்கியுழலும் சூரியகலா இரவுகளில் விழி எரியும் வேட்டை மிருகமென மாறுகிறாள்

“இரவுக்கு எல்லாம் தெரியும் . . . இரவு சூரியகலாவின் கமுக்கங்களை அறிந்திருக்கிறது. காட்டு மரமாய் இருக்கும் அவளின் உடலுக்குள் புகுந்து சூறைக்காற்றாய் துவம்சம் செய்கிறது

“மகளின் உடலை முரட்டு உடுப்பாய் சுற்றியிருக்கும் விரகம் குறித்து கிழக்கட்டைகள் அறிவர்

சூரியகலா அழகிய பெரியவனின் சுயம்பு. தனக்கான வாழ்க்கையைத் தேர்வு செய்கிற அதே நேரத்தில் வஞ்சிக்கப் படும்போது ஆணின் கொண்டாட்டக் குறியைத் துண்டித்து எறிகிறாள். மலையனிடம் விருப்பம்கொண்டு கோடைகாலத்துக் காடென எரிந்த சூரியகலா தன் மகனை இழக்கும்போது நீதியின் தாயாக மாறி மலையனை . . . குறியில் தகர்க்கிறாள்.

வார்த்தைகள் வாசிப்பின்போது வாயில்களாகத் திறந்து முன் பார்த்திராத இடங்களுக்கு நம்மை அழைத்துப்போகின்றன. பார்த்திராத... கண்படாத வெளிக்கு அழைத்துபோகிற வாயிலாகத் திறப்பதே எழுத்தின் வார்த்தைகள். அப்போது வாசக வெளியில் எழுத்தின் ஒவ்வொரு வடிவமும் இசையாக ஒலிக்கும். உணர்வே சுரங்கள். ஒவ்வொரு படைப்பாளியிடமிருந்தும் வேறுவேறு ராகங்கள். நன்கு கட்டமைக்கப்பட்ட சிறுகதைக்குள் கவிதையின் ஆன்மாவைத் தீண்டமுடியும். கவிதையும் சிறுகதையும் பிரிவற்ற காதல் மாந்தர்கள். சிறுகதை மொழியின் வடிவமல்ல. மனித வாழ்க்கையின் சாளரம். மனித வாழ்க்கையின் உள்வெளி ரகசியங்களை தனக்கேயான மொழியின் வார்த்தைகளைக் கொண்டு எடுத்து வரும் மாயவித்தையே கதைகள்.

அழகிய பெரியவன் நம்மிடம் கதை சொல்ல வரவில்லை. கவிதைகளைக் காட்டி வியக்கவைக்க வரவில்லை. கதை கவிதை எல்லாம் சாக்குதான். கதைக்கு பின்னால் கவிதைகளுக்கு பின்னால் . . . நாம் கண்டிராத நாம் காண வேண்டிய ஒரு கூத்தை நிகழ்த்துகிறார். படைப்பின் பெரும் கூத்து அது. தெய்வங்களையும் கேள்விக்கு உட்படுத்துகிற கூத்து. எழுத்தால் வடிக்கப்பட்ட உருவங்கள் உயிர்கண்டு ஆடுகிற வாழ்வெளிக் கூத்து. சாதி இனம்

மதங்கள் தேசங்கள் கடந்து பிரபஞ்ச வெளியில் நிற்கவைத்து பார்க்கத்தூண்டும் எழுத்தின் பெரும்கூத்து அது. சிலருக்கு மட்டுமே சாத்தியமாகும் எழுத்தின் பேரதிர்வு. அப்படியான கூத்துவெளியே எழுத்து.

'தீட்டு' வாழ்க்கை மறுக்கப்பட்ட ஜீவனின் பெரும் கதறல். காமாட்சி கதை மாந்தரல்ல. சமூகத்தின் வக்கிர வெளியில் மூச்சிமுட்டி இறக்காது தவித்த தவிக்கிற எண்ணற்ற பெண்களின் குறியீடு. ஓவிய அழகில் நகரும் அவளின் அழகியல் வாழ்க்கை சிதைந்து ... உடல் அழுகி மனம் பிறழ்ந்து தன்னைத் தானே அறியாது கதையின் முடிவில் ஒற்றை ஆளாக இரக்கமற்ற மனித வெளியில் கடந்துபோகிறாள்.

"எல்லாவற்றுக்கும் கூடுகள் இல்லை" கவனிக்க வேண்டிய சிறுகதை. வாசித்த பின்பு முடிவில்லாது விரிகிற எண்ண அலைகளால் மோதுகிறது மனம். ஒரு வீட்டுத் திண்ணையில் சர்மிளாவைக் கிடத்திவிட்டு வெளியேறுகிறாள் அம்மா. இரக்கமற்ற சமூகவெளியில் வாழவேண்டிய நிர்ப்பந்தம். சிறுமியின் எஞ்சிய வாழ்க்கை எவ்வளவு கொடுமையானது. அம்மா என்று ஆசையோடு அழைக்கும் சிறுமியை அந்த வீட்டுக்காரி மீள முடியாத பள்ளத்தில் தள்ளுகிறாள். அடிமையாகச் சிறைவைக்கப்பட்ட வாழ்க்கை. கைவிடப்படுகிற எண்ணற்ற குழந்தைகளின் குறியீடு சர்மிளா. சர்மிளாவின் அன்றாடத்தின்மீது வாசிப்பில் மெல்ல நகர்கிற மனத்தால் வார்த்தைகளைக் கடக்க முடியவில்லை. வாசிப்பில் வலி தருகிற எழுத்து. சமூகப் பங்களிப்பில்லாத நம் சுய வாழ்தலின் கீழ்மையையும் சுட்டி நகர்கிற எழுத்து.

இந்தக் கதையின் இறுதி வரிகள் சிறுகதை உருவின் முழுமை. வாசிக்கும் மனம் அமைதிகொள்ள வெகு நேரமாகும். எப்படியாவது வீட்டை விட்டு வெளியேற முடிவு செய்கிறாள் சர்மிளா. கிளியுடனான அவளின் பொழுதுகள் சிறகுகளின் கனவாய் உருமாறி வந்தன என்று குறிப்பிடுகிறார். இறுதி வரிகள் ... "கிளிக்கூண்டைத் தூக்கிக்கொண்டு மாடிச் சுவர் அருகில் வந்தாள். கிளி அவளுடன் பேசியபடி கூண்டுக்குள் தவித்தது. தொடையிலிருந்து எதுவோ வழிவது போன்ற கூச்சம். இரவு மௌனமாய் அவளைப் பார்த்துக்கொண்டிருந்தது. வேம்பு சலசலத்தது அவளிடம். காற்று பிரியமாக முகம் வருடியது. மெல்ல வேகம் கூடிய காற்றில் தோள்களிலிருந்து என்னவோ முளைப்பது போலிருந்தது. 'நாம பறக்கலாமா கிளியே?' கூண்டைத் திறந்துவிட்டாள் சர்மிளா.

கிளியின் சிறகுத் தவிப்புகளோடு ஒரு வினாடி கீழே பார்த்தாள். பிறகு மெதுவாய் காற்றில் எம்பிச் சரிந்தாள்."

இந்த வரிகளை கதையோடு வாசித்து முடிக்கையில் உயிரின் வலி, மனதின் ஏக்கம், விடுதலையின் வேட்கை மற்றும் சமூக வக்கிர உச்சம் எல்லாமும் உள் வெளியில் மோதுற அழகிய பெரியவனின் எழுத்து வேர்கொண்டுவிடுகிறது. சிறுகதை உருவின் செப்பத்தை அறிய இந்தக் கதையைத்தான் வாசிக்க வேண்டும். புதுமைப்பித்தன் மட்டுமல்ல தமிழ்ச் சிறுகதைவெளியில் அழகிய பெரியவன் போன்றோரும் உண்டு. நம் வாசிப்பு முழுவதும் உணர்வெளியில்தான் நிகழ்கிறது. மனதின் பல்வேறு அடுக்குகளில் படிந்து அதிர்கிறது. சமூக ஊனம் பார்வைகொண்டு அனைவரின் மீதும் படிகிறது. சர்மிளாவின் நிழல் எதியோப்பிய குழந்தைகளின் மீதும்... தனித்துவிடப்பட்ட எண்ணற்ற குழந்தைகளின் மீதும் படிகிறது. சமூகம் அவச்சொல்லாக ஒலிக்கிறது.

அழகிய பெரியவனை தமிழ் எழுத்தாளராக மட்டுமே பார்க்கிறேன். தமிழில் எழுதுகிற எல்லாரும் தமிழ் எழுத்தாளர்கள். அவ்வளவுதான். வாசக மனதை கலைத்து போடுகிற எழுத்து. அவரது கதைகளை வாசித்த பின்பு எழுகிற மன ஓட்டத்தை தடுத்து நிறுத்த முடியாமல் தவிக்கிறோம்.

(விஜயா பதிப்பகம் நடத்திய விழாவில் வாசித்த கட்டுரை)

– 'அழகிய பெரியவன் கதைகள்'

தனித்துவம் மிக்க எழுத்து

எல்லா நேரமும் பயணத்தில் இருக்கிறோம். உள்ளே வெளியே என்று பயணம் தொடர்கிறது. வெளி திணித்த அனுபவங்கள் மீது நடக்கின்றன மனதின் கால்கள். தூங்கும்போதும் வாசிக்கும்போதும் மேஜையில் அமர்ந்து உண்ணும்போதும் நடப்பதை மனம் நிறுத்துவதே இல்லை. எதையோ அடைய, எதையோ பார்த்துவிட, பிறகு பார்த்தது சலித்து, அடைந்தது துறந்து, மீண்டும் நம்பிக்கை வளர்த்து நடப்பது தொடர்கிறது. பயண தூரம் தெரியாமலேயே பயணத்தில் இருக்கிறோம். உள்ளேயும் வெளியேயும் புதுப்புது இடங்கள்மீது பார்வைகொள்கிறோம். வலியும் பரவசமும் மாறிமாறி வருகிறது. உணர்வின் பன்முகத் தீண்டல். எல்லாமும் அரூப அனுபவங்கள். கனக்கும் அனுபவங்களை எங்கே எப்படி இறக்குவது? பகிர்ந்துகொள்ள இன்னொரு உயிரைத் தேடுகிறது மனம். கேட்கிற காதுகள் கிடைப்பதில்லை. மனம் வேறு வழியைக் கண்டடைகிறது. அந்த வேறு வழிதான் எழுத்து. பயண வழியில் மனத்தில் நிலைத்துவிட்ட உணர்வுகளை வடிவமாக்கிப் பார்க்கிற முயற்சி இலக்கியமாகிறது.

அம்பைக்கு உள்ளேயும் வெளியேயும் நடந்த பயணங்களின் வெளிப்பாடுகளே அவரின் சிறுகதைகள். அம்பைக்கு மட்டும் எப்படி இப்படி எழுத்தூறும் பயணங்கள் வாய்த்தன? பயண வண்டியும்... பயணிக்கும் வெளியும்... சக பயணிகளும் அம்பையின் பார்வை தீண்டி மீண்டும் புதிதாகப் பிறக்கிறார்கள்... பிறக்கின்றன. படைக்கப்பட்ட எல்லாவற்றிற்கும் மரணமில்லாத வாழ்வு கிட்டுகிறது. கதைக்குள் வந்த பின்பு மரணமேது!

மனித வாழ்க்கை ஒருபோதும் தனித்து இல்லை. தான் அல்லாத பிறவற்றோடு அவளோ அவனோ கொள்கிற உறவின் விரிவே வாழ்தல். மலையோ, மனிதர்களோ, கடலோ, வானமோ, மதுவோ, பறவையோ எல்லாமும்தான் உறவுகொள்கின்றன. வாழ்தலில் பெறுகிற அனுபவம் ஒவ்வொருவருக்கும் வேறு வேறு. 'நானும் நான் அல்லாத பிறவும்' என்பதுதான் அடிப்படையான இரு நிலைகள். ஒருத்தியோ ஒருவனோ தாம் அல்லாத பிறவற்றோடு கலந்து பெறுகின்ற அனுபவத்தை… அனுபவத்தின் விளைவாக எழுகின்ற எண்ணற்ற உணர்வுகளின் பிம்பங்களை… உயிர்கண்டு அதிரவிட சாத்தியமான வழிகளைத் தேடுகிறார்கள். உள்மன நிகழ்வுகளைப் பொய்யில்லாது வெளிப்படுத்தவே கலையின் உதவியை நாடுகிறார்கள். உணர்வின் பன்முகத்தன்மையை ரூப வடிவில் பார்க்கிற அதிசயத்தை கலை, இலக்கியம் இரண்டிலும் காண முடிகிறது. இலக்கிய உலகில் சிறுகதை ஒரு வசீகர உரு. கதையற்ற கதையாகும்போது மேலும் வசீகரம் கூடுகிறது. உருவம் காட்டாதே எண்ணற்ற உருவங்களை மனதில் அதிரவிடுகிற சாத்தியம் சிறுகதை.

படைப்பாளியின் அனுபவம் சும்மா இருப்பதில்லை. மனதை சதா கீறி உழுது சுயமான விதைகளைத் தூவித்தூவி புதுப்பது விளைச்சல்களைக் கண்டுகொண்டே இருக்கிறது. பயிர்களைக் கண்டு பரவசம்கொள்ளும் மனம் மேலுமான விளைச்சல்களை நோக்கி நகர்கிறது. அம்பையின் எழுத்து அப்படியான தனித்த எழுத்து. இவர் மட்டுமே சொல்ல முடிகிற எழுத்து. இவர் பார்க்கவென்றே மண்ணில் எல்லாமும் காத்திருப்பதுபோல வாசிப்பில் சற்றே திகைக்கிறோம். அம்பை கண்டு சொல்வதற்கான ஒரு முகம் எல்லாவற்றிலும் காத்திருப்பதான எழுத்தை ஒவ்வொரு கதையிலும் பார்க்க முடிகிறது.

ரயில் வண்டியில் மகன் ஏற்றி அனுப்புகிற முதிய தாயை ஒரு வீணைபோல ஒலிக்கவிடுகிற எழுத்து யாருக்கு வரும்? பொதுவாகவே அம்பையின் எல்லாக் கதைகளிலும் வெளிச்சமாகப் பரவுகிறது இசை. அப்படியான வெளிச்சத்தில் துலக்கமாகிற எழுத்தைத்தான் வாசிக்கிறோம். பயண வழியில் மீனாட்சிப் பாட்டி முன் கேட்டிராத ராகம்போல நமக்குள் உறைந்துபோகிறாள். சந்திப்பதும், பிரிவதும் மீண்டும் சந்திக்காதே போவதும் ஒருவித பயண இலக்கணமாகப் பார்க்க முடிகிறது. ஒரு பெண் இன்னொரு பெண்ணுக்குள் ஊடுருவுகிறாள். இரு மனங்களின் கலப்பில் அப்போது பிறக்கிற பெண் சற்றே தன் அந்தரங்கவெளியைத் திறந்து காட்டுகிறாள். எல்லாக் கதைகளிலும் ஒரு பெண் புதிதாகப் பிறக்கிறாள். அவள் அம்பையின் சுயம்.

உணவுப்பொட்டலத்தை ரயில் பயணத்தில் இளம்பெண் பிரிக்கும்போது எல்லா அம்மாக்களின் வாசமும் கலக்கிறது. கதை முடியும்போது மீனாட்சிப் பாட்டி ஒருவிதமான வலியோடு மனதில் தங்கிவிடுகிறாள். முதுமையில் தனிமை ... நோயினும் கொடியது. மீனாட்சி பாட்டிமீது கடந்து வந்த பெண்மையின் வலியைப் படியவிடுகிறார் அம்பை. ரயில் பெட்டியில் தனித்து மடிகிற பாட்டி வாசக மனதில் உயிர் பெறுகிறாள். கதையில் மௌனமாக வார்த்தைகளின் ஊடாக ஒரு இசை நிரந்தரம் கொள்கிறது. அந்த இசைதான் அம்பை சொல்ல வந்த கதை. மீனாட்சிப் பாட்டியின் மரணத்தில் உறைந்துபோன அவளின் இசை ஞானம் வெறும் இசைமட்டுமல்ல. எல்லாப் பெண்களிடமும் இருக்கிற தனித்த அழகியல். சமூகம் கேட்காதிருக்கிற இசை. வீட்டில் வெளியில் சமூகத்தில் ஒலிக்கவேண்டிய உயிரோசை. அம்பையின் கதைகளில் இந்த இசை வேறு வேறு அரூப அழகில் ஒலிப்பதை வாசிப்பில் உணரமுடிகிறது.

கடல் வரைவதற்கு நீல நிறப் பென்சிலைத் தந்து போகிற சிறுமி தரியா வீணையின் நரம்பாக அதிர்கிறாள். பஸ்ஸில் அமர்ந்தபடி வெளியே பார்க்கிற பயணியோடு நாமும் பார்க்கிறோம். அம்பையின் எளிய உரை நடையில் கவித்துவ அழகு அவரே அறியாது கலந்திருக்கிறது. அவரின் தனித்த பார்வை பல இடங்களில் கவிதையாகிறது. ஒவ்வொரு முறையும் அம்பை பயணிக்கிறபோது தெருக்களும் மனிதர்களும் உரையாடல்களும் வண்ணமாக கேன்வாஸ் பரப்பில் தோய்கிறார்கள்.

பண்பாடு என்ற சொல் மீதான திரிபுரசுந்திரியின் எதிர்வினை பாரீஸ் தமிழ்ச்சங்கத்தில் ஒற்றைக் குரலாய் ஒலிக்கிறது. சமூகமும் இவளும் காலை முதல் இரவு வரை தனித்து அலைகிற ஒரு நாள் பாரீஸ் நகரில் கழிகிறது. ஆண்கள் கட்டமைத்திருக்கிற கோட்டைக்குள் திரிபுரசுந்தரி தனி ஆளாகப் பயணித்து காயப்படாது வெளியேறுகிறாள். 'ராவணன் கோட்டை'யில் சிறைப்படுத்தமுடியாத பெண்ணாக ஒளிர்கிறாள் திரிபுரசுந்தரி.

சினிமாவில் பெரும்பாலும் பெண்கள் பாடுவது, பேசுவது எல்லாமும் ஆண்களின் மொழியே ... சினிமாவில் ஆண்கள் எழுதியதைப் பெண்கள் பாடும்பொழுது அல்லது பேசும்பொழுது மனதில் ஒரு வலி வரும். எழுதிய ஆணின் வக்கிர ஆசையைப் பாடவோ பேசவோ வேண்டிய அவலத்தை எப்படி சகித்துக் கொள்வது?

மனித வாழ்க்கை இருபால் உயிர்கள் சேர்ந்து எழுதுவது. அனுபவத்தை ஆணிடமிருந்து கேட்பதுபோல பெண்ணிடமிருந்தும்

கேட்கிறபோதுதான் முழுமையை உணரமுடியும். நல்லதங்காள் கதையை ஒரு பாட்டிபோல எந்த ஆணும் சொல்ல முடியாது. பெண் எழுத்தாளர்களில் அம்பையின் பங்கு மிக முக்கியமானது. காரணம் அவரின் நேர்மையான பதிவு. அக்கறை சார்ந்த கோபம். உண்மையின் அழகியல். புலரி கதையை ஒரு பெண்தான் சொல்ல முடியும். துர்க்கா தாயீ கங்காதரரோடு சேர்ந்து வாழ்கிற வாழ்க்கை எவ்வளவு அழகாக இருக்கிறது. மனத்திற்கு பொய்யில்லாது இருவரும் வாழ்ந்த கணங்கள் பிரமிக்கவைக்கின்றன. கணவன் மனைவி என்ற வார்த்தைகளின் வழியாகக் காட்சியாகும் பிம்பங்கள் இந்த இருவரின் புனித உறவின் வெளிச்சத்தில் ஒளி மங்குகின்றன.

துர்க்கா தாயீ வாழ்க்கையை கதைக்குள் பெண்தான் நமக்குச் சொல்கிறார். அம்பை என்ற பெண்தான் அதை எழுத்தில் தருகிறார். அதனால்தான் வரிகள் அப்படி வருகின்றன. கங்காதரரின் புகைப்படத்திற்குக் கீழ் “என்றும் என் மனத்தில் இருக்கிறாய். உன் மூச்சுக்காற்றை என் வீட்டில் இறைத்துவிட்டுப் போய்விட்டாய். சுத்தம் செய்ய முடியவில்லை” என்று தாயீ எழுதிவைக்கிறாள். ஆண் பெண் உறவு என்பது நிகழ் உலகில் இப்படி இருக்க மனம் ஏங்குகிறது. எவ்வளவு சுதந்திரம் இருவருக்கும்.

பெண் ஆணிடம் எதை எதிர்பார்க்கிறாள் என்று பெண்தான் சொல்ல வேண்டும். அம்பையின் எழுத்தில் வரும் பெண்கள் பேசுவதையும் அவர்கள் மனதில் ஓடும் எண்ணங்களையும் ஆவலுடன் வாசித்தேன். நிலவை ஒரு பெண் எப்படிப் பார்க்கிறாள் அல்லது பார்க்க முடியும் என்பதை அறிந்துகொள்ள ‘நிலவைத் தின்னும் பெண்’ என்ற கதையை வாசிக்க வேண்டும். வாழும் உரிமையை எதன் பொருட்டும் பெண் இழக்கக்கூடாது என்பதை ஒரு வடிவ அழகில் சொல்லும் கதை ‘நிலவைத் தின்னும் பெண்’.

‘இப்படியே இருக்கலாம்போல இல்ல?’ என்றான். ‘ஹூம்’ என்றாள் மேலும் மேலும் முட்டி முட்டி அவனை முத்தமிட்டபடி. இதே ஆணைப் பின்னொரு இடத்தில் காலிலிருந்த செருப்பைக் கழற்றிப் பாய்ந்து பாய்ந்து அடிக்கிறாள். பக்கம் 108ல் முதல் பத்தியாக வரும் எழுத்தை ஒரு ஆண் எழுதியிருந்தால் அருவருப்பாக இருக்கும். காயத்தின் வலி பாறையாக முகத்தில் மோதுகிறது. ‘பாட்டுக்குப் புரண்டுதடா அது ரெண்டும்! உன் நிறமும் இல்லாமல் என் நிறமும் இல்லாமல் ரத்தச் சதையாய் இருந்ததுடா! கண், காது, கை, கால் எல்லாம் இருந்ததுடா!’ ஒவ்வொரு சொல்லையும் அழுத்தி அழுத்திச் சொல்லி செருப்பால் அடித்தாள். அப்படி அடிப்பதற்கு முன்பு இருந்த, மனதின் தாங்க முடியாத வலியை வேறு எந்த மருந்தால் போக்க முடியும்?

தனது உடலை எல்லா நேரமும் அம்பை சுமப்பதில்லை. சமூகம் அணிவித்த போலி ஆடைகளை அணியாத சுய ஆடைகளையே அணிந்த பெண்ணின் உடல்மொழி எழுத்து.

'ஒரு கறுப்புச் சிலந்தியுடன் ஓர் இரவு' புத்தகத் தலைப்பின் கதை. வனத்திலுள்ள விடுதிக்குள் அவள் வலியோடு வந்து இறங்குகிறாள். வலியே உடலாகிவிடுகிறது அந்த நேரத்தில். மனிதர்களைத் தூக்கம் விரட்டும் இரவில் அந்த ஊரில் இறங்கு கிறாள். நீளும் வலியின் பாதையில் மனம் தேடும் துணை. பல ஆண்டுகளாகப் பேசிக்கொள்ளாத அம்மா அப்பா. முப்பது ஆண்டுகளாகப் பேசிக்கொள்ளாத பெற்றவர்களோடு வாழ வேண்டிய இருப்பு. மனதிலிருந்து தெறிக்கும் கட்டற்ற பிம்பங் களுக்குப் பயந்து வெளியேறிவிடும் நல்ல கணவன். அவனை மறக்க விரும்பாத அவள். இருவருக்கும் பிறந்த பெண் குழந்தை வளரும் சூழல். அவளின் வலி எது? உடல் வலிமட்டும்தானா? குளியலறையில் நுழைந்ததும் ஒரு கருப்புச் சிலந்தியைப் பார்க்கிறாள். மனத்தில் இப்படி எண்ணம் ஓடுகிறது ...

"குமரா, ஏதோ ஜந்துவாக மாறுவதுபோல் உணர்கிறேன் என்றாயே! கறுப்புச் சிலந்தியாக மாறிவிட்டாயா என்ன? இத்தனை ஆண்டுகளுக்குப் பிறகு என்னைப் பார்க்க வந்தாயா?"

"வலி தாளவில்லை குமரா. ஐம்பது வயது உடம்பில் வலி கிளை பிரிந்து ஓடுகிறது. உடலெல்லாம் பாய்கிறது உன் நினைவைப் போல. நீயும் ஒரு வலியாகிப்போனாய். தோளை இறுக்கி, கழுத்தைச் சுளுக்கி, ஒவ்வொரு அசைவிலும் குத்தும் வலி."

சிலந்தியைக் குவளையில் விழவைத்து கொண்டுபோய்ப் படுக்கையில் போட்டு அருகில் படுத்து உறங்கிப்போகிறாள். விழித்தபோது கறுப்புச் சிலந்தி இல்லை. தோள்பட்டை மெல்ல வலிக்கிறது. நீளும் பயணத்தில் வலியே துணையாகிறது. வலியோடு எல்லா நேரமும் பயணிக்க முடியுமா? வலியோடு மருந்தையும் அறிந்தே அவளின் பயணம் நிகழ்கிறது.

'காவு நாள்' கதையில் தோழிகள் பிரமராவும் நிதிலாவும். இசையால் இணைந்த தோழிகள். நிதிலா சற்றும் எதிர்பார்க்காத போது துணைதேடி நகர்கிறாள் தோழி. பிரமரா 'பெயர்த்தும் அவனுக்கே பிச்சியானாள்' என்ற வரியைப் பாடும்போது ... ஒருத்தியைப் பிச்சியாக்கும்படி அவனிடம் என்ன இருக்கிறது என்று அறிய நிதிலா, தேவநாதன் பக்கம் பார்க்கிறாள். கதை முடியும்போது பிரமரா பாடலுக்குள் இல்லை.

எல்லாப் பெண்களும் சந்திக்கும் அதே மணவாழ்க்கை. இருபத்தைந்து ஆண்டுகளில் எல்லாமும் தலைகீழாகிறது.

தேனிலவுக்குப் போகும்போது பாரீசில் செய்வதற்குச் சில விசயங்களைப் பிரமரா மனம் பட்டியிலிடுகின்றது. 'பகலெல்லாம் லூவ்ரவில் நேரத்தைச் செலவிட வேண்டும். அதன் நினைவில் ஃப்ரெஞ்ச் மது அருந்த வேண்டும். ஓ, அந்த ஆழ்சிவப்பு மது!' அவள் விரும்பிய எதுவும் அந்த 25 ஆண்டுகளில் நடைபெறவில்லை. அம்பையின் படைப்பு சும்மா இருக்குமா? போராடுகிறது. அவளின் மன உடல் விடுதலை பெற 25 ஆண்டுகள் ஆகிறது.

கணவன் வீட்டிலிருந்து பிரமரா முழுவதுமாக வெளியேறி அகால நேரத்தில் கதவைத் தட்டுகிறாள். அவளின் தந்தை கந்தவேள் அமைதியாக, இருபத்தைந்து ஆண்டுகள் கடக்காததுபோல், அவள் எங்கோ சிறிது நேரம் வெளியே போய்விட்டு வந்ததுபோல் கதவைத் திறக்கிறார். அவள் அம்மா கனகவல்லி சுடச்சுட காப்பி கலந்து எடுத்துவருகிறாள். இந்த இடம்தான் பெண்களின் துயர் அழியுமிடம். சிறுகதையின் முழு முகமும் பார்க்க முடிகிற இடம். வாழ்வதற்கான உரிமை இருபாலுக்கும் பொது என்பதோடு உயிர் வலிக்காது வாழ்வதற்கு எதையும் செய்யலாம்தானே! இதுவே அம்பை கற்றுத்தரும் பண்பாடு. 'ராவணன் கோட்டை'யில் திரிபுரசுந்தரி பேச விரும்பிய இடம். இதை அம்பையின் எல்லாக் கதைகளிலும் பார்க்கலாம்.

கிழவருக்குத் தண்ணீர் தராத பெண்ணின் கோபம் 'ரௌத்திரம் பழகு' என்ற பாரதியின் வரிகளை நினைவூட்டுகிறது. தவிக்கிற வாய்க்குத் தண்ணீர் தர மறுக்கிற அவள் கோபம் எவ்வளவு நேர்மையானது! மகிஷனின் காதல் எவ்வளவு தூயதாக இருக்கிறது! கடையன் கடையனாகவே சாக வேண்டுமா? தேவர்களுக்கும் மேலாக வாழ அவன் தயாராகிறபோதும் அவனை மறுப்பது எந்த இறை நியதியில் வருகிறது? பிறப்பை வைத்தே அவன் வஞ்சிக்கப்படுவதுதான் தேவ ஒழுக்கமா? மகிஷனின் உண்மையான காதலை ஒரு பெண் மறுக்கலாம். பிறப்பின் அளவுகோல் கொண்டு மகிஷனை மறுப்பது என்ன நியாயம்? 'உயர்குலப் பெண் ஒருத்தியைக் காமுறுவது அவ்வளவு பெரிய குற்றமா?' என்ற அவனின் கடைசி வார்த்தைகள் தற்காலச் சூழலில் நீக்க முடியாத முள்ளாக மனதைத் தைக்கிறது.

'அசர மரணங்கள்' கதைக்குள் வரும் கதைசொல்லி தன் அம்மாவைப் பாரம்பரிய அழகுடன் தீட்டுகிறாள். நூறு ஆண்டு பழமையான வீணையுடன் அம்மாவும் அம்மாவின் நினைவுகளும் அவள் மட்டுமே அறிந்த ராகமாகக் கலந்திருக்கின்றன. ஐந்தடிகூட இல்லாத அம்மாவைக் கொஞ்சம் கொஞ்சமாக வளர்த்தெடுத்து கறுப்பியை நீரில் விடும்போது அவளோடு

நாமும் முகம் திருப்பி ஆறு பார்க்காது கலங்குகிறோம். அம்மா அவளுக்கு பவழ மாலையைப் போடும்போதும் உடைந்த வீணையில் அது மாட்டிக்கொண்டு சிதறும்போதும் நமக்கு ஏன் வலிக்கிறது? தன்னோடு வாழ்ந்த பொருட்களை மகன் சாமான்கள் என்கிறபோது “சங்கர் இதெல்லாம் சாமான்கள் இல்லடா . . . இதெல்லாம்தான் நாங்க” என்கிறாள். குடும்பம் என்ற சொல்லுக்கு அவள் அம்மா ஒரு விளக்கம்.

அம்பையின் எல்லாக் கதைகளையும் தற்காலக் குழந்தைக ளோடு சேர்ந்து உட்கார்ந்து இன்றுள்ள அம்மா அப்பாக்கள் படிக்க வேண்டும். இப்படி ஒரு அனுபவத்தை இனி வரும் பெண்களால் தங்களின் குழந்தைகளுக்குத் தர முடியுமா என்ற சந்தேகம் வருகிறது. நீண்ட தூரம் கடந்துவிட்டோம். வேகமான வாழ்க்கை ஓட்டத்தில் மேலான அனுபவங்களை நின்று பார்த்து ரசிக்கிற சாத்தியம் இல்லை. அம்பையின் அனுபவங்கள் வார்த்தை களில் வண்ணமேறி லூவ்ர காட்சியக ஓவிய அழகில் மிளிர்கிறது.

‘ஒரு கருப்புச் சிலந்தியுடன் ஓர் இரவு’ – அம்பை

அந்தரங்கமே ஆயுதம்

யாரின் சுயசரிதையும் அந்தந்த வயதில் எழுதப்படுவதல்ல. ஆண்டுகள் கடந்தே அதுபற்றி யோசிக்கிறார்கள். பிறகு எழுதுகிறார்கள். ஒருவர் ஏன் சுயசரிதை எழுத வேண்டும். எழுதும் எல்லோருக்கும் பொதுவானக் காரணமேதும் இருக்க முடியுமா? அல்லது ஒவ்வொருவருக்கும் தனித்த காரணம் உண்டோ? இந்தப் புத்தகத்தை வாசித்தப் பிறகு.. இரண்டும் சரியென்றே தோன்றுகிறது. தனது வாழ்க்கை, பதிவு செய்ய வேண்டிய ஒன்று என ஏதோ ஒரு கட்டத்தில் தோன்றுகிறது. இந்த எண்ணம் தேசப்பிதாவுக்கும் தோன்றலாம். திருடனுக்கும் தோன்றலாம். ஆக முதலாவது காரணம் தனது வாழ்க்கைப் பதிவு செய்ய வேண்டிய ஒன்று என்று உணர்தல். அது வழியாக வாழ்தல் குறித்து, சமூகம் குறித்து தனக்கேயான அனுபவம் ஒன்று உள்ளது என்று தம் எழுத்தின் வழியாக சொல்ல விழைவது.

இரண்டாவது நிலைதான் முக்கியமானது. தங்களுக்கேயான தனித்த ஒரு காரணம். கடந்து வந்த வாழ்க்கையின் மூலம் தன்னைத்தானே கண்டறிய முயல்தல். சுதந்திரமாகத் தனக்குள் நுழைந்து தனது சாத்தியங்களையும் இயலாமைகளையும் அறிந்து கொள்ள முயல்வது. சுயசரிதையின் அழகியல் இதில்தான் இருக்க முடியும். இரண்டாவது நிலையிலிருந்து எழுதுவது எளிதானதல்ல.இந்த வகையான எழுத்து வாழ்க்கையின் ரகசியங்களை விரிக்கவல்லது. சமூக மனத்தின் மறைக்கப்பட்ட பிரதேசங்களில் ஊடுருவக்கூடியது. இரண்டாவது நிலையில் முதல் நிலை அணுகுமுறையும் சில இடங்களில் கலக்கலாம். அதன் அளவு அதிகம் இருக்காது.

இப்படியான எழுத்தின் வழியாக அப்போது ஜனிக்கும் புதிய வெளியில் எழுத்தாளனும் வாசகனும் இணைந்தே பயணிப்பார்கள். ஒவ்வொரு வரியும் ஒரு திறப்பாக மாறும் சாத்தியமுள்ள இடம்.

மேற்சொன்ன இரண்டாவது நிலையிலான எழுத்தை கலைஞனோ அல்லது இலக்கியவாதியோ அணுகுகிறபோது சுயசரிதைக்கு தனித்த வண்ணம் கிடைக்கிறது. இந்த வகையான எழுத்தும் தொடக்கத்தில் எல்லாரும்போல அனுபவங்களை யும் நினைவுகளையும் அசைபோடுகிறது. பிறகு உள்மனதில் அனுபவங்கள் எண்ணங்களாக விரிந்து அலைகளாக ஆர்ப்பரிக் கின்றன. நீர்த்திவலைகளின் தெறிப்பில்... ஈரம்தோய்ந்த மனம், உள்விரியும் அரூப உருவைக் காணத் துடிக்கிறது. உருவமற்ற உருவத்தின் மீது மோகம் கொள்கிறது. ஒரு உருவில் நிற்காத பன்முக அதிர்வின் தீண்டலால்... மேலும் மேலும் பார்வைகொள்ளத் தூண்டுகிறது. அப்போது புனைவின் கலப்பு தவிர்க்க முடியாததாகிறது. அதனால்தான் மாயாவின் சரிதை "கூண்டுப் பறவை ஏன் பாடுகிறது?" புனைவின் வாசம் கலந்து வாசகப் பரப்பில் சுடர்கிறது.

கலைஞனின் சுயசரிதை எப்போதும் வேறாகத்தான் இருக்கும். பாசாங்கு ஏதும் இல்லாமல் உண்மையை மட்டுமே தேடும். மாயா ஏஞ்சலோவின் வாழ்க்கை... குறிப்பாக அவரது இளம் பிராயத்து வாழ்க்கை... எழுத்தின் சாரத்தை இயல்பிலேயே கொண்டிருக்கிறது. இது சத்திய சோதனை அல்ல. உரிமையுள்ள வாழ்க்கையை வாழ முடியாத ஒரு கறுப்பினப் பெண்ணின் அலைக்கழிப்பை... உணர்வின் தீவிரவெளியில் வாசிக்க வைக்கிற வேறு எழுத்து. சமூகத்தை முழுமையாகத் தோலுரித்துக் காட்டுகிற எழுத்து. வாழ்வையும் இனத்தையும் நேசிக்கிற கருப்பினப் பெண்ணின் நேர்மையானப் பதிவு. தனது அந்தரங்கத்தையே ஆயுதமாக ஏந்திப் போராடிய வலிமையானப் போராளியின் எழுத்து.

சுயசரிதையை எழுதும் மாயா ஏஞ்சலோ..., பெய்லியின் பிரியமான சகோதரி.

திருமதி ஆனி ஹெண்டர்சனின் பேத்தி. வில்லி ஜான்சனின் அண்ணன் மகள்.

பிரிந்துவிட்ட அப்பா அம்மா. பாட்டியின் பராமரிப்பில் வளர ஸ்டாம்ப்ஸ் பகுதிக்கு சகோதரனுடன் வருகிறார். அப்போது மார்கரெட்டின் வயது மூன்று. சகோதரன் பெய்லி ஜான்சனுக்கு வயது நான்கு. தனியாக ரயில் வண்டியில் அப்பாவின் வீட்டிற்கு அனுப்பப்பட்டவர்கள். தங்கியிருக்க வரவில்லை என்ற எண்ணத் தோடு வருகிறார்கள். ஒவ்வொரு இடத்திலும் இந்த எண்ணத்தோடு வாழ்கிற நிர்ப்பந்திக்கப்பட்ட மனநிலை. இளம் வயதில் குடும்பம்

குலைந்த இருப்பு. 17 வயதிற்குள் மூன்று அப்பாக்களைச் சந்திக்கிறார். பரிவும் கண்டிப்பும் மிகுந்த பாட்டியின் வீட்டில் வளர்கிறார். கறுப்பின மக்களின் ஒடுக்கப்பட்ட வாழ்தளத்தில் அன்றாட வாழ்க்கை. இன ரீதியான புறக்கணிப்பை சகித்தாக வேண்டிய சமூகவெளி.

இரு நிலைகளில் நிலைகொண்டு (அப்பா அம்மா இல்லாத குடும்பம் – இன வெறி) தாக்கும் புயலை எதிர்கொள்கிற வாழ்க்கை. சூழலிருந்தே எல்லாவற்றையும் கற்றுக்கொள்கிற இடத்திற்கு மனம் நகர்கிறது. ஷேக்ஸ்பியர் மீது அளவற்ற ஆர்வம் ஏற்படுகிறது. 'நான் நேசித்த முதல் வெள்ளைக்காரர்' என்கிறார். சிறுவயதிலேயே ருட்யார்டுகிப்ளிங், எட்கர் அலன் போ, பட்லர், தக்கரே, ஹென்லி ஆகியோரையும் விரும்பிப் படிக்கிறார். ஷேக்ஸ்பியரின் 'விதியும் மனிதர்களின் விழிகளும் என்னை அவமதிப்புக்கு ஆளாக்கும்போது ...' என்ற வரிகள் தன்னை வெகுவாக ஈர்த்தன என்றும் பதிவு செய்கிறார். அந்த வயதில் இப்படியான வரிகளை எத்தனை பேர் படித்திருப்பார்கள்? படித்திருந்தாலும் மார்கரெட்போல புரிதலோடு விதையாக யார் நினைவில் வைத்திருப்பார்கள்? அதனால்தான் 'அந்த நாட்களில் எனக்கே என்னை மிகவும் பிடித்தது' என்று எழுதுகிறார். எழுத்தாளர், கவிஞர், சமூகச் செயல்பாட்டாளர், நடிகை, பாடகி, பத்திரிகையாளர், திரைப் படைப்பாளர் எனப் பன்முகமாய் இயங்கி பின் நாளில் நோபல் பரிசு பெறுகின்ற இடத்திற்கு நகர்வதற்கு ஆரம்பகால வாழ்க்கை அனுபவங்களே அடிப்படையாகிறது.

வாசித்தல் மூலமாகவும், பாட்டியின் கடையில் வேலை செய்வதன் மூலமாகவும், பெய்லியின் துணையின் பலத்தோடும் ஒவ்வொரு நாளையும் கடக்கிறார். அந்த வயதில் எழும் கேள்வி களுக்கு பதில் சொல்கிறவர்கள் இல்லை. அச்சமும் பயமும் கலந்த வெவ்வேறு வகையான உணர்வுகளில் மோதுண்டு மனம் செப்பமாகிற இருப்பில் வாழ்கிறார்.

'ஆர்கன்சாஸ் ஸ்டாம்ப்ஸ் பகுதியில் வடக்கு பார்த்து பாட்டியின் வீடு. அதிகாலையில் அது யாரோ ஒரு அந்நியன் மூடிவைத்திருக்கும் ஒரு பரிசைப் போல இருக்கும். முன் கதவைத் திறப்பது, எதிர்பாராத பரிசுப் பெட்டியின் மீது சுற்றப்பட்டிருக்கும் ரிப்பனை இழுப்பது போலிருக்கும். மெலிதான ஒளி நுழைந்து கெழுத்தி, வஞ்சன மீன்கள், புகையிலை, கயிறு வைக்கப்பட்டிருக்கும் அலமாரியில் படரும் . . .' என்று தனது காலை நேரத்தை வண்ணமாக்கிக் காட்டுகிறார். பார்க்கும் எல்லாவற்றின்மீதும் மாயாவின் வண்ணம் படிகிறது. பாட்டியின் வீடு, வந்து போகும் மனிதர்கள், உரையாடல்கள் என அவரின் எழுத்து விரியும்போது சுயசரிதை அழகியப் புனைவின் விரிதலாகிறது. மாயா ஏஞ்சலோ தனது வாழ்க்கையை ஒளிவுமறைவின்றி எழுத்தில் சந்திப்பதால்

இலக்கிய வெளிக்கு எளிதாக நகர்ந்துவிடுகிறார். ஒவ்வொரு நாளும் அடுத்த நாளை நம்பிக்கைக்கு உரியதாக ஆக்கி நகர்வதாக அவர் சொல்வது புரிந்துகொள்ளக் கூடியதாக இருக்கிறது.

மாயாவுக்கு அந்த வயதில் பாட்டிதான் எல்லாமும். பாட்டியை இப்படி நினைவுகூருகிறார். ‘அவளின் இதயம் மிகப் பெரியது. அதனுள்தான் எங்களின் சிறிய இதயங்கள் வளர்ந்து கொண்டிருந்தன’ என்கிறார். மாயாவின் ஒரே அதிர்ஷ்டம் அவரின் பாட்டிதான். பாட்டியை எல்லா நேரமும் மதிக்கிறார். அவரோடு வாதிடுவதே இல்லை. பாட்டியின் புதிர்வெளிக்குள் வாசிக்கும் நம்மையும் அழைத்துப்போகிறார். புத்தகம் முடியும்போது பாட்டி ஆனி ஹெண்டர்சன் வாசமாக மனதில் தங்கிவிடுகிறார்.

அப்பகுதியின் எதிர்கால ஷெரீப் என்று அறியப்பட்ட திரு. ஸ்டுவர்ட் பாட்டியிடம் சொல்கிறார் ‘ஆனி, இன்றைக்கு வில்லியைத் தாமதமாகத் தூங்கப் போகச் சொல். ஒரு கிறுக்குக் கறுப்பன் வெள்ளைக்காரியை அடித்துவிட்டான். கொஞ்சம் பையன்கள் இங்கே வரப்போகிறார்களாம்..!’ என்று. இத்தனை வருடங்களுக்குப் பிறகும் அந்தப் பயம் சூடான காற்றாய் தனது வாயை நிரப்பி, உடலை நடுங்கச் செய்தது நினைவில் நிற்கிறது என்கிறார்.

சித்தப்பாவை கூடைக்குள் மறைக்கிறாள். அன்று அவர்கள் வரவில்லை. அடுத்த நாள் மலையிலிருந்து கீழே இறங்கும் அந்தக் கும்பலை பார்த்துவிடுகிற பாட்டி அவளை உள்ளே அனுப்பிவிடுகிறாள். கும்பல் பாட்டியை அவமானப் படுத்துகிறது. அவமானங்களைத் தனது தோத்திரங்களால் கடந்துபோகிறாள். பார்த்துக்கொண்டிருக்கும் மாயாவால் சும்மா இருக்க முடியவில்லை. உள்ளே இருக்கும் துப்பாக்கியை எடுத்து சுட்டு விடுகிற அளவு கோபம். ஒன்றும் செய்ய முடியாது என்பதும் தெரியும். அமுக்கப்பட்ட இந்த உணர்ச்சிகள்தான் அவரை எதிர் காலத்தில் போராட வைக்கிறது. வாழ்க்கையை அறியவைக்கிறது. படைப்புக்கான எல்லா உள்மன வினைகளையும் ஆற்றுகிறது. பாட்டியை மீட்க முயன்ற அந்தநேர மனம்தான் மொத்த கறுப்பின மக்களுக்கான குரலாக மாறுகிறது. தன்னைக் கண்டடைகிற எழுத்தாக சுயசரிதை மலர்கிறது.

வழிபாடுகளில் ஈடுபடும் தனது இன மக்களைப் பற்றிய அவரது அவதானிப்பு வியக்கவைக்கிறது. நம்பிக்கைத் தர அவர்களுக்கு வெளியில் ஏதுமில்லாதபோது வாழ்க்கையின் நம்பிக்கையாக அங்கே கடவுள் மட்டுமே இருந்தார் என்கிறார். தனது இன மக்களின் வழிபாடு கதறலாகவே காதுகளில் ஒலித்தது என்கிறார். அவரது இந்த வார்த்தை கருப்பின மக்களின் வாழ் தளத்தை முழுதாக உணர்த்திவிடுகிறது.

நினைவு தெரிந்து முதல் முறையாக அப்பாவைப் பார்க்கிறார். ஸ்டாம்ப்ஸுக்கு வந்து ஒரு ஆண்டுகள் கழித்து அப்பா வருகிறார். அப்பாவை பார்க்கும் அந்த நேர மனத்தில் குதூகலமேதும் இல்லை. குழந்தைமையின் அழகியல் பரப்பில் சூறாவளிதான். 'அந்தக் காலைப் பொழுது திடீரென்று எங்களுக்கு அச்சத்தை வரவழைத்தது. குறிப்பாக அப்பா அம்மாவைப்பற்றி விரிவான புனைவுகளை வைத்திருந்தேன். கெட்டியான காகிதச் சங்கிலியை வெடுக்கென இழுத்தது போலிருந்தது அவரின் வருகை' மாயாவின் இந்தப் பதிவு வலியின் வார்த்தைகளாக உருமாறுகிறது. எப்போதும் நடக்க விரும்பும் குளத்தருகே நின்று தனக்குள் பேசுகிறாள். 'அப்பாவுடன் நான் போய்விட வேண்டுமா? நீச்சல் தெரியாத நான் இந்தக் குளத்தில் விழுந்துவிடவா? போன கோடையில் இங்கு விழுந்து இறந்த பையனோடு நானும் சேர்ந்து விடவா..?' குழந்தையின் மனதில் அனல் ஊற்றாக எண்ணம். மார்கரெட் மனதில் இருந்த வடிவம் உணர்தலால் மட்டுமே பார்க்க முடிகிற உரு. சிறுமியின் வலியும், ஏக்கமும், போதாமையும், புதிரும், ஆசையும் எல்லாமும் சதா மோதுகிற உரு அது.

அந்த அத்தியாயம் முழுவதும் பெரியவர்களின் மீறல் சார்ந்த இடமாகத் தோன்றியது. இறுதியில் மாயா சொல்கிறார்... 'அவர் ஓர் அந்நியன் இன்னோர் அந்நியனிடம் விட்டுச் செல்ல வந்தவர்' என்று. 'இருக்கையின் நுனியில் உட்கார்ந்திருந்தோம்' என்று வாசிக்கும்போது குடும்பம் யாருக்கானது என்ற கேள்வி தவிர்க்க முடியாததாகிறது. வாழ்க்கையின் பல கட்டங்களில் மரணத்தை விரும்புகிறது மாயாவின் மனம். ஆனால் ஒவ்வொரு முறையும் மரணத்தை வென்றே திரும்புகிறார்.

பல் வலிக்காக மருத்துவரிடம் பாட்டி அழைத்துப் போகிறாள். கறுப்பின மக்களுக்கு வைத்தியம் பார்ப்பதில்லை என்கிறான். 'ஆனி என் கொள்கையின்படி ஒரு நாயின் வாயில் கை வைத்தாலும் வைப்பேனே தவிர ஒரு கறுப்பனைத் தொடமாட்டேன்' என்ற அவன் வார்த்தைகளில் வெந்து விசுவரூபம் எடுக்கிறாள். அந்த நிகழ்வை நேரடியாக மாயா பார்க்காத போதும் இப்படித்தான் இருக்க முடியும் என்று பதிகிறார்.

அவனைப் பார்த்துச் சொல்கிறாள் "என் பேத்தியின் முன்னால் உன்னை மன்னிப்புக் கேட்கச் சொல்லவில்லை. ஏன் தெரியுமா..? என் பலம் அவளுக்குத் தெரியக் கூடாது என்பதற்காக... ஆனால் இப்போது உனக்கு ஆணையிடுகிறேன். சூரியன் இறங்குவதற்குள் ஸ்டம்ப்ஸை விட்டு ஓடிப்போய்விடு" என்பதோடு நில்லாது இன்னொரு ஆணையையும் கேள் என்கிறாள். "இனி நீ பல் மருத்துவம் பார்க்கவே கூடாது. கூடவே கூடாது. எங்கே போய்த் தொலைகிறாயோ, அங்குள்ள வெறிநாய்களுக்கும்,

காலரா பிடித்த பூனைகளுக்கும், சீக்குப்பிடித்த மாடுகளுக்கும் மருத்துவம் பார்த்துக்கொள் ... என்ன புரிகிறதா" என்று.'

எழுச்சியை, மனிதாபிமானத்தின் தேவையை, எல்லை மீறும் கொடுமை மீதான பாய்ச்சலை பாட்டியிடமிருந்தும், தனது வாழ்க்கையின் கற்பிதத்திலிருந்தும் மாயா முழுமையாக அறிந்து கொள்கிறார். மருத்துவனை கறுப்பினத்தின் பிரதிநிதியாகச் சந்தித்து திரும்பும் பாட்டியை மனதில் என்றென்றைக்குமாக நிறைத்துக்கொள்கிறார்.

மாயாவின் வலிமைமிக்கச் சொற்கள் 'தங்கியிருக்க நான் வரவில்லை' என்று தனக்குள் சொல்லிக்கொள்ளும் வார்த்தைகள். செயிண்ட் லூயிஸ் அந்நிய நாடாகத் தோன்றினாலும் எந்த இடத்தையும் இந்தச் சொற்களால் கடக்க முடிந்தது. அவரது 17 வயது வாழ்க்கையில் பல இடங்களில் வசிக்க வேண்டிய வாழ்தல். எல்லா இடங்களிலும் அந்த மண்ணை ... வாழ்கிற வீட்டை சொந்தம் கொண்டாடாமல் கடந்துபோகிறார். அவருக்கான எல்லை எல்லா நேரமும் மாறிக்கொண்டே இருக்கிறது. எல்லைகளைப் பற்றிய பிரக்ஞை அவரிடம் இல்லை. 'தங்கியிருக்க நான் வரவில்லை' என்ற எண்ணமே அவரை அழைத்துப்போகிறது. கார் ஓட்டத் தெரியாதே கார் ஓட்டுவது. அம்மாவை அப்பாவின் அந்த நேர மனைவி திட்டும்போது வெகுண்டெழுவது, அங்கிருந்து வெளியேறி இளையரோடு தங்குவது, மீண்டும் அம்மாவோடு சேர்வது எல்லாமும் வேறு வேறு எல்லைகளில் வாழ்ந்த வாழ்க்கை.

வசந்த காலத்தின் ஒரு சனிக்கிழமையில் திரு. ப்ரீமன் 'பாப்பா வீட்டுக்குக் கொஞ்சம் பால் வாங்கி வா' என்கிறார். இந்த வார்த்தைகள் மாயாவின் வாழ்க்கையை முழுவதுமாகக் கலைத்துப்போட்டுவிடுகிறது. சுயசரிதையின் முக்கியமான இடமும் இதுவே. தந்தை என்று அம்மாவால் சொல்லப்பட்டவனின் தப்பான நெருக்கம். பாலியல் வன்முறை என்று அறியாதே அதை ஏற்றுக்கொள்ளுதல். குழந்தை அதை ஒரு விளையாட்டாக எண்ணும்படியான புற நகர்த்தல். பயமும் ஒருவகையான விரும்பும் தீண்டலுமான அந்த நேரத்தை வாழ்க்கையில் ஒருபோதும் மறக்க முடியாமல் போகிறது. இதைவிட மோசமானவை இனிமேல்தான் வரும் என்கிறார்கள் மருத்துவமனைச் செவிலியர்கள். வாழ்வின் எஞ்சிய காலத்தை அந்த மருத்துவமனையிலேயே கழித்துவிட விரும்பினேன் என்கிறார். அப்போது எல்லா நேரமும் பெய்லி தங்கையுடன் இருக்கிறான்.

நீதிமன்றத்தின் கேள்விகள். அவற்றைச் சந்திக்கும் மனம். உள்ளோடும் எண்ணங்கள் ... எல்லாமும் சேர்ந்து அவரை அந்த வயதில் மௌனமாக்கி விடுகிறது. சிறுமி மாயாவின் மனம் சிதறுண்டு

கிடந்தது. அவளால் அதை ஒருங்கிணைக்க முடியவில்லை. மௌனத்தின் வழியாகத்தான் கடக்க வேண்டிய கட்டாயம்.

'செயின்ட் லூயிஸ் சம்பவம். அதைத் தொடர்ந்து பாவியாகப் பார்ப்பது எனக்கு உடன்பாடில்லை. தெரிந்துகொள்ளவும் விரும்பவில்லை. வண்ணங்கள் தம் தன்மையை இழந்து மங்கலாகிக் கொண்டன. மனிதர்களின் பெயர்கள் என்னைவிட்டு வெளியேறின. என் மனநலம் குறித்துக் கவலைப்பட ஆரம்பித்தேன். ஒருவருடம் பழைய பிஸ்கட்டைப் போல அடைந்து கிடந்தேன். பிறகுதான் என்னை என் வாழ்வாதாரத்தை நோக்கித் திருப்பிவிட்ட அந்தப் பெண்ணைச் சந்தித்தேன்' என்று அந்த சம்பவத்திற்கு பிறகு மனதில் ஓடியதை இப்படி எழுதுகிறார்.

திருமதி பெர்த்தா பிளவர்ஸ் பற்றிய மாயாவின் பதிவு. 'கறுப்பு ஸ்டாம்ப்ஸ் பகுதியின் ஆட்சிக்குழு உறுப்பினர். குளிர்காலத்தில் வெம்மையும், கோடைகாலத்தில் தன்மையும் போன்ற பண்புநலம். மனம் விரும்பிய கருப்பினப் பெண்ணாகக் காட்சி தந்தாள். முரட்டு வெள்ளையர்களைவிடவும், திரைப்படங்கள், புத்தகங்களில் வரும் பெண்களைவிடவும் அழகானவள், அவருடைய நிறத்திற்கு முன் எவருமே மங்கலாகத்தான் தெரிவார்கள். முரட்டு வெள்ளையர்கள் யாருடனும் சேர்த்து அவரைப் பார்த்ததில்லை. அழகான அவரின் பேச்சு, அவர்களின் நிறம் குறித்த பெருமையைக் குலைத்துவிடும்.' மார்கரெட்டின் மௌனத்தைப் புரிந்துகொண்ட அவர் அதிலிருந்து மீண்டுவர எல்லா வகையிலும் உதவுகிறார். அவரின் வார்த்தைகள் வலிநீக்கும் விரல்களாக மாயாமீது படிந்தன.

கடை சாமான்களை சுமந்துகொண்டு அவரோடு நடக்கிறார். இதுவரை கேட்டிராத, பதில் சொல்ல முடியாத கேள்விகளையும் சேர்த்து சுமந்தே நடந்தேன் என்று அதை நினைவுபடுத்துகிறார். திருமதி பெர்த்தா பிளவர்ஸ் அப்போது பேசிய ஒவ்வொரு வார்த்தையும் மார்கரெட்டை மாயா ஏஞ்சலோவாக . . . படைப்பாளியாக . . . பிறகான நாட்களில் மாற்றுகிறது.

'யாராலும் உன்னைப் பேசவைக்க முடியாது. ஆனால் ஞாபகம் வைத்துக் கொள். பேச்சு மட்டுமே மனிதர்களுக்கிடையேயான தொடர்பு சாதனம். விலங்கையும் மனிதனையும் பிரிப்பது அதுதான்' இந்த வார்த்தைகள் தன்னைச் சிந்திக்கத் தூண்டியது என்கிறார். திருமதி பிளவர்ஸ் அவர்களின் நெருக்கமான பேச்சு. முதல் பக்கத்தைத் திறந்து வாசிக்க ஆரம்பிக்கிறார். மாயா தன் வாழ்க்கையில் கேட்ட முதல் கவிதையாக அது மலர்கிறது. கிட்டத்தட்ட அவர் பாடுவதாகவே உணர்கிறாள். அருவியாகத் தன்மீது விழுவதாகவும் உணர்கிறாள். கேட்டிராத வார்த்தைகள். அறிந்திராத சொற்கள் என பதிவு செய்கிறார். எப்படி பிடித்திருக்

கிறதா? என்ற கேள்விக்கு பதில் தர வேண்டிய இடத்தில். நாக்கில் இனிப்பான வெணிலாவின் நறுமணம். காதுகளில் அவரின் அதிசயக் குரல். 'நான் பேச வேண்டியதாயிற்று' என்கிறார். இப்படித்தான் மாயாவின் மௌனம் கலைகிறது.

'நீ நிறைய படிக்கலாமே. பாட்டி சொன்னாள். எல்லா வாய்ப்பையும் நீ பயன்படுத்திக் கொள்ள வேண்டும். அது மட்டுமல்ல. வார்த்தைகள், காகிதத்தில் இருப்பதையும் விட அர்த்தமுள்ளவை. அது மனிதர்களின் குரலை மனதிற்குள் பாச்சுகிறது' திருமதி பிளவர்ஸ் அவர்களின் இந்த வார்த்தைகள் மாயா ஏஞ்சலோவின் எழுத்துக்கான ஆதார விதைகளாக விழுகின்றன. அதனால்தான் தனது வாழ்க்கையின் திருப்பு முனையாக அவரை ஏற்றுக்கொள்கிறார்.

பருத்தி எடுக்கும் தொழிலாளர்களை உதிர்த்துவிட்டு நகர்கிறது அவர்களை ஏற்றி வந்த வண்டி. மாயாவின் உள்ளே தாஸ்தாவெஸ்கிக்கு எழுந்ததுபோன்ற கேள்வி எழுகிறது. 'இழிந்த வாழ்வு ... ஏழ்மையுடன் இருப்பது இவை எல்லாம் அவரின் விருப்பப்படிதான் நடக்கிறது என்றால் ஏன் ஒரு சிலர் மட்டும் செல்வந்தராய் இருக்கிறார்கள். சரிசமமான வாழ்வை எல்லோருக்கும் தருவது அவரது பொறுப்பில்லையா' என்றெல்லாம் தனது மனதில் அப்போது ஓடியதாக நினைவி லிருந்து எழுதுகிறார். கல்லாப்பெட்டியின் அருகில் சாய்ந்து தளர்ந்து நிற்கும் அவர்களைப்பார்த்து மாயாவின் மனம் உரக்கச் சொல்கிறது 'மனிதர்களாய் நிமிர்ந்து நில்லுங்கள்' என்று. கூட்டு பிரார்த்தனைத் தளத்தில் கடவுள் மனிதர்களின் துயரங்களை மௌனமாக்கி விடுகிறார். சொர்க்கம் என்பது பூமியிலேயே இருக்கிறது என்பதை அவர்களுக்கு யார் சொல்லி அறிவுறுத்துவது? இப்படியான அவரது எண்ணங்கள் சுயசரிதையை எழுதும் அந்த நேர மனதின் பார்வையையும் சேர்த்துக்கொள்வதாகவே தோன்றுகிறது.

எத்தனை நாட்களுக்கு இவையெல்லாம் எங்கள் இரக்கமுள்ள தகப்பனே ..? எத்தனை நாளைக்கு ..? மாயா தனது எழுத்தில் தேடியதும் இதைத்தான் 'எத்தனை நாளைக்கு ... கடவுளே ..? இது எத்தனை நாளைக்கு ..?' மாயாவின் இந்த மன ஓட்டத்தி லிருந்து ஜோ லூயிஸ் குத்துச் சண்டை நிகழ்வை அவரின் எழுத்தில் வாசிப்பது ஒரு பேறு என்றுதான் சொல்ல வேண்டும். கடைக்கு வெளியே உட்கார்ந்துகொண்டு ரேடியோ கேட்டுக் கொண்டிருக்கும் எல்லாரின் மனங்களிலும் 'எத்தனை நாளைக்கு... கடவுளே..?' என்ற வார்த்தைகளே நிரம்பியிருந்தன. அந்த அதிர்விலிருந்துதான் ரேடியோவின் ஒலிகளை வாங்கிக்கொண் டிருந்தார்கள்.

விடுதலை எங்கிருந்தாவது தொடங்காதா? சிறு வெளிச்சம் வேண்டிக் காத்திருந்தார்கள். ஜோ லூயிஸ் அவர்களுக்கு ஒடுக்கப் பட்டவர்களின் குறியீடு. ஜோ தோற்றால் நாங்கள் அடிமைகளாகி விடுவோம். என்றைக்கும் என்றென்றைக்கும். இந்த உலகம் உள்ளவரை கீழான நம் வாழ்க்கைக்கு ஒரு முடிவு கிடையாது. ஆக ஜோ இப்போது ஜெயிக்க வேண்டும். குழுமியிருந்த மக்களின் ஒரே விருப்பம் அதுதான். அவர்களின் மனம் தேடிய அந்த நேர விடுதலை ஜோ.வின் வெற்றி. மாயா தனது சுயசரிதை வழியாக ஒரு வெளிச்சத்தை தனக்காகவும் தனது மக்களுக்காகவும் கண்டடைகிறார்.

புத்தகத்தின் இறுதிப் பக்கங்கள். சுயசரிதையை நாவலாக மாற்ற முயலும் பக்கங்கள். அனுபவங்களைத் தாண்டி.. பெண்மை யின் முழுமையான வெளியில் ஊடாடுகிற எண்ண ஓட்டங்கள். வளரும் பெண்ணுக்கேயான மன ரீதியான சந்தேகங்கள். அவற்றின் உட்பகுந்து எதிர்கொள்ளும் அனுபவங்களை எந்தவிதமான தயக்கமுமின்றி எழுதுகிறார். இருபாலிகள் பற்றியும், லெஸ்பியன் பற்றியும், அந்த வயதின் மனத் தவிப்பில் ஊசலாடியதையும் மொழியாக்குகிறார். இந்த வகையான அந்தரங்கமான மன ஓட்டங்களின் பதிவே 'கூண்டுப் பறவை ஏன் பாடுகிறது.'

அம்மாவுடனான உரையாடல், 'குறிப்புப் புத்தகம்' மற்றும் 'பூச்சிக்கடி' போன்ற வார்த்தைகளின் புரிதல், தோழியின் அம்மணம் வழியாக முழு பெண் உடலை அறிதல், தான் ஒரு பெண்தானா என்று அறியத் துடித்தல், அதை அறிந்துகொள்ள ஒரு ஆணைத் தேர்வு செய்தல், அவனிடம் நேரடியாகக் கேட்டே உடல் உறவுகொள்ளுதல், தான் கர்ப்பமானதை வெளிக்காட்டாதே படிப்பை முடித்தல், பிறகு கடிதம் எழுதித் தெரிவித்தல், அம்மாவை எதிர்கொள்ளுதல். அம்மா விவியன் பக்ஸ்டர் ஜாக்சன். சிறந்ததை விரும்புவாள். சீரழிந்ததை ஏற்றுக்கொள்பவள். அதற்கிடையில் எந்த ஆச்சரியமும் நுழைய முடியாது என்பதை அறிந்து வைத்திருத்தல். மார்கரெட் என்று அறியப்பட்ட பெய்லியின் சகோதரி மாயா தனது எழுத்தில் பூடகம் படியாமல் ஒரு நடன அசைவைப் போல வாழ்தல் வெளியை நிரப்புகிறாள்.

ஆம் மாயா ஏஞ்சலோ அந்தரங்கத்தையே ஆயுதமாக மாற்றி வாழ்க்கையின் சிக்கல்களையும் துயரங்களையும் தனிமையின் எல்லாவித வலிகளையும் அழித்தொழிக்கிறார். தமிழ் வாசகர் களுக்கு இப்படியான ஒரு வாசிப்பை வழங்கிய அவை நாயகனின் பணி மேன்மையானது. மொழிபெயர்ப்பிலிருக்கும் எளிமை, அவரது வாசிப்பின் ஆழத்தையும் தெளிவையும் சுட்டுகிறது.

'கூண்டுப் பறவை ஏன் பாடுகிறது' – மாயா ஏஞ்சலோ

இன்னொரு இலக்கிய முகம்

நாவல் சிறுகதை மற்றும் கவிதை குறித்து தீவிரமாகப் பேசியும் எழுதியும் வருகிற இவ்வேளை யில் எனது கைக்கு ‘வடகரை’ வந்து சேர்ந்தது. புத்தகத்தை முழுதாகப் படித்து முடித்தவுடன் மனம் அமைதியாக இல்லை. நல்ல புத்தகம் வாசகனை சும்மா இருக்க விடாது. ‘வடகரை’ நல்ல புத்தகம்தான் இருந்தாலும் சிக்கலானது. இதை ஏன் சிக்கலான புத்தகம் என்கிறேன்? கேள்வியை என்னிடமே கேட்டுக்கொள்கிறேன். ‘வடகரை’யை இலக்கியத்தில் எந்த வகையில் வைப்பது? இது வரலாற்று நூல் அல்ல என்கிறது வாசிப்பு. வம்சத்தின் வரலாறாக மட்டும் இந்த நூலைக் கருத முடியாது. நாவலுக்கான பல அம்சங்களும் நூலில் இருக்கின்றன. எழுத்தாளரே இது எங்கள் வம்சத்தின் வரலாறு என்றும் உண்மைத் தன்மையில் நூலைக் கொண்டு வந்துள்ளேன் என்கிறார். சிக்கல் இதில் தான் இருக்கிறது. இதிலிருக்கும் புனைவு அவர் மட்டுமே அறிந்தது. எதையும் நினைவு கூர்ந்தாலே புனைவும் கூடவே வந்துவிடும். அது தவறில்லை. பல பக்கங்களில் புனைவின் ஈரத்தை உணர முடிந்தது.

தனது வம்சத்தின் வரலாறு என்று எழுத்தாளரே கூறிய பின்பு ஒரு படைப்பாக அணுகிப் பேசும் உரிமை நமக்கிருக்கிறதா? புத்தகம் குறித்துப் பேசும் போது அவரது குடும்பத்தைப் பற்றிப் பேசுவதாக அமைந்துவிடாதா? இந்தப் புத்தகத்தின் வாசிப்பு அனுபவத்தைப் பகிர்ந்துகொள்ளும்போது மற்ற புத்தகங்களைப்போல வெளிப்படையாகச் சொல்வ தற்கு எழுகிற தயக்கம் நியாயமானதுதானே? எப்படி

எதிர்கொள்வது? இந்த வகையான மனவோட்டத்தைப் பிடித்து நிறுத்துகிறது அவரே சொல்லியிருக்கும் வாசகம். "வழக்கமான என் புத்தகத்திற்கு நான் எதிர்பார்க்கும் எதிர்வினைகளைப் போல் அல்லாமல் இந்த புத்தகத்திற்கான எதிர்வினையை ஆவலுடன் எதிர்நோக்கிக் காத்திருக்கிறேன் கலவையான மனநிலையுடன்" என்கிறார். இந்த வார்த்தைகளால் புத்தகத்தின்மீது சுதந்திராமாகக் கருத்துச் சொல்கிற உரிமையை அவர் தந்திருப்பதாக எடுத்துக் கொள்கிறேன்.

இந்த எழுத்தை இலக்கியத்தின் இன்னொரு முகமாகப் பார்க்கிறேன். ஒரு படைப்பிலக்கியமாகக் கருதியே இதன்மீதான எனது வாசிப்பு அனுபவத்தைப் பகிர்ந்துகொள்ள விரும்புகிறேன். தற்போது தமிழில் விமர்சனமே இல்லை. ரசனையை அல்லது வாசிப்பு அனுபவத்தைப் பகிர்ந்துகொண்டாலே போதுமானது. சொந்த விருப்பு வெறுப்புகளே விமர்சனம் என்ற பெயரில் பதிவாகிறது. இந்தப் புத்தகம் என்னை மிகவும் பாதித்தது. இதில் வருகிற பெண்கள் ஆண்களுக்காவே வாழ்ந்திருக்கிறார்கள் அல்லது குடும்பம் சிதையாதிருக்க துன்பத்தைப் பொறுத்துக்கொண்டு வாழ்ந்திருக்கிறார்கள். பெண்களை எப்போதும் தியாகம் செய்கிறவர்களாகவே சமூகம் காண விரும்புகிறது என்ற கசப்பான உண்மையை வாசக மனதில் நிலைக்கவிடுகிறார். பெண்களை அவர்களின் இடத்திலிருந்து நாம் பார்ப்பதே இல்லை. அவர் களுக்கான வாழ்க்கைமீது கவனம் செல்வதே இல்லை. எல்லா இடங்களையும் ஆண் தனக்கானதாக மாற்றுவதைச் சுட்டுகிறது எழுத்து. உள்ளிருக்கும் மௌனம் நம்மோடு அதிகம் உரையாடுகிறது.

ஒரு கதையாடலின் வழியாக தனது வம்சத்தின் வரலாறை எழுத முயன்றிருக்கிறார். புனைவு ஊடாடும் வம்ச வரலாறு என்றே சொல்லத் தோன்றுகிறது. தங்கையை கம்பங்குழியில் இறக்கிவிட்டு மூன்று ஆண்கள் அந்த இடத்தைவிட்டு ஊரைவிட்டு ஓடுகிறார்கள். எதற்கு ஓடுகிறார்கள்? வாழ்வைத்தேடி ஓடுகிறார்கள். மூச்சுமுட்டி மரணம் தீண்டிக்கிடக்கும் தங்கையைத் துறந்து வாழ்வு தேடியே ஓடுகிறார்கள். ஆண்கள் வாழ்வதற்கு இறந்தபின்பும் பெண் உதவுவதாகக் கோயில் கட்டித் துக்கம் மறக்கிறார்கள். புத்தகத்தை வாசித்து முடிக்கும்போது தோன்றியது கம்பங்குழியில் இறங்கிய கருப்பாயி இறக்கவில்லை. மூச்சுமுட்டி கம்பங்குழி இருளில் எப்போதும் இறக்காதிருப்பதாகவே தோன்றியது. அன்று நல்ல மூக்கன் சோழ மூக்கன் கிளிமூக்கன் என்ற அண்ணன் களுக்காக கம்பங்குழியில் இறங்கிய கருப்பாயி இன்று வேறு வேறு பெயர்களில் அதே கம்பங்குழியில் கிடக்கிறாள். புத்தகம் பேசாமல் பேசுகிற மொழி இதுதான்.

கருப்பாயி இறந்துவிட்டாள். ஆனால் நாவலில் வரும் பெண்கள் மூச்சுமுட்டி இறக்காது இறுதிவரை போராடுகிறார்கள். அவ்வளவுதான். பெண்களை இதில் வரும் ஆண்கள் எவ்வளவு சாதாரணமாக எடுத்துக்கொள்கிறார்கள். அழகியமீனாள் ... தெய்வானை ... சுந்தரா இவர்களின் வாழ்க்கை மனதைப் பிசைகிறது. தெய்வானையைப் பார்க்கிற ஆண்கள்தான் வரலாற்றின் பிழை. கருப்பாயியை கம்பங்குழியில் விட்டுவிட்டு வாழ்வு தேடி ஓடிய ஆண்கள்தான் வரலாற்றில் நிறைந்திருக்கிறார்கள். தெய்வானையை உணவுப் பண்டாமாக பார்ப்பதும் அது ஆண்களின் இயல்பே என அந்தப் பெண் நினைப்பதும் எதைச் சுட்டுகிறது? இவர்கள் எல்லாம் யாருக்காக வாழ்ந்தார்கள்? பெண்கள் ஆண்களின் காமம் தீர்க்கும் சதைகளா? இது ஒரு வம்சத்தின் வரலாறு மட்டுமா? அல்ல. மனித சமூகத்தின் ஒரு துளி. அப்போதைய மனித வாழ்வின் மீதான வெளிச்சம். தமிழின் மிக முக்கியமான எழுத்தாக இதைச் சொல்லத் தோன்றுகிறது. ஆண்களின் மனப் போக்கை... அதிகார வர்க்கத்தின் பார்வையை இந்த எழுத்தின் வழியாக அறிய முடிகிறது.

ராஜேந்திரன் எழுதுகிறார் “ஒரு பாவமும் அறியாத பெண் குழந்தைகளை காவு கொடுத்து, கடவுளாக்கிய பின்பு உயர்ந்தோங்கி வாழும் இன்றைய தலைமுறைகளின் வாழ்க்கை எனக்குள் எப்பொழுதும் துயரத்தையும், குற்ற உணர்வையும், ஏற்படுத்திக் கொண்டிருக்கிறது” என்று. அவரது வலி நம்மீதும் இறங்குகிறது. நாமும் அப்படியான வாழ்க்கையைக் கடந்து வந்தவர்கள்தான். இப்போதும் அப்படியான வாழ்க்கையை மறைத்து வாழ்பவர்கள்தான். போரில் நிரந்தரமாகப் பாதிக்கப் படுவது பெண்கள்தான். எல்லா நேரங்களிலும் எப்போதும் பெண்கள் மீதான வன்முறை தொடர்கிறது. கம்பங்குழி கருப்பாயியைவிட மனம் வலித்து மதக்கலவரங்களில் மடிந்த பெண்கள் அதிகம்.

இந்த நாவல் வாழ்ந்து மடிந்த எல்லாப் பெண்களின் வலியையையும் வாசிப்பின் வழியில் கொட்டுகிறது. மாலதி யாருக்காக வாழ்ந்தாள்? தனித்திருக்கும் பெண்களை இப்படித் தான் வாழ நிர்பந்திக்குமா சமூகம்? இது போல ஒரு வாழ்க்கையைப் பழங்குடி மக்களிடம் காண முடியாது. நாகரிகமாக வாழ்வது யார் என்று எழுகிற கேள்வியைப் புறம் தள்ள முடியாது. ஆதிமனிதன்கூட இப்படியான வாழ்க்கையை வாழவில்லை. இந்த நாவலை இதில் வருகிற பெண்களின் இடத்திலிருந்தே வாசித்தேன்.

ஒரு வம்சத்தின் வரலாறாகவும், 600 ஆண்டுகால சமூக் வாழ்வெளியைப் பார்க்கிற எழுத்தாகவும் இருக்கிறது. அந்த வகையில் இந்தப் புத்தகம் தமிழ் இலக்கியத்தில் புதிதாகப் பட்டது. இந்தப் புத்தகம் குறித்து முதலில் எழுதத் தயங்கினேன். பிறகு என்னை எழுதத் தூண்டியது இதில் வரும் பெண்களின் வாழ்க்கைதான்.

அழகுமீனாள்... நடுவுலரைத் தேடி வடகரைக்கு வருகிறாள். "எந்த ஊரு?" என்ற ஒற்றைக் கேள்வி கேட்ட நடுவலரிடம் சொல்கிறாள்... "மதுர பக்கத்துல திருபுவனமுங்க, எங்க ஊரு. ஊருல எங்க நாலு வீடு மட்டும் பிளைமாருங்க ஜாதி. கொஞ்சம் கஷ்ட ஜீவனம். உங்க நிலையூர் சம்பந்தகாரரோட தோட்டத்துலே வேல பாக்கற வள்ளியம்மா எங்க ஊர்க்காரி. அவதான் சொன்னா. இந்த வருசம் வடகரையில நல்ல விளைச்சல். ஊர் முழுசும் வடகரை நாட்டாமைது. அவர் அண்டி பொழச்சக்கன்னு சொன்னா. எம் பேரு அழகுமீனாள்."

அங்கப்ப தேவரிடம் இப்படியாகத் தொடங்கிய உரையாடலை நடுவுலர் இப்படி முடித்து வைக்கிறார்... "சரி போய் இரு. டேய் தலையாரி, நம்ம தோட்டத்துக்குக் கூட்டிட்டுப் போயி அழகிமீனாவை தங்க வை. நாட்டாமைக்காரன்கிட்ட சொல்லிரு. நான் வச்சிருக்கேன்னு." ஒரு பெண் எப்படி எளிமை யாக ஆணுக்கு உடமையாகிறாள். ஜமீன்களின் வாழ்க்கை, மன்னர்களின் வாழ்க்கை, மொத்தமாக அதிகார வர்க்கத்தின் வாழ்க்கை எல்லாவற்றிலும் போகப் பொருளாகப் பெண்கள். நடுவுலர் இறப்பதற்கு முன்பே அழகுமீனாவை வடகரையிலிருந்து வெளியேற்றிவிடுவது வீட்டிலிருக்கும் வேண்டாத பொருளை வெளியில் தூக்கி வீசுவதுபோல நடக்கிறது. ஆக வரலாறு சொல்ல மறந்த நுண்ணிய வாழ்வெளியை இலக்கியம்தான் பார்வைக்குக் கொண்டு வருகிறது. ஒவ்வொரு உயிருக்குமுள்ள வாழ்வதற்கான உரிமை மறுக்கப்படுகிற இடம் எழுத்தாக மாறுகிறபோது சமூகம் தனது மேன்மையை இழக்கிறது. விழுமியங்களைப் பேசுகிற உரிமையையும் கூடவே இழக்கிறது.

மாலதி அய்யம் பெருமாள் தேவரிடம் எவ்வளவு அன்பு செலுத்துகிறாள். தனது சித்தப்பாவிடம் திறந்த மனதோடு பேசும் பேச்சு கவனம்கொள்கிறது. சேர்ந்து வாழ முடியாது என்று தெரிந்த பின்பும் அன்பு மாறாது அதே தொனியில் அய்யம்பெருமாளிடமும் பேசுகிறாள். இந்தப் பெண்களுக்கு என்று ஒரு வாழ்க்கை இல்லையா? சின்னமனூர் சுந்தரா எவ்வளவு அக்கறையோடு அவர் தொழில் செய்ய உதவுகிறாள்.

மனைவியைவிட அதிகம் கவனித்து பணிவிடை செய்கிற அவளுக்கு இறுதியில் என்ன நிகழ்கிறது. கருப்பங்குழியில் எல்லா நேரமும் இந்தப் பெண்கள் மூச்சி முட்டி இறக்காது கிடக்கிறார்கள் என்பதே உண்மை. தனது பூமியை நாடகக் கொட்டகைப் போடக் கொடுக்கும் அவளின் மனம் எதை விரும்புகிறது? ஒரு துணை. அவ்வளவுதான்.

தனித்து யாரால் வாழ முடியும்? துணை தேடுவது இயல்பே. ஆனால் பெண்களின் அடிப்படைத் தேவையைச் சுய நலத்திற்கே இதில் வருகிற ஆண்கள் பயன்படுத்திக்கொள்கிறார்கள். ஆக புத்தகம் வாழ்வு சிதைந்த பெண்களைப் பேசுவதில் மையம் கொள்கிறது. பண்பாட்டின் மீது கேள்விகளாக மலர்கிறார்கள் பெண்கள். இந்தக் கேள்விகளுக்கு விடை தராது ஒதுங்கும் சமூகத்தின்மீது படிகிற இருள் பண்பாட்டுப் பெருமைகள் மீதும் படிகிறது.

சுந்தராவின் இறுதி வாழ்க்கையை ராஜேந்திரன் எழுதுகிறார் “வீட்டை இரண்டாயிரம் கொடுத்து வாங்கியவன் சுந்தராவை வெளியேற்றினான். அய்யம்பெருமாள் தேவர் உயிரோடு இருந்த வரை கௌரவத்தோடு வாழ்ந்த சுந்தரா, வாழ வழியின்றி அந்தக் கிராமத்தில் இருந்தவர்களிடம் கையேந்த வேண்டியதாயிற்று” என்று. அதே பக்கத்தில் குறிப்பிடுகிறார் “ஏறக்குறைய ஒரு அனாதையாக சுந்தரா இறந்தாள். அவள் வறுமையில் வாடி அடுத்தவர்கள் கொடுத்த உணவை உண்டு வாழ்ந்தபோதும் ஒருமுறைகூட அய்யம்பெருமளாளைக் குறை சொல்லியதில்லை” என்று. இந்த இடம்தான் உறுத்துகிறது. கருப்பாயி என்ற பெண்ணின் வலியை தெய்வபலமாக மாற்றிய ஆண்கள் பெண் களின் வலியை ஒருபோதும் உணரவில்லை என்பதே எழுத்தின் சாரமாக இருக்கிறது.

இந்த எழுத்தில் கெட்டிக்காரப் பெண்ணாக இருவர் உள்ளனர். ஒருவர் தாசில்தாரின் வீட்டிற்கு வேலை செய்ய வந்த கல்யாணி. மற்றவர் நொண்டி மீனாட்சி. இதில் கல்யாணி மட்டுமே வெற்றி பெறுகிறாள். தாசில்தாரை தன் இழுப்பிற்கு அழைத்துப்போகும் சாமர்த்தியமே உண்மையில் வாழ்தல். தாசில்தாருக்கு அவளிடம் ஒரு தேவை இருக்கிறது. கொடுப்பதற்கு மேலாக அவரிடமிருந்து தனக்கான வாழ்தல் உரிமையையும் தக்கவைத்துக் கொள்கிறாள். ஆனால் நொண்டி மீனாட்சி சுயமாக எல்லாவற்றையும் சாதித்தாலும் தங்கையின் பெண்ணை ஒரு ஆணுக்கு முதல் மனைவியாகத் தர முடியவில்லை. கல்யாணியைத் தவிர மற்ற பெண்கள் எல்லாம் ஆண்களுக்காகவே வாழ்ந்து

முடிகிறார்கள். கதையாடலில் பெண்கள் அபரிமிதமாக அன்பு செலுத்துகிறார்கள். எழுத்தில் வருகிற ஆண்கள் அதைக் கண்டு கொள்ளவில்லை. ஆண்கள் எதை கௌரவம் என்று பார்த்தார் களோ அந்த இடங்களில் எல்லாம் பெண்கள் கம்பங்குழியிலேதான் உயிரோடு தள்ளப்பட்டார்கள்.

வம்ச வரலாறு என்று சொல்லாதே இந்த நூல் வெளி வந்திருக்கலாம். நாவலுக்கான பல அம்சங்கள் இதில் உள்ளன. நடுவுலர், ஜமீன் மோதல் வாசிப்பில் கவனம் பெறுகிறது. தாசில்தாரை நடுவலர் சந்திப்பது, கல்யாணியோடு உரையாடுவது, கல்யாணி தாசில்தார் உரையாடல், தாசில்தார் தனது மேலதிகாரியை எதிர் கொள்வது எல்லாமுமே ரசனையாக மனதில் இறங்குகின்றன. இறுதியாக ராஜாவை வழக்கிலிருந்து விடுவிக்க நடக்கிற அய்யம்பெருமாளின் முயற்சிகள் கொண்டாடி வாசிக்க வேண்டியப் பக்கங்கள்.

இலக்கியத்தின் இன்னொரு முகம் ‘வடகரை’ என்பதே எனது கருத்து. இருந்தாலும் சுதந்திரமாகப் பலவற்றைப் பேச மனம் தயங்குகிறது. நிறையவே பேச வேண்டிய முன் வாசித்திராத எழுத்து. கடந்து வந்த தமிழ் வாழ்க்கையின் வேர்களை இதில் காண முடிகிறது. பூமணியின் ‘அஞ்ஞாடி’ நாவலின் வரலாற்றுப் பக்கங்களை மனம் இதனோடு பொருத்துகிறது. காரணம் ஆண்கள் பெண்களின் துயரை ஒருபோதும் பெரிதாகக் கருதவே இல்லை. எல்லாச் சாதிய வாழ்தலிலும் சமய வாழ்தலிலும் பொதுவான சமூக வாழ்தலிலும் பெண்களின் மனதைக் காயப்படுத்தியே ஆண்கள் கடந்து போயிருக்கிறார்கள். ‘வடகரை’ இந்த இடத்தை மிகச் சரியாக வெளிக்கொண்டு வந்துள்ளது. ராஜேந்திரன் அவர்கள் இதை வலியால் உந்தப்பட்டு கொண்டு வந்திருக்கிறார். அவரது வலியை வாசிப்பில் நாமும் வாங்கிக்கொள்கிறோம்.

‘வடகரை’ – மு. ராஜேந்திரன்

எழுத்தின் மறைவெளி

வாழ்தலின் முடிவில்லா நிலப்பரப்பில் கையளவு மண்ணே படைப்பின் எழுத்து. கைப்பிடி மண்ணில் நேற்றுவரையிலான எல்லாமும் கலந்திருக் கின்றன. ஒரு துளி மண்ணில் பல ஆயிரம்கோடி ஆண்டுகளின் வரலாற்றை கண நேரத்தில் பார்த்து திரும்புகிறது படைப்பு மனம். நிகழ்வின் சாளரத்தில் முழு மனித வாழ்க்கையை அறியத் துடிப்பவன் எழுத்தாளன். அப்படியான மனம் வசப்பட்டு அவன் எழுதுகிறபோது உணர்வுகளின் முடிச்சுகளாக வார்த்தைகள் உருமாறுகின்றன.

வார்த்தைகள் நாவல்கள் அல்ல. சிறுகதைகள் அல்ல. கவிதைகள் அல்ல. வார்த்தைகள் பிறப்பதற்கு முன்பிருந்த மனமே எழுத்து. அதுவே நாவலாகவும் கதையாகவும் கவிதையாகவும் முகம் காட்டுகின்றன. வார்த்தை என்பது ஓசையில் பிறப்பதல்ல. வார்த்தை ரசனையின் ரசவாதத்தில் பிறப்பது. எழுத்தின் வார்த்தைகள் மனதிலிருந்து குழந்தைபோல ஜீவ ஓசையோடு பிறக்கின்றன. அப்படியான மனம்தான் படைப்பின் ஜீவ பூமி. அதனால்தான் வார்த்தைகள் வாசிப்பின்போது வாயில்களாகத் திறந்து நாம் பார்த்திராத இடங்களுக்கு அழைத்துப்போகின்றன. அப்போது எழுத்தின் ஒவ்வொரு வடிவமும் இசை யாகத் தெறிக்கும். கேட்டிராத அந்த இசையில் இன்னும் இன்னும் பயணிக்க மனம் ஆசைகொள்ளும்.

நாவல் ஒரு சிறு தீக்கனல். வாசித்து முடித்ததும் பற்றி எரியும் நெருப்பில் வாசகன் வெந்து தணி கிறான். அப்படி நிகழாது போனால் அது மனித

மனமல்ல. அப்படி வெந்து தணியும் வாசகன் மீண்டும் புதிதாகப் பிறக்கிறான். “ஒரு சக்தி பிறக்குது” என்ற பாரதியின் வரி வாசக உணர்வில் கலக்கும். கதை சொல்வது ஒரு வண்ண ஈர்ப்பு. அவ்வளவுதான். அதைத்தாண்டி எழுத்து... வாசிப்பில் உருவம் கண்டு உயிர்பெற்று அதிர வேண்டும். புதிய உயிரின் உடல் அசைவை... அதன் பிரமாண்டக் கூத்தை வாசகன் காண வேண்டும். பார்த்து, வியந்து வாசகன் பிரமித்து நிற்கிறபோது எல்லாவற்றையும் கலைத்துப்போட்டுவிட்டு கூத்தை நிகழ்த்திய கலைஞன் விடைபெற்றிருக்க வேண்டும். நிகழ் உலகம் நாவலின் வெளிச்சத்தில் மீண்டும் பார்க்கப்பட வேண்டும். அப்படியான எழுத்து படைப்பாளியின் சுயம்.

நேற்றின் நிகழ்வுகள் எல்லாமும் கதைதான். இன்று சனிக்கிழமை. வெள்ளிக்கிழமை நடந்தவற்றை நினைவு கூர்ந்தால் அது கதைதான். நடந்த நிகழ்வின் மீது எந்த மாற்றத்தையும் செய்ய முடியாது. ஆனால் அது புத்தகத்தில் சிறுகதையாகிறபோது அல்லது நாவலில் ஒரு அங்கமாக உருமாறுகிறபோது அதற்கு இலக்கிய மேன்மை வந்து விடுகிறது. புற நிகழ்வு அப்போது படைப்புலகின் காலவெளிக்குள் கரைந்துவிடுகிறது. வரலாற்று நிகழ்வோ, தனித்த அனுபவமோ சிறுகதைக்குள் அல்லது நாவலுக்குள் கரைந்து போக நடக்கிற எல்லாமும் எழுத்தின் மறைவெளி. படைப்பாளியின் உள்மன வினை சார்ந்தது.

வாழ்வில் சேகரமாகும் எல்லாவற்றையும் திரட்டி நமது உணர்வெளியில் ரூபமாக்கிக் காட்ட முயல்கிறான் படைப்பாளி. இந்த முயற்சியின் வெற்றி அவனது கலா மனத்தால் நிகழ்கிறது. வாழ்வதற்கான வேட்கையும் வாழ முடியாதபோது எழுகிற தார்மீகக் கோபமும் படைப்பாளியின் உரிமை. அவன் எல்லாருக்குமான உரிமையை முன் வைத்தே எழுதுகிறான். தான் பார்க்க விரும்புகிற உலகை வாசகவெளியில் காட்டவே ஒவ்வொரு படைப்பாளியும் தீவிரம் காட்டுகிறான்.

சித்தரிப்பு... உரையாடல்... பாத்திர வடிவமைப்பு என்று பொதுவாக நாவல் செயல்படுகிறது. இந்த மூன்றும் இயங்க ஒரு தளம் தேவைப்படுகிறது. மூன்றும் வேறு வேறு விகிதங்களில் இருக்கலாம். சித்தரிப்பு இல்லாதுகூட சில நாவலாகலாம். தளம் கதையாகவோ கதையற்றோ இருக்கலாம். வாசகன் நாவலைத் தனக்கான அனுபவத்திலிருந்தே வாசிக்கிறான். வாழ்கிற உலகத்தின் மீதான பல கேள்விகள் வாசக மனத்தில் இருக்கும். பெரும்பாலும் அவனே அறியாது மனம் அதற்கான விடையைத் தேடும் அல்லது படைப்புலகோடு கரைந்துபோக முயலும். அப்போது புதிய வாழ்வு ஒன்று வசப்படலாம். அதன் சாத்தியம் படைப்புலகம் ஒன்று உருவாவதில்தான் இருக்கிறது.

தனி மனித அனுபவம் . . . சமூக அனுபவம் . . . இன்று வரையிலும் சேகரமான அனுபவம் என்று நிறையவே உண்டு. மேற்குறித்த அனுபவங்களை மனதில் எந்த அளவிற்கு உள்வாங்கிப் படைப்பாளி பயணிக்கிறான் என்பது வாசிப்பில் பிடிபட்டுவிடும். கங்கையில் கண நேரம் மூழ்கினால் போதும். கங்கை ஈரம்தான் இருக்கும். அதனால்தான் நாவலை வாசிக்கிறபோது ஒரே நேரத்தில் எண்ணற்ற அடுக்குகளை மனம் சந்தித்துவிடுகிறது.

பிரதாப முதலியார் சரித்திரத்திலிருந்து இன்று வெளியான நாவல்கள் எல்லாவற்றையும் ஒரு சேர பார்க்கிறபோது அவற்றில் ஒரு பயணம் தெரிகிறது. இந்தப் பயணம் மனித மனத்தின் அகவயமான மாற்றங்களையும் சமூக வாழ்வெளியையும் ஒரே நேரத்தில் பார்க்கத் தூண்டுகிறது. பயணம் இன்னும் இன்னும் என்று இருக்கிறது. ஒரு போதும் நிற்காத பயணத்தில் வேறு வேறு இடங்கள் பார்வைக்கு வர காத்திருக்கின்றன. ஆனால், எல்லாமும் உருவிலியின் அனுபவமாக அல்லது பிரபஞ்ச அனுபவமாக மாறுகிறபோது ஒன்றில் எல்லாமும் பிடிபடவும் வாய்ப்புள்ளது. ஆனால், அது முற்றிலும் தனி மனித அனுபவம்.

ஒவ்வொரு நாவலும் ஒரு 'லேண்ட் ஸ்கேப்'பை உருவாக்கு கிறது. அதில் ஜீவனுள்ள உயிர்கள் பிறக்கின்றன. 'மரப்பசு'வில் வரும் அம்மணி தனித்து இல்லை. நாவலின் காலவெளிக்குள் ஒரு படைப்புலகில் அதிர்கிறாள். "எதைப் பார்த்தாலும் சிரிப்பு வருகிறது" என்று முதல் வரி தொடங்குகிறது. நாவலின் கடைசி வரி "உனக்கு எதைப் பார்த்தாலும் சிரிப்பாக இருக்கிறது". இந்த இரண்டு வரிகளுக்கு மத்தியில் அம்மணி என்னவெல்லாம் பார்த்துவிடுகிறாள். கோபாலு, கண்டு மாமா என்று தொடங்குகிற பயணத்தில் அம்மணி பார்த்த வெளிகள் ஏராளம். அம்மணி யாருடைய உடலையும் தீண்டவில்லை. மனதின் அந்தரங்கத்தில் நுழைகிற கதவைத்தான் திறக்கிறாள். ஆணின் ரகசியங்கள் அவள் முன் பொல பொலவென்று உதிர்ந்துபோகின்றன.

பட்டாபியின் கேள்வி நாவலை வாசித்து முடித்த பின்பும் தொடர்கிறது . . . "உனக்கு என்ன வேணும்?" ஆம் அம்மணிக்கு என்ன வேணும்? எல்லாவற்றையும் துறந்து . . . பட்டாபி போதும் என்று வருவதற்கு அவளுக்குள் நிரம்பித் தளும்பிய அனுபவங்களும் . . . அனுபவங்கள் கூட்டிச் சென்று நிறுத்திய வெளிமீதான பார்வையும்தான் காரணம். அம்மணியின் ஒவ்வொரு நகர்தலும் மறைக்கப்பட்ட வெளிமீதான வெளிச்சம். அம்மணியின் வெளிச்சத்தில் நிகழ் உலகின் ரகஸியங்கள் பார்வைகொள்கின்றன. அம்மணி எல்லாவற்றையும் தீண்டிப் பார்த்துவிடுகிறாள்.

க.வையின் 'ஆதிரை' குறித்து தமிழவன் எழுதுகிறபோது நாவல் குறித்து சிலவற்றைப் பதிவு செய்கிறார்.

மு.வ. காலத்திலிருந்து, ஜெயகாந்தன் காலத்திலிருந்து நாவல் ஒரு 'ஐடியாலஜி'யைப் பிரச்சாரம் செய்ய வேண்டும். 'ஆதிரை' இதிலிருந்து விடுபட்ட நாவல். தமிழ் சினிமா, கடைசியில் நல்லவனை உதைத்துத் தண்டனை கொடுப்பது போல் நல்லது / கெட்டது என்ற பெரும் பிரிவினையை அங்கீகரிப்பவை எல்லாம் ஐடியாலாஜி நாவல்கள். எனவே, இந்த பெரும் பிளவு வியாதி தொற்றாத உண்மையான நவீன எழுத்துக்கள் தமிழில் அங்கீகரிக்கப்பட இன்னும் ரொம்ப காலம் ஆகுமென்றே தோன்றுகிறது.

இப்படி நான் எழுதும்போது நான் லௌகீக கருத்து உருப்பெறாமையைப் படைப்பில் ஆதரிக்கிறேனே ஒழிய படைப்பில் கருத்தே இருக்காது என்கிற தூய இலக்கியவாதியை ஆதரிக்கவில்லை. நல்ல எழுத்து, கருத்துருவாக்கத்துக்கும் கருத்தே இல்லாமைக்கும் நடுவில் இருக்கும்.

'ஆதிரை' நவீன வகை நாவலாகும். எனவே நாவலிலிருந்து கதை பிதுக்கி வெளியில் வீசப்படுகிறது. கதை *concept* ஆகிறது. இதனால் நாவல் முழுதும் உரைநடை கவிதையாகிறது. வாசித்து வாசித்து ஆனந்தப்படலாம். அந்தக் கவிதை, தனிமையை நாவல் பூராவிலும் பரவவிடுகிறது. ஆதிரை பாத்திரம் கவிதை; ஆதிரை தனிமையின் குறியீடும் கூடத்தான். அவள் காடு. கவிதை – தனிமை – காடு – சூன்யம் இவை ஒன்றை ஒன்று தொட்டு ஒரு தொனியை நாவலின் உப பிரதித்தளத்தில் *(Sub-text)* சிருஷ்டிக்கின்றன. காட்டில் பல பாத்திரங்கள் அலைகிறார்கள். இது தமிழின் முதல் *Eco* நாவலாகிறது. இன்றைய முற்போக்குப் போராட்டம் இந்தியாவெங்கும் ஆதிவாசிகளைச் சுரண்டும் இந்தியாவுக்கு எதிராக நடந்துகொண்டிருக்கிறது. இந்நாவலெங்கும் ஆதிவாசிகள் நிறைந்துள்ளார்கள். அவர்களின் குழந்தைமை யும் ஆண் பெண் உடல்களுக்குள் வேறுபாடற்ற தன்மையும் புகழப்படுகின்றன.

ஓரிடத்தில் கவினும் ழ என்ற இளைஞையும் இரு உடல்களை இணைக்கிறார்கள். அந்த இடத்தை நாவலாசிரியர் இப்படி விளக்குகிறார்.

"உடல்கள் இரண்டும் பின்னிப் பிணைந்து புது உடல் கண்டு களித்தன. களிப்பின் தீ வான் தொட்டு எரிந்தது. எரியும் நெருப்பால் உடல்களின் கதகதப்பு ஏறியது. அப்போது அவளிடம் கால்கள் இல்லை கைகள் இல்லை ..."

இப்படி விவரிப்பு செல்கிறது. பொதுவாகத் தமிழ் நாவல்கள் புணர்ச்சியைக் கூறும்போது உருவகங்களுக்குள்ளும் உவமைகளுக்குள்ளும் போய் பதுங்கிக்கொள்வதுண்டு. இந்த நாவலும் அத்தகைய ஒழுக்கக் கட்டுப்பாட்டை பாதுகாக்க விரும்பியதோ என்று சில இடங்களில் தோன்றினாலும் இது பலரால் வாசிக்கப்படவேண்டிய தீவிரமான நாவல் என்பது என் கருத்து.

நாவல்கள் இயங்கும் தளத்தை இப்படியாகப் பார்க்கலாம்.

கதை புனைவு / பாத்திரங்கள் நிஜம்.

பாத்திரங்கள் நிஜம் / கதை புனைவு.

கதை பாத்திரங்கள் இரண்டுமே புனைவு

கதை பாத்திரங்கள் இரண்டுமே நிஜம்

எழுத்தாளன் தனது அனுபவம் சார்ந்து அல்லது தன் கலா மனம் சார்ந்து மேற்குறித்த வகையில் இயங்கலாம். ஆனால் எழுத்து நாவலாக மலர வாசகனிடம் ஒரு மனோ வினையை நிகழ்த்த வேண்டும். அது எது? இது வரையிலும் நாவல் குறித்துப் பேசிய எல்லாவற்றோடும் தொடர்புடையது அது.

நாவல் குறித்து மேலும் உரையாட ஏதுவான எழுத்து ஆர். ஷண்முகசுந்தரத்தின் ‘நாகம்மாள்’. நாவலில்... நாகம்மாள் பாத்திரம் புனைவு ஆனால் கதை நிஜம். அன்றைய வாழ்வெளியில் நாகம்மாளை பார்வைகொள்ள வைக்கிறார் ஷண்முகசுந்தரம். ஒரு சுதந்திர வாழ்வை... தனக்கு விருப்பமான வாழ்வை... தன் பிள்ளை, தன் குடும்பம், தனது மண் என்று வாழ விரும்புகிற பெண்ணை வேறு அர்த்தத்தோடு பார்ப்பதை நாகம்மாள் பொருள் படுத்தவே இல்லை. குடும்ப வாழ்வில் சுதந்திர வேட்கை கொண்ட முதல் பெண்ணாக தமிழ் நாவல் பரப்பில் நாகம்மாள்தான் வருகிறாள். தனது எல்லை அவளுக்கு தெரிந்திருக்கிறது. அதே நேரம் யாரின் நிழலிலும் வாழ அவள் விரும்பவில்லை. இழந்த வாழ்வை எண்ணி அவள் புலம்பவில்லை. சுதந்திரமாக வாழ அவளுக்கு ஒரு மண் வேண்டும். பெருமாள்முருகன் நாவலில் வரும் எல்லாப் பெண்களின்மீதும் நாகம்மாளின் சாயல் கொஞ்சமாவது உண்டு.

கணவன் இறந்த வெற்றிடத்தை நிரப்ப அவளுக்குத் தெரிகிறது. ஆனால் சமூகம் அல்லது சமூகக் கட்டமைப்பு அதைத் தர மறுக்கிறது. மறுக்கும் சமூகம் குறித்து பெரிதாக அலட்டிக்கொள்ளவில்லை. அதிகாரம் செய்வதாக அவள் காட்டிக்கொண்டாலும் தனது அதிகார எல்லை எதுவென தெரிந்தே செயல்படுகிறாள். அதை உடைக்கவே தனக்கான மண் மீது உரிமை கோருகிறாள்.

கெட்டியப்பன் உண்மையில் அவளுக்கு யார்? இந்த கேள்விக்கான பதில் மிக முக்கியமானது. கெட்டியப்பன் அவளின் ஆண் உறவல்ல. அவளது நம்பிக்கை. அவளது தோழன். அவள் விரும்புவதைப் பெற்றுத் தரவல்ல ஆயுதம்.

எந்த இடத்திலும் வாழ்வதையே விரும்புகிறாள். அழுகிற பெண் பாத்திரமல்ல. உயிரைச் சுவைக்கவும், உயிரைப் போற்றவும் விரும்புகிற நவீன பெண். கிராமத்தில் உள்ள அத்தனை அதிகார மையங்களையும் எதிர்கொள்கிற ஒரு பெண்ணை 1940 வாக்கில் படைப்பதற்கு ஒரு மனம் வேண்டும். அந்த வகையில் ஆர். ஷண்முகசுந்தரம் நேர்மையான படைப்பாளி மட்டுமல்ல முதல் போராளி. நாவலில் நாகம்மாள் ஒரு இடத்திலும் சோர்ந்து நிற்கவில்லை. சின்னப்பன் மீது அடி விழுந்து அவன் விழுகிறபோது அவள் ராமாயி கையிலிருக்கும் தனது பெண்ணைப் பார்க்கிறாள். அதற்கு ஆயிரம் அர்த்தமிருக்கிறது.

நாகம்மாள் தனக்கான வாழ்க்கையை நினைக்காதிருந் திருந்தால் சின்னப்பன் வீடு கொண்டாட்டமாக இருந்திருக்கும். அப்படித்தான் பல கோடி பெண்கள் வாழ்ந்து மடிந்திருக்கிறார்கள். அவர்களின் அந்தரங்கம் நாம் அறியாதே மண்ணில் புதையுண்டு போனது. நாகம்மாளின் பாத்திரப் புனைவு நேற்றைய வரலாற்றின் கண்படாத இடங்களை வாசக வெளிக்கு நிரந்தரமாகக் காட்டிவிடுகிறது. அதனால் தமிழ் நாவல் உலகில் 'நாகம்மாள்' அணையாத தீபம். நாகம்மாள் பாத்திரம் பெண்மையின் நீண்ட அனுபவத்திலிருந்தே வாசிக்கப்படுகிறது.

நவீன வாழ்வின் அன்றாடம் அதி வேகத்தில் இயங்குகிறது. வாழ்வின் ஒவ்வொரு கணத்தையும் நின்று நிதானமாகப் பார்த்து நகர்கிற வாழ்க்கை இன்றான வாழ்தலில் இல்லை. இந்த இடத்திலிருந்து நம்மோடு உரையாடுகிற நாவல்கள் மட்டுமே இனியான நாவல்களோ? மனித வாழ்வெளி இரு நிலைகளை எதிர்கொள்கின்றன. தன் அளவில் வாழ்வது. தனக்கான அடிப்படைத் தேவைகளுக்காக நகர்வது. சுய வாழ்தல் சார்ந்த தன் முயற்சி. சிலது கிடைக்கலாம். பல கிடைக்காமலும் போகலாம். இருந்தும் மனதை உடலை அழகாக வைத்துக்கொள்ள சாத்தியமான முயற்சிகளைச் செய்துதான் ஆக வேண்டும். மனதை... சிரமம் இல்லாமல் கூட்டிப்போக முயல்வதும் கூடவே நடக்கத்தான் வேண்டும். இது நுண்ணிய செயல்பாடு (Micro Level Function). இது ஒவ்வொரு மனிதனுக்கும் தன் அளவில் சாத்தியமாவது. இது முற்றிலும் மன ஆளுமை சார்ந்தது. என் வீடு என் குடும்பம் என் பொருளாதாரம் என் உறவுகள் என்று கொஞ்சமான வெளியில் வாழ்வது.

ஆனால், சமூகத்தை எதிர்கொள்கிறபோது தன் அளவில் உள்ள திறன் மட்டும் போதுமானதல்ல. அங்கே தீமானிப்பவன் அவன் மட்டுமல்ல. அவன் அல்லாத எல்லாவற்றையும் சந்திப்பது. அது அரசியலாக இருக்கலாம். பணியாற்றுகிற இடமாக இருக்கலாம். வாழ்கிற தெரு அல்லது ஊர் அல்லது நாடு அல்லது உலகம். இந்த எல்லை விரிவதும்... வேறு வேறாக இருப்பதும் வாழ்தலைச் சிக்கலாக்குகிறது. இந்த இடத்தை... மனிதன் தன் திறன் வழியாகவும் ஏதோ ஒரு வகையில் கூட்டு சேர்ந்தும் சந்திக்கிறான். ஹிட்லரின் செயல்களைச் சந்திப்பது தனி மனித சாத்தியமல்ல. ஆங்கிலேயரை எதிர்கொள்ள காந்தியின் தலைமை தேவைப்பட்டது. புதிய பொருளாதார கொள்கையும் உலக மயமாதலும் தவிர்க்க முடியாத ஒன்று. இந்த இடங்களில் தனி மனிதனின் செயல்பாடு பெருவெளி வினைப்பாடாக *(Macro Level Function)* விரிகிறது.

இந்த எதார்த்த உண்மையை படைப்பாளி நாவலுக்குள் கட்டமைக்கிற கதையாடல் மற்றும் பாத்திரங்கள் வழியாக எப்படிச் சந்திக்கிறான் என்பதும்... வாழ்வின் மறைவெளிமீது சற்றே படிகிற வெளிச்சமாக எழுத்து அமைகிறதா என்பதும் வாசிப்பில் பிடிபட்டுவிடும். புனைவோ கதையோ நிகழ் உலகத்தை மேற்குறித்த இடங்களில் சந்திக்கிறபோது வாசகனுக்கு நேர் அனுபவம் கிட்டுகிறது. அது பொது அனுபவ எல்லையில் வாசகவெளிக்கு வரும். இந்த இரு நிலைகளையும் *(Micro Level Function... Macro Level Function)* ஒரு நாவல் எப்படிச் சந்திக்கிறது என்பதே நாவல் வாசிப்பு.

* 9 7 8 9 3 8 6 8 2 0 3 6 5 *
FCW - #0182 - 061026 - C164 - 216/140/19 - PB - 9789386820365 - Matt Lamination